சட்ட வல்லுநர் திருவள்ளுவர்

டாக்டர் **மு.ராஜேந்திரன்** இ.ஆ.ப

வெளியீடு

வெளியீடு : 27
ISBN : 978-81-921785-4-7

சட்ட வல்லுநர் திருவள்ளுவர்
டாக்டர் மு.ராஜேந்திரன் இ.ஆ.ப

முதல் பதிப்பு : டிசம்பர் 2011
இரண்டாம் பதிப்பு : டிசம்பர் 2015 ♦ மூன்றாம் பதிப்பு : பிப்ரவரி 2021
நான்காம் பதிப்பு டிசம்பர் 2024
பக்கங்கள் : 276 ♦ ஒளியச்சு : பிரபாகர், பூங்கோதை
அட்டை : மணிகண்டன் ♦ வடிவமைப்பு : த.டேனியல் பிரபாகர்
அச்சாக்கம் : மணி ஆப்செட் பிரிண்ட்ஸ், சென்னை.
வெளியீடு : அகநி வெளியீடு, எண் : 3, பாடசாலை வீதி, அம்மையப்பட்டு,
வந்தவாசி - 604 408.
பேசி : 98426 37637 / 94443 60421
மின்னஞ்சல் : akaniveliyeedu@gmail.com   விலை : ரூ 350/-

Satta Vallunar Thiruvalluvar
Dr.M.Rajendran I.A.S
First Edition : December - 2011
Second Edition : December - 2015 ♦ Third Edition : February - 2021
Fourth Edition : December 2024
Pages : 276 ♦ Laser typeset : Prabhakar, Poongodhai
Wrapper : Manikandan ♦ Layout : D.Daniel Prabakar
Printed by : Mani Offset Prints, Chennai.
Published by : Akani Veliyeedu,
No : 3, Paadasalai Street, Ammaiyappattu,
Vandavasi - 604 408. Cell : 98426 37637 / 94443 60421
e-mail : akaniveliyeedu@gmail.com
Price : Rs.350/-

மனிதர்களை
அன்பால் வெற்றிகொள்ள
கற்றுத் தந்து

எங்களுக்கு
முகவரி தரும் முயற்சியில்
தன் அடையாளங்களை
வெளிக்காட்டாமல்

வாழ்நாள் முழுவதும்
வெள்ளந்தியான அன்பு செலுத்தி
அகாலத்தில் எங்களை விட்டு மறைந்த
அன்பு அம்மா **ஜெயலட்சுமியின்**
மலர்ப் பாதங்களுக்கு

இந்நூல்...

Justice E. Padmanabhan  12, Greenways Road
Raja Annamalaipuram
Chennai 600 028.

From a Reservoir

For centuries together a serious debate had been going on and sincere researches were being conducted over the approaches to conceptualising and understanding the ancient period. There had been many classical study, analytical study and research work in identifying the civilization on Tamils with various sacred texts and the prominent of them being the sacred "KURAL".

Thirukural has received the attention of more scholars and in particular research scholars, linguists, philosophers, politicians, administrators, jurists than any other poetry and every one could find a source for their thinking or approach and that is the magnitude of "Kural", with reverence all of us refer to it as "Thirukural", signifying the saintliness of Kural.

Thirukural is a reservoir which never gets dried of and it is an eternal source. The philosophy, the basic principles, fundamentals of civic conduct and code for human being in entire universe are in abundance in Kural and it never gets exhausted. There had been micro sociological approach in rich and minute details on kural, which is the source or inspiration to millions.

Concedingly every religion or nationalist could lay their fingers on one or more of the kurals to identify themselves or as a source for their views or thinkers with Thiruvalluvar. So also on all basic issues, fundamental principles and human values, ethics and conduct, irrespective of religion, creed or caste whatsoever, individual scholars could easily trace to one or more couplets of Thirukural and not only rely, but also enlighten the society.

It is well accepted that ancient texts normally related to living social contexts and the interplay between the great traditions and the little traditions were to be examined in depth. In many of the ancient texts where author had dealt with the complex society, its culture or cultural pluralism, such texts or writings had to be confined to the period of the said writing of the society and the dominant view of the system often fails to represent adequately the position as well as the points of view of ethnic, religious and cultural minorities as existed then.

It is to be pointed out that the dynastic style of historic writing had paid little attention to recurrent dissent, protest and reform movements although those contribute significantly to the redefinition of social goals and the cultural means for their attainment. The subtle changes which were brought about in little tradition by those movements or school of thought or system remained either mute or truncated or found to be obsolute. Hence the system of those ancient texts remain unexamined and they were not the subject matter of studies unlike Thirukural.

The conceptual frameworks and the methodological apparatus of a number of classical approaches to the study of civilizations, the progress to humanity, right from the period which could be analysed by the texts or where there had undisputed history, many of the texts did not withstand the test of time. The exception, to my knowledge being Thirukural.

Despite the modern development, social science and renaissances of the contemporary civilization and the present day as well as computer age thinking philosophy, the basic concepts continue to remain the same as could be seen from the sacred kural. There may be few changes in respect of approaches consequent to fast development or magnitude of the developments or explosion, but the basic principles as found in Thirukural which Dr. Rajendran had pointed out and emphasised remains the foundation.

Dr. Rajendran's research work on "திருக்குறளில் உள்ள சர்வ தேச மற்றும் உள்நாட்டு சட்டக் கூறுகள்" is essentially an essay on a comparative study of Thirukural with legal principles and international law. His analytical approach and study, to state it fairly though maiden, is unique.

Dr.Rajendran had studied a number of Thirukurals hitherto unused or hitherto not approached in the manner it was required to be approached or as was done by Dr. Rajendran and he had fruitfully employed in attempts to understand the complexity, the diversity, and the variety of cultural forms both in continuity and in change as well as the fundamentals as found in Thirukural with reference to the present day nations as well as inter-nations and their Legal system, enforcement of laws and the philosophy or the basic principles on which such laws are founded and legislated.

Without contradiction, it could be stated excepting certain taxation or law relating to control of terrorists or international crimes and a few other branches Dr. Rajendran could lay his hand on various couplets in Thirukural and highlight the basic principles found in Thirukural, which continue to hold the field hitherto and hereinafter as well. The selective approach and study by Dr. Rajendran is illustrative of the work done by him.

Treatment of the complex question posed by Dr. Rajendran in the study shows his incites which are extremely perspective and it would attract further dialogue and further study. The study on Thirukural will not end and it will go on from generation to generation.

I remember to have read that Thirukural contains more than 200 basic legal principles apart from human code of conduct, human ethics, moral values and various other branches in 1330 kurals. By this book, I am definite, Dr. Rajendran had contributed considerably to the study on Thirukural with reference to the basic principles relating to both national and international law, but also the system of dispensing justice in ancient times. Further study is a welcome one and I am sure scholars will continue the research.

I commend Dr. Rajendran's analytical study, his methodological approach which had led to his being conferred with a research Doctorate. I am sure that Dr. Rajendran will continue further research work.

Justice E. Padmanabhan

16.06.1999

ஆய்வெனப்படுவது யாதெனில்...

உலகமெங்கும் அறக்கருத்துக்கள்தான் அந்தந்த நாடுகளின் சட்டங்களுக்கு முன்னோடிகளாக இருந்துள்ளன. அறக்கருத்துக்களை அதிகம் கொண்டுள்ள தமிழ் நூல்களான பதினெண்கீழ்க்கணக்கு நூல் வரிசையில் உள்ள திருக்குறள் மற்ற அறநூல்களைவிட சிறப்பித்துக் கூறப்படுவதற்குக் காரணம், மற்ற நூல்களை ஆக்கியோர் பலர். திருக்குறள் எழுதப் பெற்றது ஒருவரால் மட்டுமே.

தமிழும், சமஸ்கிருதமும் இந்தியாவின் மிகப் பழமையான மொழிகள். கல்வியறிவு, கேள்வியறிவு அடித்தட்டு மக்களைக் குறிவைத்துப் பரவிய கி.பி.17,18-ஆம் நூற்றாண்டுகளில் இந்தியாவின் தலைநகரமாக கல்கத்தா இருந்தது. சமஸ்கிருதம், கல்கத்தாப் பகுதியில் பெரும் பயன்பாட்டில் இருந்ததால் கல்கத்தாவைத் தலைமையிடமாகக் கொண்ட ஆங்கிலேய ஆட்சியாளர்களிடம் சமஸ்கிருதம் பெற்ற வரவேற்பு, அதைவிடப் பழமையான தமிழ்மொழிக்குக் கிடைக்க வில்லை. ஆகவே தகுதியிருந்தும் தமிழுக்கு உரிய முக்கியத்துவத்தை ஆங்கிலேயர்கள் கொடுக்கவில்லை. சட்டக் கருத்துக்களைக் கொண்ட பதினெண்கீழ்க்கணக்கு நூல்கள் ஆங்கிலேய ஆட்சியாளர்களுக்குச் சரியாக அறிமுகப்படுத்தப்படாததால், தமிழ், சட்ட மொழியாகவோ, கீழ்க்கணக்கு நூல்கள் சட்டக் கருத்துக்களைச் சொன்ன இலக்கியங் களாகவோ ஆங்கிலேயர் மூலமாக வெளி உலகிற்குத் தெரியாமல் போய்விட்டன.

திருக்குறளின் பெருமையை உலகம் அறிய வைக்கும் முயற்சி, 18-ஆம் நூற்றாண்டில் ஆரம்பமாயிற்று. அப்பணியை ஆரம்பித்த வர்களும்கூட ஆங்கிலேயர்கள்தான். 1794-ஆம் ஆண்டு கிண்டர்ஸ்லி (Kindersley) என்பவரின் 'திருவள்ளுவர் குறள் அல்லது அறிவுக் கடல்' (Teeroovalluvar kural or The Ocean of Wisdom) என்ற நூல் திருக்குறளுக்கு உலக அங்கீகாரம் கிடைப்பதற்காக எடுக்கப்பட்ட முதல் முயற்சி. மொழிபெயர்ப்புப் பணியில் இருக்கும் போதே கி.பி. 1812 இல் இறந்துவிட்ட எப்.டபுள்யூ.எல்லீஸ் (F.W.Ellis) செய்த திருக்குறள் மொழிபெயர்ப்புப் பணி திருக்குறளுக்கு உரிய இலக்கிய, சட்ட அங்கீகாரம் பெற்றுத்தர எடுக்கப்பட்ட இரண்டாவது பெரும் முயற்சி.

கி.பி.1838இல் திருத்தணிகை சரவணப் பெருமாளய்யரால் உரையாசிரியர் பரிமேலழகரின் உரை புத்தகமாக வெளிவந்தபோது திருக்குறளை உலகம் புதிய கண்ணோட்டத்தில் பார்த்தது.

குறள் 533-க்கான உரையில் பரிமேலழகர், திருவள்ளுவரை, நீதி நூல் உடையார் என்று அழைத்ததும், மேனாட்டு மதகுருவான டாக்டர் ஜி.யூ.போப், வள்ளுவரை மரியாதைக்குரிய முனிவர் என்றும், தமிழ் மக்களுக்கு சட்டம் தந்தவர் (He is the venerated sage and Law giver of the Tamil people) என்று அழைத்ததும், சட்டம் படித்தவர்களால் திருக்குறள் உற்று நோக்கப்பட்டது.

இன்றுள்ள நீதி பரிபாலன முறையை நாம் மேனாட்டவரிட மிருந்து பெற்றதாக நம்மில் சிலரிடம் தவறான எண்ணம் நிலவுகிறது. சில சட்டக் கருத்துக்களை நாம் வெளிநாடுகளிலிருந்து பெற்றாலும், தமிழில் சட்டக் கருத்துக்களுக்குக் குறைவில்லை. வழக்காடும் முறை, வழக்கை விசாரிக்கும் பாங்கு, குற்றச்சாட்டு தொடுத்தல், சாட்சிகளை நேரடியாகவும், சூழ்நிலையை ஒத்தும் விசாரித்தல், வழக்கை ஒரு நீதிமன்றத்திலிருந்து மற்றோர் நீதிமன்றத்திற்கு மாற்றுதல், நீதிமன்றங்கள் தேவையான ஆவணங்களை அரசு ஆவணக் காப்பகங்களிலிருந்து பெறுதல் ஆகியவற்றை பெரியபுராணம் தடுத்தாட் கொண்ட புராணத் திலும், சிலப்பதிகாரத்தின் வழக்குரைத்தக் காதையிலும், திருவிளை யாடல் புராணத்தின் பழிக்கு அஞ்சிய படலத்திலும் காண முடிகிறது.

சட்டத்தை உள்நாட்டுச் சட்டங்கள் என்றும் சர்வதேசச் சட்டங்கள் என்றும் பிரிப்பது வழக்கம். திருக்குறளில் உள்ள அறக்கருத்துக்களைப் பட்டியலிடும்போது இன்று நடைமுறையில் உள்ள பல உள்நாட்டுச் சட்டங்களுக்கும், சர்வதேசச் சட்டங்களுக்கும் திருக்குறள் முன்னோடி யாக இருந்துள்ளது தெரிய வருகின்றது. திருவள்ளுவர், மொழி, இனம், நிலம் கடந்து சட்டத்தைப்போல அனைவருக்கும் பொதுவானவராக உள்ளார்.

மேனாட்டு சட்ட அறிஞர்களான பிளாட்டோ, அரிஸ்டாட்டில் போன்ற நீதிநூல் அறிஞர்கள் எழுதிய பல சட்டக் கருத்துக்களை நடைமுறைப்படுத்த அக்காலங்களில் முயற்சி மேற்கொள்ளப்பட்டது. இந்த அறிஞர்களின் கருத்துக்கள் சிராகுஸ் என்ற நகரில் சட்ட மாக்கப்பட்டு அமுல்படுத்தியபோது 5 நாட்கள் கூட அந்த நகர அரசுகள் தாங்கவில்லை. காரணம் அந்த இரண்டு அறிஞர்களும் மனித இனத்தின் நல்லெண்ணத்தின்மீது அதிக நம்பிக்கைக் கொண்டதுதான். உலகம் பல நல்லவர்களையும் சில கெட்டவர்களையும் உள்ளடக்கியது என்பதை பிளாட்டோவும் அரிஸ்டாட்டிலும் உணரவில்லை. ஆனால்,

வள்ளுவர் மனிதர்களின் குணத்தை, நன்கு அறிந்தவர். மனிதன் நல்ல குணமும் கெட்ட குணமும் ஒருங்கே அமையப் பெற்றவன் என்பதைப் புரிந்து கொண்டவர். அதனால்தான் நட்பு என்ற அதிகாரத்தை அடுத்து தீ நட்புக்கும், வாழ்க்கைத் துணை நலத்திற்கு அடுத்து பெண் வழிச்சேரலுக்கும் இடம் ஒதுக்கியுள்ளார். வாழ்வில் காணும் உட்பகை, ஊழ், கயமை, கூடா ஒழுக்கம் முதலியனவற்றையும் சேர்த்துக் கூறியதால் குறள் இன்றும் வாழும் இலக்கியமாக உள்ளது. திருவள்ளுவர் சட்டம் இயற்றுவோருக்கு வழிகாட்டியாக இருந்துள் ளமை அறியப்படவேண்டிய ஒன்று. திருக்குறள் சட்ட நூல்தான் என்பதற்குப் பல ஆதாரங்களையும், சட்ட நூலாக இருக்க முடியாது என்பதற்குச் சில ஆதாரங்களும் கொடுத்துள்ளேன்.

'சர்வதேசச் சட்டத்தின் தந்தை' என ஹீயுகோ குரோசியஸ் (Hugo Grotius) அழைக்கப்படுகிறார். ஹீயுகோ குரோசியஸை விட திருவள்ளுவர் காலத்தால் அழியாத பல சர்வதேசச் சட்டக் கருத்துக் களைச் சொன்னவர் என திருக்குறளை நுட்பமாகப் பார்ப்பவர்களுக்குத் தெரியும். ஹீயுகோ குரோசியஸ், நாடுகளை கிறித்துவ நாடுகள், கிறித்துவம் பின்பற்றாத நாடுகள் எனப் பிரித்து இரண்டு வகைக்கும் தனித்தனிச் சட்டம் பரிந்துரைக்கிறார். நாடுகளை சிறியன, பெரியன, கிறித்துவம் பின்பற்றுவன, கிறித்துவம் பின்பற்றாதவன எனப் பிரித்தாலே சட்டத்திற்கு முன் அனைவரும் சமம் என்ற அடிப்படை தகர்ந்துவிடுகிறது. அந்த அடிப்படைத் தவறைச் செய்தவர் ஹீயுகோ குரோசியஸ்.

நாடுகளை மதத்தை வைத்தோ, அவைகளின் பரப்பளவை வைத்தோ திருவள்ளுவர் பிரித்துப் பார்க்கவில்லை. அனைத்து நாடு களும் சமம் என்கிறார். தூது, வெளிநாட்டுப் பாதுகாப்பு, வெளிநாட்டுப் பொருட்களின் மீது விதிக்கப்படும் உள்நாட்டு வரி, எதிரி நாடு, நட்பு நாடு பற்றிய வள்ளுவரின் கருத்துக்கள் இன்றும் சர்வதேசச் சட்டத்தில் பின்பற்றப்படுகின்றன. தூதருக்கும், அமைச்சருக்கும் ஒரே தகுதியை வைத்தவர் திருவள்ளுவர். இன்றுகூட நடைமுறையில் தூதர்கள் மந்திரி யாக நியமிக்கப்படுவதும், மந்திரிகள் தூதர்களாக நியமிக்கப் படுவதையும் நாம் பார்க்கும்போது திருவள்ளுவர் எவ்வளவு நுட்ப மாக தூதர்களின் பணியையும், அமைச்சர்களின் பணியையும் நோக்கி யுள்ளார் எனத் தெரியும்.

சட்டம் பற்றிய அடிப்படை அறிவு, இந்தியர்களுக்கோ, சீனர்களுக்கோ இல்லை என்றும், சட்டத்தின் முழு வளர்ச்சியும் ஐரோப்பிய கிறித்துவர்களின் பங்களிப்புதான் எனவும், சட்டத் துறை

வளர்ந்ததே 16-ஆம் நூற்றாண்டுக்குப் பின்தான் என்றும் அறிஞர் ஓபன்ஹைம் (Oppenheim – International law Vol.I) கூறிய தடாலடியான கருத்து பதிணெண்கீழ்க்கணக்கு நூல்களைப் பெற்றுள்ள நமக்கு அதிர்ச்சி தரும் செய்தி. பல வெளிநாட்டுச் சட்டநூல் அறிஞர் களும் ஓபன் ஹைம்மின் இந்த ஒருதலைப்பட்சமான கருத்துக்களை நிராகரித்துள்ளனர்.

'சர்வதேசச் சட்டத்தின் தந்தை' என்ற பட்டமும் மரியாதையும் எதிர்பாராதவிதமாக குரோசியஸுக்கு(Hugo Grotius) கிடைத்து விட்டதாகச் சட்டப் பேராசிரியர் ஜே.எல்.பிரையர்லி (J.L.Brierly) கூறு வதும் கவனத்திற்குரியது. ஸ்டார்க் (J.G.Starke), ஓபன்ஹைம் போன் றோர் போதுமான காரணங்களுடன் குரோசியஸுக்கு வழங்கப்பட்ட 'சர்வதேசச் சட்டத்தின் தந்தை' என்ற அங்கீகாரத்தை மறுத்துள்ள தும் நோக்கத்தக்கது.

திருவள்ளுவர் உள்நாட்டுச் சட்டக் கருத்துகளோடு சர்வதேசச் சட்டக் கருத்துக்களைத் தொகுத்துக் கூறியமையாலும், சட்டக் கருத்துக்கள் சர்வதேசச் சட்டத்தின் தந்தை என்றழைக்கப்படும் 17-ஆம் நூற்றாண்டைச் சேர்ந்த ஹீயுகோ குரோசியஸுக்கு 1600 ஆண்டு களுக்கு முன்பே கூறப்பட்டுவிட்டமையினாலும், திருவள்ளுவரே சர்வதேசச் சட்டத்தின் முன்னோடி என்ற அங்கீகாரத்திற்குத் தகுதி உடையவர் என்றும் கருதப்படவேண்டும்.

திருக்குறளில் உள்ள சட்டக் கருத்துக்களை ஆராய்ச்சி செய்ய நான் தீவிரமாக முயன்றதற்கான காரணத்தினை விளக்க விரும்புகிறேன். கோயம்புத்தூரில் துணை கலெக்டராக பயிற்சி எடுத்து, ராணிப் பேட்டையில் கோட்டாட்சியராக ஓராண்டு பணி செய்த பின் தஞ்சாவூர் கோட்டாட்சியராக 1991ஆம் ஆண்டு பணியில் சேர்ந்தேன். இந்த நேரத்தில் அனைவரிடமும், அன்புடனும் மரியாதையுடனும் பழகும் பண்புடைய எனது தாயார் ஜெயலட்சுமியும் ஒரே தங்கை கலைவாணி யும், சிறிது நகை, பணத்திற்காக 15.02.1993இல் திருமங்கலத்தில் உள்ள எங்களது வீட்டில் கொலை செய்யப்பட்டனர்.

உலகின்மீது வெறுப்பும், வாழ்க்கையின்மீது வெறுமையும் கொண்ட அந்த நாட்களில் மனத்தை திசைதிருப்ப திருக்குறளையும், நீதிநூல்களையும், ஊன்றிப் படிக்க ஆரம்பத்தேன். அதன் விளைவுதான் இந்த ஆராய்ச்சி.

1980-83 ஆம் ஆண்டுகளில் நான் மதுரை சட்டக் கல்லூரி மாணவனாக இருந்த காலம். மேல்நாட்டினர்கள், குறிப்பாக ரோமன்,

ஆங்கிலேய, லத்தீன், அமெரிக்கர்கள் மட்டுமே சட்ட அறிஞர்களாக சட்டக் கல்லூரிகளில் அறிமுகம் செய்யப்பட்டனர். இந்தியாவிலிருந்து, சட்ட அறிஞர்களாக, ஏனோதானோவென்று அறிமுகம் செய்யப் பட்டவர்கள் மனுவும் கௌடில்யரும் (சாணக்கியர்) மட்டுமே. தமிழில் நீதிநூல்கள் இருக்கின்றன என்ற உண்மையோ, தமிழ்மொழி சட்டக் கருத்துக்கள் கொண்டதாகவோ, சட்டக் கல்லூரியில் சொல்லித் தரப்பட வில்லை.

ரோமானிய, லத்தீன் போன்ற பழமையான நாகரிகங்கள் தங்களுக்கென்று சட்ட நூல்கள் வைத்திருக்கும்போது அவர்களைவிட மேம்பட்ட தமிழர் நாகரிகம், தங்களுக்கென்று ஒரு சட்ட வரையறை வைத்துக் கொள்ளவில்லையா? அல்லது நமக்கு அது தெரியாமல் போய்விட்டதா என சட்டக் கல்லூரி வகுப்பறையில் யோசித்தேன். அந்தக் காலக்கட்டத்தில் தமிழ் இலக்கியங்களுக்குள் புகுந்து சான்றுகள் தேட முயற்சிக்கவில்லை. வேலை தேடுவதில் ஆர்வமாக இருந்ததால், இந்த இலக்கியத் தேடலை தற்காலிகமாக ஒத்திவைத்தேன்.

பின்பு ஆறு மாதம் மதுரை மாவட்ட நீதிமன்றத்தில் வழக் கறிஞராக இருந்தேன் என்று சொல்வதைவிட மதுரை மாவட்ட வழக்கறிஞர்கள் சங்கத்தின் தலைவரும், மதுரையில் உயர் நீதி மன்றத்தின் கிளை அமைவதற்கு முக்கிய காரணமானவர்களில் ஒருவரு மான அப்பழுக்கற்ற பண்பாளர், நேர்மையாளர், திரு.கே. வெள்ளைச் சாமி, எம்.ஏ.பி.எல்., அவர்களுக்கு உதவியாளனாக இருந்தேன் என்று சொன்னால் பொருத்தமாக இருக்கும். எனக்கு முன்பும், எனக்குப் பின்பும் அவரிடம் யாரும் ஜூனியராக இருக்கவில்லை. நேர்மையைத் தவிர வேறொன்றும் அறியாத அவரிடம் ஜூனியராக இருப்பது கடினம்.

நான் சட்டக் கல்லூரியில் சேருவதற்கு வழிகாட்டியவர் திரு.வெள்ளைச்சாமிதான். 1980 முதல் வகுப்பில் எம்.ஏ.ஆங்கில இலக்கியம் தேறினேன். மாநிலம் எங்கும் மேல்நிலைப் பள்ளிகள் தொடங்கிய காலம். ஆங்கில இலக்கியம் படித்தவர்களுக்கு B.Ed., இல்லாமலேயே வேலை. சட்டக் கல்லூரியில் இருந்த 3 ஆண்டுகளில் எனக்குப் பல்வேறு யோசனைகள் வரும். என்னுடன் படித்தவர்கள், எனக்குப் பின்னால் எம்.ஏ., ஆங்கில இலக்கியம் படித்தவர்கள், மேல்நிலைப் பள்ளிகளில் குறிப்பாகப் பெண்கள் மேல்நிலைப் பள்ளி யில் வேலை பார்த்துக்கொண்டு, பைக்குகளில் பயணிப்பதும், வீட்டில் மிகுந்த மரியாதையுடன் இருப்பதும் சட்டக் கல்லூரி மாணவனான என்னைச் சஞ்சலப்படுத்தினாலும், நான் மனம் தளரவில்லை. காரணம்

நான் எம்.ஏ.பி.எல்., பட்டதாரி ஆக வேண்டும் என்று எட்டாம் வகுப்பு படிக்கும்போது முடிவெடுத்திருந்தேன்.

திருமங்கலம் PKN பள்ளியில் எட்டாவது படிக்கும்போது திருமங்கலம் தாலுகா அலுவலகத்தில் சுதந்திர தினக் கொண்டாட் டத்திற்கு நாங்கள் சென்றிருந்தோம். புதிய கொடிக் கம்பத்தில் உசிலம்பட்டி டெபுடி கலெக்டர் கொடி ஏற்றி வைத்து, அவர் பெயர் தாங்கிய கல்வெட்டையும் திறந்து வைத்தார். எனது தகப்பனார் ராஜா என்ற முத்தையா தேவர், எங்கள் ஊரின் கிராம முன்சீப். அந்த விழா வில் அவரும் இருந்தார்.

எனது தகப்பனாருக்கு திருமங்கலம் தாலுகா அலுவலகத்தில் இரண்டு காரணங்களுக்காக நல்ல மரியாதை இருந்தது. ஒன்று, அப்பொழுது திருமங்கலத்தில் கார் வைத்திருந்தவர்கள் மூன்று பேர் மட்டுமே. அப்போதைய திருமங்கலம் எம்.எல்.ஏ. மாமா NSV சித்தன், ரயில்வேயில் பணிசெய்த அவருடைய நண்பர் அவணமுத்து நாடார், எனது அப்பா ஆகிய மூவர் மட்டுமே. ஊரில் யாராவது கௌரவமாக காரில் பயணிக்க விரும்பினால் இந்த மூன்று பேரில் ஒருவரது ஆதரவு வேண்டும். இது முதல் காரணம்.

எனது தகப்பனாரின் மரியாதைக்கு மற்றொரு காரணம், நான் ஆறாவது படிக்கும்போது, திருமங்கலம் தாசில்தார் பகல் 2 மணிக்கு தாலுகா அலுவலகம் எதிரில் செருப்பால் அடிக்கப்பட்டதற்கு எனது அப்பாதான் காரணம் என்று கூறப்பட்டது. அதைக் கண்டித்து மதுரை கலெக்டர் அலுவலகம், தாலுகா அலுவலகங்கள் 2 நாட்கள் வேலை நிறுத்தம் செய்ததும், எனது தகப்பனார் கைது செய்யப்பட்டார். பின்பு சென்னை நீதிமன்றத்தில் அவருக்கு விடுதலை வழங்கப்பட்டு, எங்கள் ஊர் கிராம முன்சீப்பாக மீண்டும் பதவியேற்றதும், தாலுகா அலுவலகத் தில் எனது அப்பாவிற்குக் கிடைத்த மரியாதைக்கு இரண்டாவது காரணம்.

கோட்டாட்சியர், கொடி ஏற்றி வைத்துக் கிளம்பியதும், என் அப்பா மீது எனக்குள்ள பயத்தை, மூட்டை கட்டி வைத்துவிட்டு அவரை அணுகினேன். எப்போதும் குறைந்தது 5 நபர்கள் புடைசூழ இருக்கும் அவரை நெருங்கி, ''டெபுடி கலெக்டர் வேலைக்கு என்ன படிக்கணும்பா?'' என்று கேட்டேன்.

அப்பாவுக்கு எதிலும் பிராக்டிகல்தான். தியரி மீது அவருக்கு நம்பிக்கையில்லை. அப்பா, ''அந்த கல்வெட்டைப் பார். அதில் டெபுடி கலெக்டரின் பெயரும், அவரது படிப்பும் போட்டிருக்கும்''

என்றார். நான் கல்வெட்டை நெருங்கிப் பார்த்தபோது வி.ராம்தாஸ், எம்.ஏ.பி.எல்,, என்று போட்டிருந்தது.அப்பொழுதே முடிவு செய்தேன். நானும் ஒரு எம்.ஏ.பி.எல்,, ஆக வேண்டுமென்று.

சட்டக் கல்லூரி காலத்தில் எனது முடிவை மாற்றினேன். காவல் துறையில் அதிகாரியாக வேண்டும் என்று திடீர் முடிவெடுத்தேன். எம்.ஏ.பி.எல்., படித்து முடித்ததும், சிறிது காலம் கூட்டுறவுத் துறையில் துணைப் பதிவாளராக இருந்தேன். அடுத்த தேர்வின்போது, காவல் துறைத் துணைக் கண்காணிப்பாளராகத் தேர்வு செய்யப்பட்டேன். எனது மதிப்பெண் 600க்கு 357. நான்தான் மாநிலத்தில் முதல் இடம். அடுத்த இடம் பெற்றவர் மகேசன் காசிராஜன். அவரது மதிப்பெண் 350. இன்றைக்கு இவரும் ஒரு IAS அதிகாரியாக இருக்கிறார். அப்போதைய தமிழ்நாடு தேர்வாணைய தலைவர் மரியாதைக்குரிய திரு.லட்சுமிநாராயணன், IAS எனது விண்ணப்பத்தைப் பார்த்திருக் கிறார்.

மாநிலத்தில் முதல் ரேங்க் எடுத்தவன் டெபுடி கலெக்டராகத் தானே போகவேண்டும்? இவன் ஏன் DSP வேலைக்குப் போக விரும்புகிறான்? என எண்ணி என் விண்ணப்பத்தைப் பரிசீலித்தபோது, நான் எனது 3 விருப்பமாகவும் DSP என்றே போட்டுள்ளேன் எனத் தெரிந்து வருத்தப்பட்டிருக்கிறார்.

என்னைப் போன்று எதிர்காலத்தைப் பற்றிச் சரியான வழிகாட்டுதல்கள் இல்லாதப் பலருக்கும் வழிகாட்டியவர் திரு.லட்சுமி நாராயணன். எனது விருப்பத்தை அப்போதே மாற்றி எழுதிக் கொடுத்தால் டெபுடி கலெக்டர் ஆகலாம் என எனக்குத் தெரிவிக்கப் பட்டது. எனது அருகில் இருந்த திரு.மாணிக்கவேலு, (தற்போது DIG) நல்ல வாய்ப்பு, நழுவ விடாதீர்கள் என வேண்டினார். நான் சரி என்றேன். DSP என்று இருந்ததை நான் பேனாவால் அடிக்க முயற்சித்த போது பேனா எழுதவில்லை. ஒரு வழியாக DSP யின் மீது ஒரு கோடு போட்டு டெபுடி கலெக்டர் என எழுதினேன். தேர்வானேன்.

தஞ்சாவூர் கோட்டாட்சியராக நான் இருந்தபோது தஞ்சாவூர் தமிழ்ப் பல்கலைக்கழகத்தில் புதிதாக பகுதிநேர ஆராய்ச்சிப் படிப்பு தொடங்கப்பட்டது. திருக்குறளில் உள்ள உள்நாட்டு மற்றும் வெளிநாட்டுச் சட்டங்கள் பற்றிப் பகுதி நேரத்தில் ஆய்வு செய்ய தஞ்சாவூர் தமிழ்ப் பல்கலைக்கழகத்திற்கு மனு செய்தவுடன் துணை வேந்தர் அலுவலகத்திலேயே முதல் தடங்கலைச் சந்தித்தேன். சட்டமும், திருக்குறளும் ஆராய்ச்சிக் களமாக இருந்ததால், சட்டத்தில் எம்.எல்.,

பட்டமும், தமிழில் எம்.ஏ., பட்டமும் தேவை என என்னிடம் தெரிவிக்கப்பட்டது. என்னிடம் எம்.ஏ., ஆங்கில இலக்கியமும், பி.எல். பட்டமும் மட்டுமே இருந்தன. இதைத் தவிர கூடுதல் தகுதியாகப் பகுதி நேரத்தில் ஆராய்ச்சித் தொடரவேண்டுமென்றால் நான் ஆசிரியப் பணியில் இருக்க வேண்டும் என்ற நிபந்தனையும் சொல்லப்பட்டது.

துணைவேந்தர் அலுவலகம் போட்ட இந்தத் தடைகளை பல்கலைக்கழக சிண்டிகேட்டில் வைத்து விவாதித்தபின், எனக்குச் சட்டமும் திருக்குறளும் பற்றி ஆய்வு செய்ய சிறப்பு அனுமதி தரப்பட்டது. அயல்நாட்டுக் கல்வித் துறைத் தலைவர் முனைவர் நாகராஜன், எனது ஆய்வுக்கு வழிகாட்டியானார். பெயருக்கு, துணை ஆய்வு வழிகாட்டியாக, எனது நண்பர் முனைவர் கோ.தெய்வ நாயகத்தை சேர்த்துக் கொண்டேன். அந்தச் செயல் பின்னாளில் எவ்வளவு உதவப்போகிறது என்று எனக்கு அப்போது தெரியாது. ஆய்விற்கான முதல்நிலைத் தேர்வை திருமதி.நாகபூஷணம் (பின் னாளில் சட்டப் பல்கலைக்கழகத்தின் முதல் துணைவேந்தர்) நடத்தி எனது ஆராய்ச்சியைத் தொடரலாம் என அனுமதித்தார்.

ஆய்வின் நிறைவு காலத்தில் ஆய்வுக்குறிப்புச் சுருக்கம் தயாரித்து எனது ஆய்வு வழிகாட்டி முனைவர் நாகராஜனின் ஒப்புதல் பெற்றேன். மிகச் சரியான கருத்துக்களை முன் வைக்கவும், ஆய்வை மிகச் சிறப்பாக செய்யவும் அவர் உதவினார். அவர் 20 வயதில் ஹாலந்துப் பல்கலைக்கழகத்தில் எம்.ஏ., சர்வதேச உறவுகள் படித்து, டெல்லி ஜவஹர்லால் நேரு பல்கலைக்கழகத்தில் 24 வயதில் பி.ஹெச்டி பட்டம் பெற்ற சிறந்த அறிவாளி.

எனது ஆய்வை நிறைவு செய்து ஆய்வு வழிகாட்டியின் கையொப்பத்திற்காக முனைவர் நாகராஜனை நான் அணுகியபோது பெரிய குண்டைத் தூக்கிப் போட்டார். நீங்கள் என்னை உங்களிடம் வேலை பார்க்கும் தாசில்தார்போல நடத்துகிறீர்கள். மாமி (அவர் மனைவி) காபி கொடுத்த போது நீங்கள் வாங்கவில்லை. மாமி எங்கள் வீட்டில் விளைந்த பூசணிக்காயை உங்களுக்கு அன்பளிப்பாக வழங்கியபோது நீங்கள் வாங்கவில்லை. உங்களது டபேதார்தான் வாங்கினார். எனது பையன் பூணூல் திருமணத்திற்காக உங்களுக்காக சென்னையில் விருந்து வைக்க கடிதம் எழுதியதற்கு நீங்கள் பதில் எழுதவில்லை என்று வரிசையாக தனது மனத்தாங்கல்களைத் தெரிவித்தார்.

நான் அமைதியாகப் பதில் சொன்னேன். சார், ‘‘நான் என்னிடம் பணியாற்றும் தாசில்தாரை மட்டுமல்ல, யாரையும் மதிப்புடன் நடத்துபவன். நான் மாமி காபி கொடுத்தபோது வேண்டாம் என்ற

தற்குக் காரணம் நான் காபி, டீ குடிப்பதில்லை. மாமி பூசணிக்காய் கொடுத்தபோது நான் வாங்குவதற்குள் என் டபேதார் வாங்கிவிட்டார். காரணம், அவரது வேலை எனக்கு உதவி செய்வது. அந்த வகையில் அது நடந்துவிட்டது. நீங்கள் தஞ்சாவூரில் இருந்து இதற்காகக் கிளம்பி வந்து, அப்போது சென்னையில் பணிசெய்து கொண்டிருந்த எனக்கு விருந்து வைக்க வேண்டியதில்லை என்பதற்காக நீங்கள் விருந்துக்கு அழைத்ததற்கு நான் பதில் கடிதம் எழுதவில்லை'' என்றேன். (ஆய்வுக் காலத்திலேயே நான் சென்னைக்குப் பணி மாறுதலில் வந்துவிட்டேன்) முனைவர் நாகராஜன் நிறைவாக, ''இதுவரை திருக்குறளில் சட்டக் கருத்துக்கள் இருக்கின்றன என நிறுவ முயன்றீர்கள். தற்போது வேண்டு மானால் சட்டக் கருத்துக்கள் இல்லை என்று நிரூபிக்க முயற்சி செய்யுங்களேன்'' என்றார். அவரிடம் சமாதானம் சரிப்பட்டு வராதென முடிவு செய்தேன்.

பின்பு 10 நிமிடங்கள் அவருடன் நான் மட்டும் இருந்த பூட்டிய அறையில் பேசியபோது எனக்கு ஆய்வு வழிகாட்டியாகத் தொடர விருப்பமில்லை எனவும் வேறு யாராவது ஆய்வு வழிகாட்டியாகப் பொறுப்பேற்றுக் கொண்டால் அதற்கு தன்னுடைய ஆட்சேபணை இல்லை எனவும் ஒப்புதல் கடிதம் எழுதிக் கொடுத்தார்.

எனது மனத்துயர் நீங்கி, துணைவேந்தர் ஔவை நடராஜனிடம் எனது ஆய்வு வழிகாட்டியின் ஒப்புதல் கடிதத்தைக் கொடுத்தேன். அவர் அதைப் படித்துவிட்டுப் பேசியபோதுதான் எனது சூழ்நிலையின் விபரீதம் புரிந்தது. ஆய்வு வழிகாட்டியும், ஆய்வு மாணவரும் நிச்சயிக்கப்பட்ட மணமக்கள்போல். மணமேடையில் மணமக்களை மாற்றிக் கொள்ள முடியாததைப்போல் ஆய்விலும் ஆய்வு வழிகாட்டியை மாற்றிக் கொள்ள முடியாது. மறுபடியும் நீங்கள் நாகராஜனை சமாதானம் செய்து அவரது கையொப்பம் வாங்குங்கள், என்று உறுதியாகக் கூறினார்.

எனக்கு முனைவர் நாகராஜனின் குணத்தைவிட, எனது குணம் நன்குத் தெரியும். ஆகவே துணைவேந்தரிடம், ''சார், மணவறையிலும் சில மணமக்கள் மாறியிருக்கிறார்கள். விதி என்று ஒன்று இருந்தால், விதிவிலக்கும் உண்டு. நான் விதிவிலக்காகவே காலம் முழுக்கவும் இருக்கிறேன். யார் யாரெல்லாம் எனக்கு உதவியாக இருக்க வேண்டுமோ அவர்கள் எல்லோரும் எனக்குத் தேவையான நேரத்தில் பெரும் எதிரிகளாக மாறியிருக்கிறார்கள்'' என்று சொன்னேன்,

துணைவேந்தர் எனது பேச்சில் இருந்த அடர்ந்தக் கருத்தைக் கண்டு எனது வாழ்க்கைப் பற்றித் தெரிந்து கொள்வதில் சிறிது ஆர்வம்

காட்டியதால் தொடர்ந்தேன். 1959 ஆம் ஆண்டு இந்து திருமணச் சட்டம் அமுலுக்கு வந்தது. 1959க்குப் பின் ஓர் இந்து தன் மனைவி உயிருடன் இருக்கும்போது, மற்றொரு பெண்ணை திருமணம் செய்தால் அது தண்டனைக்குரிய குற்றம். எனது தாயார் 1958இல் எங்கள் ஊருக்கு ஆசிரியையாக வந்து சேர்ந்த 4 நாட்களிலேயே எனது தகப்பனாரின் இரண்டாவது மனைவி ஆனவர். இதற்கு எனது தாயாரின் 17 வயது குழந்தைத்தனமும், 22 வயதில் எனது தகப்பனார் வாழ்ந்த சூழ்நிலையும் காரணமாயிற்று. நான் பிறந்தது 1959ஆம் ஆண்டு. எனது பிறப்பைப் பதிவு செய்ய வேண்டியது கிராம முன்சீப்பான எனது தகப்பனார். ஆனால், அவர் விவரமானவர். எனது பிறப்பைப் பதிந்தால் அவருக்குப் பிரச்சனை என்று புரிந்தவர். ஆகவே எனது பிறப்பைப் பதியாமல் விட்டுவிட்டார்.

நான் பிறந்து 3 மாதங்களுக்குப் பின் அம்மை குத்த வந்த அரசு அலுவலர்கள் எனது பிறப்பைப் பதிவு செய்தனர். நான் படித்த எங்கள் ஊர் தொடக்கப் பள்ளியில் பள்ளி மாணவர்களின் எண்ணிக்கை 35க்கு குறைந்ததால் பள்ளியில் 2 ஆசிரியர்கள் இருக்க முடியாதென்ற நிலை. எனது தாயார் உதவி ஆசிரியையாக இருந் தாலும் செல்வாக்கு உள்ள பஞ்சாயத்துத் தலைவரின் மருமகள், விவரமான கிராம முன்சீப்பின் மனைவி. ஆகவே எங்கள் பள்ளியில் மாணவர்கள் எண்ணிக்கைக் குறைந்தால் எனது தாயாருக்கு மாறுதல் வராது. ஆனால், தலைமை ஆசிரியருக்கு மாறுதல் உறுதி என்ற நிலை யில், எனது அம்மாவிடம், “3 வயது ராஜேந்திரனின் வயதை 5 வயது என்று போட்டால் நானும் இங்கு இருக்கலாம். இல்லையென்றால், எனக்கு மாறுதல் வந்துவிடும். பலகாலம் கஷ்டப்பட்டு இந்த ஊருக்கு வந்திருக்கிறேன், காப்பாற்றுங்கள்” என்றவுடன் 3 வயதான ராஜேந் திரனாகிய நான் 5 வயதாக்கப்பட்டேன். வயதைப் பதிய வேண்டிய தகப்பனார் அவர் வசதிக்காக எனது வயதைப் பதியாததால் இந்த அவல நிலை. எனது தாயார் எனக்கு இரண்டு வயது அதிகப்படுத்திக் கொடுத்து என் அரசுப் பணியில் இரண்டாண்டுகள் குறைய காரண மானதுபோல் என் ஆய்வு வழிகாட்டியும் கடைசி நேரத்தில் வேலையைக் காண்பித்து விட்டார்” என்றேன்.

துணைவேந்தர் தொடர்ந்தார். “வைவா என்று சொல்லப்படும் நேர்முகத் தேர்வின்போது ஆய்வு வழிகாட்டியின் பங்கு மிக முக்கிய மானது. உங்களது ஆய்வு வழிகாட்டியும், வெளி பல்கலைக்கழகத் திலிருந்து வரும் 2 பேராசிரியர்களும்தான் உங்களது ஆய்வை ஏற்பதா? நிராகரிப்பதா? என முடிவு செய்வர். உங்களது ஆய்வை வெளியிலிருந்து வரும் 2 பேராசிரியர்களில் யாராவது ஒருவர்

நிராகரித்தால்கூட ஆய்வு வழிகாட்டி அந்தச் சமயத்தில் உங்களுக்கு உதவ முடியும். நீங்கள் ஆய்வு வழிகாட்டியின்றி நேர்காணலில் கலந்து கொள்வது நல்லதல்ல. இது எந்த ஆய்வு மாணவருக்கும் நடக்கக் கூடாதது. இப்படி நடந்து நான் கேள்விப் பட்டதுமில்லை'' என்றார்.

நான் தளரவில்லை. ஆய்வு வழிகாட்டி இன்றி நானே எனது நேர்காணலை நடத்துவது என்றும், எனது ஆய்வு நிராகரிக்கப்படாது என்ற நம்பிக்கையிலும் நேர்காணலுக்குத் தயாரானேன். நேர்காணலுக் கான நாளும் வந்தது. வெளியிலிருந்து வந்த இரண்டு பேராசிரியர் களிடம் எனது ஆய்வு குறித்து விளக்கினேன். பேராசிரியர்களில், ஒருவர் எனது ஆராய்ச்சி மிகவும் பாராட்டுக்குரியது என்றும், மற்றவர் ஆய்வு பட்டம் பெறத் தகுதியானது என்றும் சான்றிதழ் வழங்கினர். ஆய்வு வழிகாட்டி கையொப்பம் என்ற இடத்தில் கையெழுத்திட்டு என் ஆய்வேடு நிறைவுபெற உதவியவர், நன்காண்டுகளுக்குமுன் நான் முன்யோசனையுடன் துணை ஆய்வு வழிகாட்டியாகச் சேர்த்துக் கொண்ட, எனது நண்பர் முனைவர் கோ.தெய்வநாயகம்.

ஆய்வுக்குப் பதிவு செய்தபோதே, பிரச்சனையில் ஆரம்பித்து ஆய்வு வழிகாட்டி முனைவர் நாகராஜன் முழு உழைப்பைக் கொடுத் தாலும், கடைசி நேரத்தில் வெளியேறி, என்னைத் தனியனாக்கிய பின்னும் ஆய்வு வெற்றிகரமாக முடிந்ததற்குக் காரணம்... ஆய்வுக்காக நான் எடுத்துக் கொண்ட தலைப்பும், எனது வாழ்க்கை முழுவதும் தோற்பதுபோல தோன்றினாலும், கடைசியில் வெற்றி பெறுவேன் என்ற என் நம்பிக்கையும்தான். உண்மையிலேயே இந்த ஆய்வை சாத்தியமாக்கியவை இவையே.

பிரபல வழக்கறிஞர் வெள்ளைச்சாமிக்கு நான் ஒரே ஜூனியர் என்றும், எனக்கு முன்பும் பின்பும் யாரும் அவருக்கு ஜூனியர் இருந்ததில்லை என்றும் நான் ஏற்கனவே சொல்லியிருக்கிறேன். அதேபோல் ஆய்வில் எனக்குக் கடைசி நேரத்தில் உதவவில்லை என்றாலும் வெளிநாட்டு பட்டத்துடன் 24 வயதில் டெல்லியில் பிஹெச்.டி பட்டம் பெற்று 36 வருடம் ஆராய்ச்சிப் பணியில் இருந்தாலும் ஆய்வு வழிகாட்டி முனைவர் நாகராஜன் வழிகாட்டுதலில் பிஹெச்.டி பட்டம் பெற்ற ஒரே ஆளும் நான்தான்.

இந்த ஆய்வு நூலை நான் 1998 ஆம் ஆண்டு எழுதியவுடன், அதைப் புத்தகமாக்க வேண்டும் என்ற எண்ணத்தில் நீதியரசர்கள் இஸ்மாயில், பத்மநாபன் ஆகியோரிடம் அணிந்துரை பெற்றேன். ஆனால் அப்பொழுது புத்தகமாக வெளிக்கொண்டுவர முடியவில்லை.

ஓர் ஆய்வு மாணவனின் அதிகபட்ச போராட்டங்களை எதிர்கொண்டு, மீறி வந்த என்னுடைய ஆய்வைப் பற்றி அறிந்தவுடன் தம்பி முருகேசும், கவிஞர் அ.வெண்ணிலாவும், இந்நூலை உடனடியாகப் புத்தகமாக்க விரும்பினர். அவர்களின் விருப்பப்படி என்னுடைய ஆய்வு, சட்ட வல்லுநர் திருவள்ளுவர் என்ற பெயரில் 2011ஆம் ஆண்டு முதல் பதிப்பாக வந்தது. இப்பொழுது 2015இல் இரண்டாம் பதிப்பு வரும் இவ்வேளையில் இந்த ஆய்வுக்கு உறுதுணையாக இருந்த எல்லோரையும் நினைத்துக் கொள்கிறேன். ஆய்வேட்டை ஒளியச்சு செய்துகொடுத்த நண்பர்கள் பிரபாகரன் மற்றும் பூங்கோதைக்கும் என் நன்றி.

வாழ்நாள் முழுவதும் நான் சந்தித்துவரும் ஏற்ற இறக்கங்களில் என்னைத் தாங்கிக் கொள்வது என் அன்புத் தம்பிகள்தான். தம்பிகளே நெருக்கமான நண்பர்களாய் இருக்கும் பேறு பெற்றவன் நான். ஒருவிதத்தில் அவர்கள் என்னைத் தந்தையாக ஏற்றுக் கொண்டுள்ளனர் என்றும் சொல்லலாம். அவர்களுக்கு என் அன்பு.

சென்னை   அன்புடன்,
28.12.2015   டாக்டர் மு.ராஜேந்திரன், இ.ஆ.ப.

உள்ளே...

முன்னுரை... 20
இந்திய, தமிழக, ஒழுக்க நீதிநெறிமுறைகள்...52
உள்நாட்டுச் சட்டங்கள்... 85
சர்வதேச ஒழுக்கப் பண்புகள்... 131
சர்வதேசச் சட்டம்...165
திருவள்ளுவரின் சட்டத் தொகுப்பு முறை... 210
நிறைவுரை... 245
துணை நூற்பட்டியல்... 265

முன்னுரை

"உலகப் பொதுமறை" என்று அறிஞர்களால் திருக்குறள் பாராட்டப் பெற்று வருகிறது. எல்லோரும் ஏற்கக் கூடிய, எக்காலத்திற்கும் பொருந்தக் கூடிய கருத்துக்களைக் கொண்டுள்ள தாக திருக்குறள் அறியப்பட்டிருக்கிறது. இதனுள் சட்டக் கருத்துக்களும்[1] இடம் பெற்றிருக்க வேண்டும் என்று ஒரு எதிர்பார்ப்பு இந்த ஆய்வின் தூண்டலாக அமைந்தது.

திருக்குறள் தொடர்பாக இதுவரை வெளிவந்துள்ள ஆய்வுகளைப் பற்றி அறிய முயன்றபோது திருக்குறளில் காணப்படும் சட்டக் கூறுகளைப் பற்றி முன்னாய்வுகள் நிகழ்ந்துள்ளனவா என ஆய நேர்ந்தது. அப்பொழுது பேராசிரியர் க.த.திருநாவுக்கரசின் "திருக்குறள் நீதி இலக்கியம்" என்ற ஆய்வுநூலும், பேராசிரியர் மா. சண்முக சுப்பரமணியத்தின் "குறள் கூறும் சட்டநெறி" என்ற ஆய்வு நூலும் பார்வைக்கு வந்தது. இவ்விரு நூல்களையும் முற்றிலுமாகப் படித்த பொழுது, இந்த இரு முயற்சிகளும் திருக்குறளில் காணப்படும் உள்நாட்டுச் சட்டக் கூறுகளில் சிலவற்றை மட்டுமே சுட்டிக்காட்டுவனவாகவும், பொதுவான நீதி மரபுகளை எடுத்துச் சொல்வனவாகவும், சர்வதேசச் சட்டம் பற்றி எந்த ஒரு குறிப்பையும் தராத நிலையையும் அறிய நேர்ந்தது.

பள்ளிக் கல்வி முதல், இன்றுவரையிலும் திருக்குறளை ஓரளவு இயன்ற வரை படித்து வரும் அன்றாடப் பழக்கத்தால், அதிலுள்ள சட்டம் தொடர்பான சிந்தனைகளை, கருத்துக்களைத்

தனித்த ஓர் ஆய்வு ஏடாகப் புலப்படுத்தலாமா என்ற ஆர்வம் இதனால் பெருகி வளர்ந்தது. அதற்குத் தமிழ்ப் பல்கலைக்கழகம் மிகுந்த மகிழ்வுடன் வாய்ப்பளித்தது. இந்த அடிப்படையில், ''திருக்குறளில் உள்ள சர்வதேச மற்றும் உள்நாட்டுச் சட்டக் கூறுகள்'' என்ற தலைப்பு தேர்வு செய்யப்பட்டுப் பதிவு செய்யப்பெற்றது.

ஆய்வின் முக்கிய நோக்கமாகத் திருக்குறளில் காணப்படும் சட்டக்கூறுகளை இனங்காண்பதும், ஒப்பீடு செய்வதும், விளக்கம் தருவதுமான முயற்சி மேற்கொள்ளப்பட்டது. ஒப்பீடு செய்வதற்காகவும் விளக்கம் தருவதற்காகவும், உள்நாட்டுச் சட்டங்கள்,[2] சர்வதேசச் சட்டங்கள் பற்றிய உள்நாட்டு வெளிநாட்டு நூல்கள் ஆய்வுக்கு உட்படுத்தப்பட்டன. அதிலும், திருக்குறளில் காணப்படும் சட்டக் கருத்துக்களுக்கு இணையான கருத்துகள் மட்டுமே ஆய்வுக்கு உட்படுத்தப்பட்டன.

இந்த ஆய்வேட்டின் தலைப்பு ''திருக்குறளில் உள்ள சர்வதேச மற்றும் உள்நாட்டுச் சட்டக்கூறுகள்'' என்பதாகும். சுருக்கம் சுருதி இங்ஙனம் இத்தலைப்பு கொடுக்கப்பட்டிருந்தாலும் விரித்துக் கூறுகின்ற நிலையில் இத்தலைப்பு கீழ்வருமாறு அமையும்.

திருக்குறளில் முன்பு இருந்த மற்றும் இன்று உள்ள சர்வதேச மற்றும் உள்நாட்டுச் சட்டக் கூறுகள்

விரித்துக் கூறப்பட்ட இத்தலைப்பை அனுசரித்தே இவ்வாய்வேடு உருவாக்கம் பெற்றுள்ளது. இயன்ற வரையில் உழைத்து தேர்வு செய்யப்பெற்ற தலைப்புகளில் செய்திகளில் விளக்கப் பெற்றுள்ளன. இவ்வாய்வில் தொடர்புடைய எல்லா செய்திகளும் கூறப்பட்டு விட்டன என்றும் சொல்ல இயலாது. எனினும், முக்கியமாக விளக்கப்பட வேண்டியன இனங்காணப் பெற்று விளக்கம் பெற்றுள்ளன எனக் கருதலாம்.

திருக்குறள் என்ற பதினெண்கீழ்க்கணக்கு அறநூலும், அக்காலத்திய தமிழ்ச் சமுதாயமும் தொடர்புடைய உள்நாட்டு, சர்வதேச சட்டக் கூறுகளும், அன்றும், இன்றும், உள்ள நிலையில் ஆய்வின் எல்லையாகக் கொள்ளப்பட்டு உரிய முறையில் நன்கு விளக்கப் பெற்றுள்ளன.

இந்த ஆய்வின் அமைப்பு முறை பல் இயல் கூட்டமைப்பு முறையாகும். இலக்கியம், சட்டம், வரலாறு, சில தத்துவக் கருத்துகள் முதலியன இணைப்பு அமைப்பு (*Inter disciplinary study*) முறையில் ஆயப்பட்டுள்ளன.

இந்த ஆய்வின் நோக்கம் திருக்குறளில் காணப்படும் சட்டக் கூறுகளை மட்டும் இனம் காண்பதும், சமகாலத்திய இந்திய, தமிழக இலக்கியங்களில் காணப்படுகின்ற ஒத்த சட்டக் கருத்துகளை ஒப்பு நோக்குவதுமாகும். ஆய்வு நெறிமுறையின் அடிப்படையில் இந்த ஆய்வேடு முன்னுரை முடிவுரை நீங்கலாக 5 பெரும் இயல்களில் முயலப்பட்டுள்ளது.

1. இந்திய, தமிழக ஒழுக்க, நீதி நெறிமுறைகள்
2. உள்நாட்டுச் சட்டங்கள்
3. சர்வதேச ஒழுக்கப்பண்புகள்
4. சர்வதேசச் சட்டம்
5. சட்டத் தொகுப்பு முறை

என்பன அவை.

திருக்குறளில் காணப்படும் சட்டம் பற்றிய சிந்தனைகள் தற்காலத்திய உள்நாட்டு சர்வதேசச் சட்டக் கூறுகளோடு எந்தெந்த அளவிற்குப் பொருத்தமுடையன? எந்தெந்த வகையில் வேறுபாடுடையன? சட்டமாகக் கருதத்தக்க கருத்துக்களைத் திருக்குறள் கொண்டுள்ளதா? குறள், சட்ட நூல் என்று கருதத்தக்கது தானா? அல்லது பொதுவான சமுதாய நீதிக்கருத்துக்களை மட்டும் குறள் கொண்டுள்ளதா என்பது குறித்த மதிப்பீடு செய்வது ஆய்வின் நோக்கங்களாகக் கொள்ளப்பட்டன.

திருக்குறள் எழுதியவர் திருவள்ளுவர் என்பதைத் தவிர மற்ற செய்திகள் அனைத்தும் விவாதத்திற்கு உட்படுத்தப் பட்டவை. பல கர்ண பரம்பரைக் கதைகளும் திருவள்ளுவரைப் பற்றி உலவி வருகின்றன. "1861-ஆம் ஆண்டு திருக்குறளை அச்சில் பொறித்து வெளியிட்டவர் யாழ்ப்பாணம் ஆறுமுகநாவலர் ஆவார். அந்தப் பதிப்பில் திருவள்ளுவரின் வரலாறு இல்லை."[3] என்று திரு வி.க. கூறினாலும் 1847-ல் சரவணப் பெருமாள் முதலியார் பதிப்பில் வள்ளுவர் வரலாறு தரப்பட்டுள்ளது.[4] கி.மு.30-29 இல் சென்னையிலுள்ள மயிலாப்பூரில் பிறந்ததாகக் கூறப்படும் இவர், தொழில் முறையில் நெசவாளியாக இருந்து, வாசுகி என்னும் பணிவான மனைவியுடன் வாழ்ந்து திருக்குறளைப் புனைந்து பாண்டிய மன்னன் அவையில் அதை அரங்கேற்றியதாகத் தெரிகிறது. ஜி.யூ.போப் திருவள்ளுவரின் காலத்தை கி.பி.8 முதல் 10 ஆம் நூற்றாண்டுகளுக்குப்பட்டது என்று கணித்தாலும், தமிழக அரசு திருவள்ளுவரின் பிறந்த ஆண்டை கி.மு.30-29 என்று

குறிப்பிட்டுள்ளதால் திருவள்ளுவரின் காலம் கி.மு.முதல் நூற்றாண்டு எனக் கொள்ளப்பட்டு வருகிறது.

திருக்குறள் மலையாள மொழியில் 1595ஆம் ஆண்டு மொழிபெயர்க்கப்பட்டது முதல் இன்றுவரை பெங்காளி, குஜராத்தி உட்பட 13 இந்திய மொழிகளில் மொழிபெயர்க்கப்பட்டுள்ளது. வெளிநாட்டு மொழிகளில், இலத்தீன் மொழியில் 1730 ஆம் ஆண்டு மொழிமாற்றம் செய்யப்பட்டது முதல் இன்றுவரை ஜெர்மன் பிரெஞ்சு உட்பட 12 மொழிகளிலும் மொழி மாற்றம் செய்யப்பட்டுள்ளது.[5] மற்றொரு பெருமையை குறிப்பிட வேண்டுமென்றால், சமஸ்கிருத மொழியில் இருந்து மொழி மாற்றம் செய்யப்பட்டு நிறைய இலக்கியங்கள் தமிழுக்கு வந்துள்ளன. ஆனால் தமிழிலிருந்து சமஸ்கிருதத்திற்கு மொழி மாற்றம் செய்யப்பட்டவை சில நூல்கள் தாம். திருக்குறள் அவற்றில் ஒன்று.[6]

ஒரு நூலின் புகழ் பாட இன்னொரு நூல் தோன்றிய பெருமையும் திருக்குறளுக்கே உண்டு. திருவள்ளுவ மாலையிலுள்ள 51 பாடல்கள், 10 பேராசிரியர்களுக்கு மேல் உரை எழுதிய பெருமை என்றெல்லாம் திருக்குறளுக்குச் சிறப்பு உண்டு. திருக்குறள் தமிழ் மொழியில் எழுதப்பட்டாலும், குறிப்பிட்ட நாட்டிற்கோ அல்லது மொழியினருக்கோ அமைந்த நூலாக இல்லை. பல்வேறு வகையான கொள்கைகள் உடையவர்கள் கூட இந்நூலின் சிறப்பு இயல்புகளை ஏற்றுக் கொண்டுள்ளனர். திருக்குறள் சாதி, சமய வேறுபாடுகள் ஏதுமின்றி நிலைத்து நிற்கின்ற பொதுத் தன்மையான அறநெறிகளைக்[7] கூறுவதால், ''உலகப் பொது மறை'' யாகப் போற்றப்படுகிறது.

திருவள்ளுவரது மதம் என்னவென்று யாரும் அறுதியிட்டுக் கூற முடியவில்லை. திருவள்ளுவரை ஒவ்வொரு மதத்தினரும், தமது மதத்தைச் சார்ந்தவர் என்று சொல்லி வருகின்றனர். இசுலாம் மதத்தினரைத் தவிர்த்து, மற்ற அனைத்து மதத்தினரும் திருவள்ளுவரை தம் மதத்தவர் என்று போற்றுவது ''அவர் உலகிற்கு ஒருவர்'' என்ற பெருமை கொண்டதால்தான்.

திருவள்ளுவர் அனைத்து மதத்தினராலும் போற்றப் படுவதற்குக் காரணம் அவர் உலகிற்குத் தந்த ''எவ்வுயிர்க்குஞ் செந்தண்மை பூண்டொழுகல்'' என்ற அறக்கோட்பாடுதான்.

அறம் தான் மனிதனை மற்ற உயிரினங்களிடமிருந்து பிரித்து காண்பிக்கின்றது. மனிதனுக்கு அகவாழ்வும் புறவாழ்வும் உள்ளன.

புறம் ஒவ்வொரு மனிதனுக்கும் வெவ்வேறாக இருந்தாலும் அகம் ஒரே மாதிரியானது. அதே போல்தான் மதங்களும். பல்வேறு மதங்கள் வாழ்வை உய்விக்க பல மார்க்கங்களைச் சொன்னாலும் சேருமிருடம் ஒன்றாகவே இருக்கிறது.

பசுக்கள் பல நிறத்திலிருந்தாலும், ஒரே நிறத்தில் பால் சொரிவது போல, பல நிறமுடைய மணிகளை ஒரே நாண் ஏந்தி நிற்பதுபோல, சமயத்தின் புறத்தோற்றமாகிய பெயர், வழிபாட்டு முறைகள் வேறுபட்டாலும் மதங்களின் நோக்கம் ஒன்றாகவே உள்ளது. எப்படி இருந்தாலும், மதமாச்சரியங்களுக்கும், யூகங்களுக்கும் குறைவில்லை. திருவள்ளுவர் தங்கள் மதத்தைச் சார்ந்தவர் என நிரூபிக்க முயல்வதிலும் அவர் வேறு மதத்தைச் சார்ந்தவரில்லை என நிரூபிக்க முயல்வதிலும், மதச்சார்பு கொண்ட அறிஞர்கள் ஒருவருக்கொருவர் சளைக்கவில்லை.

வள்ளுவர் அசைக்க முடியாத தெய்வ நம்பிக்கை உடையவர் என்றாலும் எந்த ஒரு மதத்தையும் தாம் பின்பற்றியதாக அவர் கூறவில்லை. உலகச் சமயங்கள் ஏற்கும்படியான கொள்கைகளை அவர் கூறியிருப்பது கொண்டு அவ்வச் சமயத்தாரும் அவரைத் தங்கள் தங்கள் மதத்தைச் சார்ந்தவர் என்று கூறி மகிழ்கின்றனர்.

உயிர்களுக்குச் செந்தண்மை பூண்டொழுகும் அறம் - ஜீவ காருண்யம், உலகில் நிலவ வேண்டுமென்பதற்காக திருவள்ளுவர் திருக்குறளை எழுதினார் எனச் சமணர் கருதுகின்றனர். கொல்லாமையைப் பெரிதும் வலியுறுத்தியதாலும், கடவுள் வாழ்த்து, வான் சிறப்பு, நீத்தார் பெருமை, அறன் வலியுறுத்தல் ஆகியவைகளைப் பாயிரத்தில் அமைக்கும் சமண வழக்கம் திருக்குறளில் காணப்படுவதாலும்,

கடவுள் வாழ்த்தில் பகவன், அறிவன், மலர்மிசை ஏகினான், இறைவன், ஐந்தவித்தான், அறவாழி அந்தணன், எண்குணத்தான் என்று அருகக் கடவுளுக்குப் பெயராக வழங்கும் சொற்களைத் திருவள்ளுவர் உபயோகப்படுத்தியிருப்பதாலும், புலால் மறுத்ததாலும் திருவள்ளுவரைச் சமணர் என்கின்றனர்.[8]

வைணவர்கள் திருவள்ளுவரை வைணவர் என்று கூறுவர். இதற்குக் காரணம், குறளில் ''தாமரைக் கண்ணான் உலகு'' ''படி அளந்தான்'' என்ற சொற்றொடர்களை வள்ளுவர் பயன் படுத்தியிருப்பதுதான். இவை திருமாலை மட்டுமே குறிக்கும்.

அதேபோல் சைவர்களும் திருவள்ளுவரைத் தம் சமயத்தவர் என்று சொல்ல முற்படுகின்றனர். ''உலகியற்றியான்'' முதலிய வார்த்தைகள் மூலம் திருவள்ளுவர் பரம்பொருளுக்குப் படைப்புத் தொழில் குறித்துள்ளதாகத் தெரிவிக்கின்றனர். குறளின் மூன்றாவது அதிகாரம் ஐந்தாவது குறளில் இந்திரனைப் பற்றிய ஒரு கதை உள்ளதையும் சைவர்கள் தங்களுக்குச் சாதகமான கருத்தாகக் கொள்கின்றனர். வச்சிரவேல் முதலியார் மற்றும் திருமுருக கிருபானந்த வாரியார் ஆகியோர் திருவள்ளுவர் சைவர் என்று காட்ட நூல்கள் படைத்திருக்கின்றனர்.

பௌத்த சமயத்தினரின் முக்கிய கொள்கைகளான அஹிம்சை, புலால் மறுத்தல் ஆகியவை திருக்குறளில் இருப்பதால் குறளாசிரியரை பௌத்தர்கள் தம் சமயத்தவர் என்கின்றனர்.

திருவள்ளுவர் ஈகை, மன்னித்தல் முதலிய பண்புகளைச் சீர்தூக்கிக் கூறுவதாலும்,

இன்னாசெய் தாரை ஒறுத்தல் அவர்நாண
நன்னயம் செய்து விடல் (314)

இன்னாசெய் தார்க்கும் இனியவே செய்யாக்கால்
என்ன பயத்ததோ சால்பு (987)

என்ற குறள்கள், இயேசு கிறிஸ்துவின் போதனைகள் போல் இருப்பதாலும் திருவள்ளுவரை கிறித்துவ சமயத்தால் ஈர்க்கப் பட்டவர் என நிரூபிக்க ஜி.யூ.போப் முயற்சி மேற்கொண்டுள்ளார்.[9]

திருக்குறள் ஓர் இணையற்ற உலகியல் நூல். இது சிறந்த அரசியல், பொருளாதார ஒழுக்கக் கருத்துக்களைக் கொண்டுள்ளது. நாடு, மொழி, இனம், சமய எல்லைகளைக் கடந்து, மனித குல மேம்பாட்டை மையமாகக் கொண்டு ஒரு நாட்டையோ, ஒரு மொழியையோ, ஓர் இனத்தையோ, ஒரு கடவுளையோ சிறப்பித்துக் கூறாதது திருக்குறளின் சிறப்பு என்கிறார் குன்றக்குடி அடிகளார்.

1330 குறட்பாக்களைக் கொண்டது குறள். திருக்குறளின் முதல் அதிகாரம் கடவுள் வாழ்த்து. இதில் எந்த ஒரு குறிப்பட்ட கடவுளின் பெயரையும் குறிப்பிடாமல் எந்த சமயத்தினரும் அதிகம் பயன்படுத்தாத ''ஆதி பகவன்'' என்ற பதத்தை வள்ளுவர் பிரயோகித்து, தாம் எந்த மதத்தையும் சார்ந்திராதவர், எல்லா மதத்தினருக்கும், எல்லா இனத்திற்கும் பொதுவானவர் என்று நிலை நாட்டுகிறார்.

''எல்லா பொருளும் இதன்பால் உள இதன்பால்
இல்லாத எப்பொருளும் இல்லையால் - சொல்லால்
பரந்த பாவால் என்பயன்? வள்ளுவனார்
சுரந்தபா வையத் துணை'' [10]

''சமயக் கணக்கர் மதி வழி கூறாது
உலகியல் கூறும் பொருள் இது என்ற
வள்ளுவன் - கல்லாடம்'' [11]

''வள்ளுவர் செய் திருக்குறளை
மறவற நன்குணர்ந்தோர்கள்
உள்ளுவரோ மனு வாதி
ஒரு குலத்துக்கொரு நீதி''[12]

''மாலுங் குறளாய் வளர்ந்திரண்டு மாணடியான்
ஞாலம் முழுதும் நயந்தளந்தான் - வாலறிவன்
வள்ளுவருந் தங்குறள்வெண் பாவடியால் வையத்தார்
உள்ளுவவெல் லாமளந்தார் ஒர்ந்து''[13]

ஆகிய பாடல்களின் மூலம் திருக்குறளின் பெருமையை அறியலாம்.

இந்திய மொழிகளுக்குள் எழுத்து வடிவம் பெற்ற மிகப் பழமையான மொழிகளாகத் தமிழும், சமஸ்கிருதமும் இடம் பெறுகின்றன. இவ்வாறு பெருமை பெற்றிருந்தும் தமிழுக்கும், தமிழ் இலக்கியங்களுக்கும் ஆங்கிலேயர்களிடமிருந்து உரிய அங்கீகாரம் கிடைக்கவில்லை.

ஆங்கிலேயர்கள் 1757-ஆம் ஆண்டு முதல் 1911-ஆம் ஆண்டு வரை, கல்கத்தாவை இந்தியாவின் தலைநகரமாகக் கொண்டிருந்ததாலும், அப்பகுதியில் சமஸ்கிருதம் பயன்பாட்டில் இருந்ததாலும் சமஸ்கிருதம் பெரிய வரவேற்பைப் பெற்றது. கிழக்கிந்தியக் கம்பெனி ஆட்சியில் சட்டத்தின்படி ஆட்சி என்ற நிலை ஏற்பட்ட போது இந்தியர்களுக்கான சட்டத்தை உருவாக்கும் பொறுப்புப் பெற்ற நீதிபதிகள் கல்கத்தாவில் வழக்கிலிருந்த புனித மொழி எனக் கருதப்பட்ட, சமஸ்கிருதத்தைப் படித்து சமஸ்கிருதத்திற்கும் இலத்தீன் கிரேக்க மொழிகளுக்கும் உள்ள ஒற்றுமையைக் கண்டனர். இதனால் சமஸ்கிருதம் அன்றைய அரசின் ஆதரவைப் பெற்றது.

19-ஆம் நூற்றாண்டின் இறுதிக்காலம், அதாவது உ.வே.சாமிநாதைய்யர், புறநானூற்றைப் பதிப்பித்து வெளியீடு

செய்யும் வரை, தமிழர் நாகரிகம் பக்குவப்படாத கலாச்சாரமாகவே கருதப்பட்டது. பின்னர் 1904 -ஆம் ஆண்டு வி.கனகசபைப்பிள்ளை ''1800 ஆண்டுகளுக்கு முன்னர் தமிழர்'' என்ற நூலை ஆங்கிலத்தில் வெளியிட்டு தமிழ்ப் பண்பாட்டு மீட்டுருவாக்கத்தைத் தொடங்கி வைத்தார்.

இவர்களைத் தொடர்ந்து சி.வை.தாமோதரம் பிள்ளை, இ.வை.அனந்தராமையர், கரந்தைத் தமிழ் அறிஞர்கள், சங்க நூல்களையும், அவற்றை அடிப்படையாகக் கொண்டு, பி.டி.சீனிவாச அய்யங்கர், சேஷ அய்யர், நீலகண்ட சாஸ்திரி போன்றோர் தமிழக வரலாற்று நூல்களையும் எழுதினர்.

சட்டக்கருத்துக்களை அதிகம் கொண்டிருந்த பதினெண் கீழ்க்கணக்கு நூல்களை ஆங்கிலேயர்கள் இந்து மதச் சட்ட அமைப்பறகுப் பயன்படுத்தப்படவில்லை.[14] பாண்டிச்சேரியிலும், ஈழ நாட்டிலும் தமிழ் இலக்கியங்களைப் பின்பற்றிச் சொத்துரிமைச் சட்டம் உருவாக்கப்பட்டபோது, மற்ற பகுதியில் தமிழுக்கு உரிய இடம் தரப்படவில்லை.[15]

சங்க இலக்கியங்கள் பத்துப்பாட்டு, எட்டுத் தொகை என்னும் தொகுதியைக் கொண்டவை. பெரும்பாலும் தனிப்பாடல்களைக் கொண்ட இவ்விலக்கியங்கள் குறுகிய கால எல்லைக்குள் (கி.மு.180 முதல் கி.பி.200 வரை) பல புலவர்களால் பாடப்பட்டுள்ளன. தமிழிலக்கியத்தில் சங்ககாலம் பொற்காலம் எனப்படும். இந்த இலக்கியத்தில் காதலுக்கும், போருக்கும் முதலிடம் உண்டு. அறிஞர் எம்.எஸ். பூர்ணலிங்கம் பிள்ளை ''காதலும் போரும் பழந்தமிழ் இலக்கியத்தின் பிழிவாகவும், சமயமும் தத்துவமும் இடைக்கால இலக்கியங்களின் சாரமாகவும், அறிவியலும் மானிடவியலும் இக்கால இலக்கியங்களின் போக்காகவும் இலங்குகின்றன'' என்று குறிப்பிட்டுள்ளது எண்ணத்தக்கது. காதல், வீரம், கொடை, இயற்கையின் வருணனைகளைச் சங்க இலக்கியங்கள் அதிகம் கொண்டுள்ளன. சங்க இலக்கியங்களில் இராமாயணம், மகாபாரதம் ஆகியவை கூறும் செய்திகளும் எடுத்தாளப்பட்டுள்ளன.

> ''கடுந்தெறல் இராமன் உடன்புணர் சீதையை
> வலித்தகை அரக்கன் வவ்விய ஞான்றை
> நிலஞ்சேர் மதரணி கண்ட குரங்கின்
> செம்முகம் பெருங்கிளை யிழைப் பொலிந்தாங்கு''[16]

மகாபாரதக் கதையும், புறநானூற்றில், சேரமான் பெருங்சோற்றுதியஞ் சேரலாதன் பாண்டவர் படைகளுக்கு உணவு வழங்கியதாகக் குறிப்பிடப்படுகிறது. அது வருமாறு;

''அங்குளைப் புரவி ஐவரொடு சினைஇ
நிலந்தலைக் கொண்ட பொலம் பூந்தும்மை
ஈரைம் பதின்மரும் பொருதுகளத் தொழியப்
பெருஞ்சோற்று மிகுபதம் வரையாது கொடுத்தோய்''[17]

வரலாற்றுச் செய்திகளும் சங்க இலக்கியத்தில் உள்ளன. தனக்குக் காவலை அதிகப்படுத்திய தாயின் போக்கைக் கண்டு சினந்த தலைவி, தனது தாய் நன்னன்போல அதாவது ''பெண் கொலைபுரிந்த நன்னன் போல''[18] துன்புற வேண்டும் என விரும்புகிறாள்.

இதே போல் போரில் வீரமுடன் போரிட்டு இறந்த வீரனுக்கு நடுகல் நட்டு வழிபடும் வழக்கம் இருந்ததை,

''ஒலிமென் கூந்தல் ஒண்ணுதல் அரிவை
நடுகற் கைதொழுது பரவும்''[19]

என்ற புறநானூற்றுப் பாடலில் காணுகிறோம்.

சங்க இலக்கியங்களைத் தம் இலக்கியங்கள் என்பதால், தமிழர்கள் உணர்ச்சி வயப்பட்டு மிகவும் புகழ்கிறார்கள் என்று கூற முடியாது. தமிழர்கள் பண்பாடு, வாழ்க்கை, அரசியல் போன்றவை சங்க இலக்கியச் சான்றுகள் மூலமும், தொல்லியலாய்வு மூலமும் நிரூபிக்கப்பட்டுள்ளன. சங்க காலம் என்பது கி.மு. 50 முதல் கி.பி.200 ஆண்டு வரையான காலம் என அறிஞர்களால் ஏற்றுக் கொள்ளப்பட்டிருக்கிறது.[20]

மக்களே மக்களை ஆளும் இன்றைய குடியாட்சி முறையின் சாரத்தை முடியாட்சி நடந்த காலத்திலேயே பழந்தமிழர் அறிந்திருந்தனர். அரசர்களில் ஒருவர் சிறு தவறுக்காகப் பெண்ணுக்குக் கொலைத் தண்டனை வழங்கியதை[21] இழித்துப் பாடிய புலவர்கள் மன்னர் மாட்சியையும் போற்றும் வகையில் ''மன்னன் உயிர்த்தே மலர்தலை உலகம்'' எனப் போற்றியுள்ளனர்.

சட்டத்தில் சொல்லப்படும் ஒழுக்கம், தண்டம், வழக்காடுதல் பற்றி திருக்குறள் உரையாசிரியர் பரிமேலழகர் விவரித்துக் கூறியுள்ளார்.

"அறமாவது மனு முதலிய நூல்களில் விதித்தன செய்தலும், விலக்கியன ஒழித்தலுமாம். அஃது ஒழுக்கம், வழக்கு, தண்டமென மூவகைப்படும்."

"அவற்றுள், ஒழுக்கமாவது அந்தணர் முதலிய வருணத்தார் தத்தமக்கு விதிக்கப்பட்ட பிரம்மசரிய முதலிய நிலைகளில் நின்று அவ்வவற்றிற் கோதிய அறங்களின் வழுவா தொழுகுதல்."

வழக்காவது ஒரு பொருளைத் தனித்தனியே எனதென தென்றிருப்பார், அது காரணமாகத் தம்முள் மாறுபட்டு அப்பொருள் மேற் செல்வது. அது கடன் கோடல் முதல் பதினெட்டுப் பதத்ததாம்.[22]

வழக்குகள் பதினெட்டு வகைப்படும், அவையாவன: 1.கடன் 2. அடைக்கலம் 3. பிறன் பொருள் விற்றல் 4. கூட்டுத் தொழில் 5. ஒப்பந்தம் மறுத்தல் 6. ஊதியம் மறுத்தல் 7. விதிப்படி நடவாமை 8. கொடுத்து வாங்குவதில் சிக்கல், எழும் ஐயம் 9. மாடு மேய்ப்பவனுக்கும் சொந்தக்காரனுக்கும் நேர்வது 10. பொய்யுரை 11.பங்கீடு 12. எல்லைத் தகராறு 13. வசை மொழி 14. தாக்குதல் 15. திருடுதல் 16. வன்முறை 17. பிறன்மனை கவர்தல் 18. ஆண் -பெண் ஒழுக்கம்.

"தண்டமாவது அவ்வொழுக்க நெறியிலும் வழக்கு நெறியிலும் வழீஇயினாரை அந்நெறி நிறுத்துதற் பொருட்டு ஒப்ப நாடி அதற்குத் தக ஒறுத்தல். இவற்றுள், வழக்கும் தண்டமும் உலக நெறி நிறுத்துதற் பயத்தலாவ தல்லது ஒழுக்கம் போல மக்களுயிர்க்கு உறுதிபயத்தற் சிறப்பில்லாவாகலானும் அவைதாம் நூலானேயின்றி உணர்வு மிகுதியானும் தேய இயற்கையானும் அறியப்படுதலானும் அவற்றை யொழித்து ஈண்டுத் தெய்வப் புலமைத் திருவள்ளுவரால் சிறப்புடைய ஒழுக்கமே அறமென எடுத்துக் கொள்ளப்பட்டது."[23]

நூல்கள் இருவகைப்படும், ஒருவகை நூல் தோன்றிய காலத்திற்குப் பொருந்தக் கூடிய செய்திகளைக் கூறும். மற்றது தோன்றிய காலத்தோடு நிற்காமல் பின் தொடர்ந்து வரும் காலங்களிலும் பயன்படும். திருக்குறள் இரண்டாம் வகையைச் சார்ந்தது. இரண்டாவதாகப் பேசப்பட்ட நூல் வகைதான் மனித வாழ்விற்குப் பெரிதும் தேவையானது.

முன் காலத்தில் எழுதப்பட்ட நூல் எப்படி இக்கால கட்டத்திற்குப் பொருத்தமான கருத்தைச் சொல்ல இயலும் என்று

கூடக் கேட்கலாம். காலம் எவ்வளவுதான் மாறினாலும், மனித வாழ்வு தொடர்பான அனைத்து அடிப்படை உண்மைகளும் எப்போதும் மாறுவதில்லை. வாழ்வில் நாம் அன்றாடம் காணும் மக்களின் வாழ்க்கை நெறிமுறைகள், அன்பு, மனிதநேயம், உறவு, வணிகம், தொழில்கள், காதல், போர், நட்பு, பகை, அரசாங்கம் என்பன வள்ளுவர் காலத்திலிருந்து இன்று வரை தொடர்ந்து இருக்கவே செய்கின்றன. வருங்காலங்களிலும் இவை இருக்கும்.

இலக்கியங்கள் சமுதாய அடிப்படையில் மூன்று நிலைகளில் உருவாகின்றன. இருக்கின்ற சமுதாயத்தை அப்படியே எடுத்துக் காட்டுபவை முதல் வகை ஆகும். இருப்பதை அப்படியே காட்டும் இந்த இலக்கியங்கள் சமுதாயக் கீழ் நிலைகளை மாற்றவேண்டும் என்று கவலைப்படுவதில்லை.

இரண்டாம் வகை இலக்கியங்கள் இருக்கின்ற சமுதாயத்தைக் காட்டுவதோடு குறைகளைப் போக்க என்னென்ன சீர்திருத்தங்கள் செய்யலாம் என்றும் கூறும். மூன்றாம் வகை இலக்கியங்கள் இருக்கிற சமுதாய அடிப்படைகளை உடைத்து எறிந்து விட்டு புதிய சமுதாயத்தைப் படைக்க விரும்புபவை. மூன்றாம் வகை இலக்கியங்கள் திடீர்ப் புரட்சிக்கு உதவலாமே தவிர எக்காலத்துக்கும் பயன்படுவதில்லை. எனவே, இரண்டாம் வகை இலக்கியங்களே வாழும் இலக்கியங்கள் ஆகும். மனித சமுதாயத்தின் நன்மை, தீமை ஆகியவற்றை நன்றாக ஆய்வு செய்து தீமைகளைப் போக்கி நன்மைகளை வளர்க்க நீதி கூறும் இலக்கியம் திருக்குறள், இரண்டாம் வகையைச் சேர்ந்ததாகும். ஈராயிரம் ஆண்டுகட்கு முன்னர் தோன்றியதாயினும் சமுதாயம் இப்படித்தான் இருக்க வேண்டும் என்பதை எக்காலத்துக்கும் எடுத்துக் காட்டக்கூடியதாகத் திருக்குறள் விளங்குகிறது.

வள்ளுவர் கூற விரும்பிய சமுதாயத்தை நினைத்துப் பார்த்தால், வருங்காலத்தைக் கணிக்கக் கூடிய வள்ளுவரின் திறமையையும் நேர்மையோடு கூடிய அஞ்சாமையையும், நடுவுநிலைமையையும் காண முடிகிறது. வாரிசு உரிமையைத் தவிர்த்தல், அரசனை வாழ்த்தாமை போன்ற கருத்துகள் இன்றைக்கு நமக்குப் பெரிய புரட்சிக் கருத்துக்களாகத் தெரிந்தாலும், இவை பற்றிய தெளிவான சிந்தனையை வள்ளுவர் இரண்டாயிரம் ஆண்டுகளுக்கு முன்பே கொண்டிருந்தார் என்பதை அறியும் போது, பேருவகையும் நீதி சான்ற நிறைவையும் அடைகிறோம். குறிப்பிட்ட

மன்னனை அவர் வாழ்த்தவில்லை. அரசற்கு வேண்டிய குணங்கள் என்ன என்ன என்று அஞ்சாது எடுத்துரைத்தார்.

ஒரு கண்ணோட்டத்தில் உயிர் இனங்கள் அனைத்தும் விலங்குகள் என்று கொள்ளப்பட்டு, அதன்படி மனிதனை ஓர் சமுதாய விலங்கு (*Man is a social animal*) என்பர்.[24] மக்கள் கூட்டமாக வாழும் சமுதாய அமைப்பில் ஒருவர் அடுத்தவரால் பாதிக்கப்படாமல் இருக்க, கொள்ளையடிக்கப்படாமல் இருக்க, மனிதர்கள் தமக்குச் சாதகமாகத் தேடிக் கொண்ட பாதுகாப்பு அமைப்பே அரசாங்கம் என்று தத்துவஞானி ஹாப்ஸ் கூறுவார்.[25]

தீமை வராமல் தடுப்பது மட்டும் அல்லாமல் நன்மை செய்யவும் அரசாங்கம் உதவ வேண்டும் என்பதை வள்ளுவர் உணர்ந்திருந்தார். இயற்கையாகவும் செயற்கையாகவும் வரக்கூடிய துன்பங்கள் இல்லாமை, நல்ல பொருளாதாரம், உணவு தானியங்கள், பிற பொருள்களின் போதுமான உற்பத்தி, மகிழ்ச்சியான வாழ்க்கை முறை, பாதுகாப்பு என்னும் ஐந்தும் ஒரு நாட்டிற்குச் சிறப்பாகும் என்பதை,

பிணியின்மை செல்வம் விளைவின்பம் ஏமம்
அணிஎன்ப நாட்டிற்கிவ் வைந்து. (738)

என்று திருவள்ளுவர் கூறுவார்.

திருவள்ளுவர் பொருட்பாலில் உள்ள எழுபது அதிகாரங்களில் முதல் 25 அதிகாரங்களில் ஆட்சியாளர்கள் பற்றிப் பேசினாலும், அடுத்த 45 அதிகாரங்களில் 9 முறை மட்டுமே ஆட்சியாளரைக் குறிப்பிடுகிறார். குடியியலில் அரசனைப் பற்றிப் பேசவில்லை. எனவே, மன்னராட்சி என்ற தனி நபர் எதேச்சாதிகாரத்தை வள்ளுவர் போற்ற மறுத்திருக்கிறார் எனத் தெரிகிறது.[26] அரசாள்பவர்க்கு உள்ள தகுதி குடிமக்களுக்கும் தேவைப்படும் தகுதியாகக் கருதுகிறார். இதிலிருந்து அரசன் என்பவன் மக்களில் ஒருவனாகவே இருக்க வேண்டும் என்று அவர் எண்ணுவது விளங்குகிறது.

''பொருளில்லார்க்கு இவ்வுலகம் இல்லை'' என்றும், ''நாடென்ப நாடா வளத்தன'' என்றும் கூறும் வள்ளுவர் பொருட்பாலில் அரசியலைப் பேசுகிறார். இதற்குக் காரணம் நாட்டின் பொருளாதாரத்தைப் பேணிப் பாதுகாக்க வேண்டியது அரசாங்கமே என்பதை திருவள்ளுவர் உணர்ந்ததால்தான். அரசு எவ்வாறு செயல்படவேண்டும் என்பதை வள்ளுவர் வழியில் சொல்ல விரும்பினால்,

இயற்றலும் ஈட்டலுங் காத்தலுங் காத்த
வகுத்தலும் வல்ல தரசு (385)

என்ற குறளின் மூலம் விளக்கலாம். பொருளாதாரத்தைப் பெருக்கும் வழிமுறைகளை உருவாக்குதலும், அதனை நடைமுறைக்குக் கொண்டு வந்து செயற்படுத்திப் பொருள் வரும்படிச் செய்தலும், பெற்ற பொருள் வளத்தைக் காத்தலும், காத்த பொருளை மக்கள் அனைவருக்கும் முறையாகக் கிடைக்குமாறு வகுத்துப் பகுத்தளித்தலும் அரசினரின் கடமையாகும் என்று தெளிவாக திருவள்ளுவர் கூறியுள்ளார்.

பொருளைப் பகுத்தளிக்கத் தெரியாதவனாகவோ,[27] கொடுங்கோலனாகவோ, மக்களைக் காக்கத் தெரியாதவனாகவோ அரசன் அமைந்து விட்டால் நாடு எப்படிச் சிறக்கும்? நனி மிகுதியான வளம் பெற்றிருந்தாலும், பிற சிறப்புகள் எல்லாம் ஒருங்கே வாய்க்கப் பெற்றிருந்தாலும், அரசன் அல்லது நாட்டின் தலைவன் தாழ்ந்தவனாக இருந்தால் அந்த நாட்டுக்குப் பயனில்லை என்பதை,

ஆங்கமை வெய்தியக் கண்ணும் பயம்இன்றே
வேந்துஅமைவு இல்லாத நாடு (740)

என்று வள்ளுவர் கூறுவார்.

செல்வமும், விளையுளும் நிறைந்தது நல்ல பொருளாதாரம் ஒரு நாட்டை உயர்த்தும். ஆனால் வெறும் பொருள் மட்டுமே உயர்ந்ததா? அது ''பூரியார் கண்ணும் உள.'' இழிந்தோரிடத்தும் பணம் உள்ளது என்று வள்ளுவரே இழித்துரைப்பார். ''தீதின்றி வந்த பொருள்'' நாட்டுக்கும் வீட்டுக்கும் நல்லது. அரசும் தனி மனிதனும் நல்ல வழியிலேயே, அறவழியிலேயே, பொருள் ஈட்ட வேண்டும் என்கிறார் திருவள்ளுவர். தீயவழியில் வந்த பொருள் வளத்தை விட சான்றோரின் வறுமையே சிறப்பானது என்பதை,

பழிமலைந்து எய்திய ஆக்கத்தின் சான்றோர்
கழிநல் குரவே தலை (657)

என்று கூறும் திருவள்ளுவர், இதனையே முரண் நிலையில் நல்லவர்கள் உற்ற வறுமையைவிடக் கொடியது கல்லாத இழிந்தவர்கள் பெற்ற செல்வம் என்பதை,

நல்லார்கண் பட்ட வறுமையின் இன்னாதே
கல்லார்கண் பட்ட திரு (408)

என்று பகர்வார்.

ஒரு சமுதாயத்தின் நன்மையை-வலிமையை-சிறப்பை உருவாக்குபவர்கள் சான்றோர்கள். குறையாத விளைச்சலும், தகுதி வாய்ந்த சான்றோர்களும் நேர்மையான வழியில் பொருள் சேர்த்த செல்வரும் சேர்ந்து விளங்குவதுதான் நாடு என்பதை,

> தள்ளாத விளையுளும் தக்காரும் தாழ்விலாச்
> செல்வரும் சேர்வது நாடு (731)

என்பார் வள்ளுவர். தகுதியான அரசன் நாட்டுக்குத் தேவை என்பதைப் போல நல்ல குடிமக்களும் நாட்டுக்குத் தேவை. நல்ல குடிமக்கள் சான்றோர்களை உருவாக்குகிற பொறுப்பு, தாய், தந்தை, ஆசிரியர், அருளாளர், அரசன் ஆகியோரைச் சார்ந்தது.

> "சான்றோனாக்குதல் தந்தைக்குக் கடனே"[28]

என்று பொன்முடியார் புறநானூற்றில் கூறுவார்.

> "சான்றோன் எனக் கேட்ட தாய்"[29]

என்று வள்ளுவர் கூறுவார்.

எல்லோரிடத்தும் அன்பு, தீவினை புரிய வெட்கம், அனைவருடனும் கலந்து வாழ்தல், தவறு செய்பவர்களிடத்தும் தீமை செய்பவர்களிடத்தும் இரக்கம், வாய்மை முதலிய பண்புகள் உடைய மனிதனே சான்றோன் ஆவான்.

> அன்புநாண் ஒப்புரவு கண்ணோட்டம் வாய்மையொடு
> ஐந்து சால்பூன்றிய தூண் (983)

என்றுரைப்பார் திருவள்ளுவர். இதிலே அறிவோ, செல்வமோ கூறப்படவில்லை என்பதைக் கருதிப் பார்க்க வேண்டும். அறிவும் செல்வமும் இன்றியமையாதன என்று கூறும் வள்ளுவர் அவற்றைவிட உயர்ந்த ஐந்து பண்புகளைச் சால்பு உடைமை என்றார்.

குடிமக்களுக்கு தகாதவை யாவை என்பதை பொருட்பாலில் 4 அதிகாரங்களில் திருவள்ளுவர் கூறியுள்ளார். அவை - நல்குரவு, இரவு, இரவச்சம், கயமை என்பன. சமுதாயத்தில் அறம் என்பது மிகவும் தலைமையானது. ஆகவே, அதற்கு உரிய முதல் இடத்தை வள்ளுவர் அளிக்கிறார். அறத்துப்பால் என முதலில் அமைத்ததோடு பொருட்பாலிலும், இன்பத்துப்பாலிலும் அறம் சார்ந்த பொருளையும் அறம் சார்ந்த இன்பத்தையும் கூறியுள்ளார்.

மக்கட்பண்புக்கும் குடிமைக்கும், அறத்துக்கும், வாய்மைக்கும், அன்புக்கும் வள்ளுவர் கொடுத்துள்ள தலைமையை வேறு எந்த சமுதாயவாதியும், அரசியல்வாதியும் கொடுக்கவில்லை என்றால் அது மிகையாகாது.

பிறருக்குக் கேடு நினைக்கக்கூடாது என்றும், தனக்குத் துன்பம் செய்தவர்க்கும் நன்மையே செய்ய வேண்டும் என்றும் கூறுகிறார் திருவள்ளுவர். ''பகைவரிடத்தும் அன்பு செய்'' என்ற இயேசு பெருமானின் வாக்கும், தம்மைச் சிலுவையில் அறைந்தவர்களை மன்னிக்கும்படி இறைவனிடம் அவர் வேண்டிய செயலும் வள்ளுவர் காண விரும்பிய சமுதாயத்தைக் காட்டுகின்றன.

மறந்தும் பிறன்கேடு சூழற்க (204)

இன்னாசெய் தார்க்கும் இனியவே செய்யாக்கால்
என்ன பயத்ததோ சால்பு. (987)

என்ற வள்ளுவர்,

செறுநரைக் காணின் சுமக்க இறுவரை
காணின் கிழக்காம் தலை. (488)

என்று பொருட்பாலில் கூறுகின்றார். பகைவரது வலிமை குறைவான காலத்தில் தாக்கி வீழ்ச்சி அடையச் செய்ய வேண்டும் என்கிறார். இது முரண்பாடு அன்று. தனி மனித வாழ்வில் மற்றவர்கள் துன்பம் செய்யினும் பொறுத்துக் கொண்டு அவர்களுக்கும் நன்மையே செய்ய வேண்டும் என்ற வள்ளுவர் பொது வாழ்வில், அரசியலில், போர் முறையில் அது முழுவதும் பொருந்தாது என்று வேறுபடுத்திக் காண்பித்திருக்கிறார்.

தீவினை அச்சம், இன்னா செய்யாமை முதலியன தனி மனித வாழ்வுக்கு உரியன. வலியறிதல், காலமறிதல், இடனறிதல் முதலிய அதிகாரங்கள் போர் முறையில் எதிரிகளை அழித்தலைக் கூறினாலும் போர் அற்ற சமுதாயத்துக்கும் பொருந்தும் வண்ணம் கூறியுள்ளார். தனி மனிதனின் சாதாரண கடமைக்கும் இந்த அதிகாரங்கள் பயன்படுவதை வலியறிதல், காலமறிதல், இடமறிதலில் உணரலாம். இன்றைய உலக சமுதாயத்தின் பாதுகாவலரான ஐக்கிய நாடுகள் சபை, உலக அரங்குகளில் வலியுறுத்திக் கூறும் போரற்ற சமுதாயத்தைக் காண வேண்டும் என்று நிலையை வள்ளுவர் அன்றே உணர்ந்திருந்திருந்தார் என அறியலாம்.[30]

போரையும், காதலையும் பாடாத இலக்கியங்கள் இல்லை. போர் ஆயினும், காதல் ஆயினும் அறம் சார்ந்தே அமைய வேண்டும் என்பது தமிழர் பண்பாடு. போரில் அறத்தை வலியுறுத்திய வள்ளுவர் காதலிலும் அறத்தையே வலியுறுத்துகின்றார்.

''யாயும் ஞாயும் யாரா கியரோ
எந்தையும் நுந்தையும் எம்முறை கேளிர்
யானும் நீயும் எவ்வழி அறிதும்
செம்புலப் பெயல் நீர் போல அன்புடை
நெஞ்சம் தாம் கலந்தனவே''[31]

என்று உயர்ந்த காதல், சங்க காலத்தில் இருந்தாலும், பரத்தையர், பொருட் பெண்டிர் என்போர் இருந்ததாகவும் அறிகிறோம். இன்பத்துப்பாலில் ஒருவனுக்கு ஒருத்தி என்று வலியுறுத்திச் சொல்கிறார் வள்ளுவர். தாம் வாழ்கின்ற காலத்தில் உள்ள சமுதாயத்தின் வேண்டத்தகாத குறைகளை நீக்கி, நல்ல சமுதாயம் ஒன்றைக் காண வேண்டி, அல்லவை தேய அறம் பெருகி நல்லவை நாடி இனிய சொல்ல வள்ளுவர் விரும்புகிறார்.

வரைவின் மகளிர் பற்றிய குறிப்புகள் சங்க இலக்கியங்களில் காணக்கிடக்கின்றன. இவர்களைப் பற்றி முதன்முறையாக வலுவான எதிர்க்கருத்தைச் சொன்ன ஆதி சமுதாயச் சிற்பி வள்ளுவரே எனக் கொள்ளலாம். அறத்துப்பாலில் சிறந்த அறவோனாக, பொருட்பாலில் சிறந்த கடமை வீரனாக, இன்பத்துப் பாலில் நல்ல காதலனாக மனிதன் இருக்க வேண்டும் என்பதை வள்ளுவர் உணர்த்துகிறார். இம்மூன்றிலும் தவறக்கூடிய நிலைமையைப் பரத்தமை உண்டாக்கும் என்பதால் அவற்றைக் கள்ளுண்ணாமை, வரைவின் மகளிர் என்ற அதிகாரங்களில் கடிந்துள்ளார்.

''பெண்ணிற் பெருந்தக்கயாவுள'' என்ற பெண்மையைப் போற்றுகின்ற திருவள்ளுவர், பெண் வழிச்சேறல் என்ற அதிகாரத்தில் பெண்களின் சொல்லைக் கேட்கக் கூடாது என்றும் கூறுகிறார். பெண்ணைத் தெய்வமாகப் போற்றித் தூய இல்லறம் நடத்தவும், மக்கட் செல்வம் பெறவும் வேண்டும் என்ற வள்ளுவர், பெண் தனிப்பட்ட முறையில், மனக்குறைவால் பெண்மை தவிர்த்து, குணக்கேடு கொண்டவராக இருந்தால் அவர் சொல் கேட்டல் தவறு என்பதையே ''பெண் வழிச் சேறல்'' என்ற அதிகாரத்தில் கூறுகின்றார்.

மனிதனுக்குரிய அடிப்படைத் தேவைகளில், உணவு, உடை, உறையுள் என்ற மூன்றும் இன்றியமையாதன ஆகும். இம்மூன்று அடிப்படைத் தேவைகளையேனும் ஒரு சமுதாயம் அல்லது அரசாங்கம் தனி மனிதனுக்குக் கட்டாயம் வழங்குதல் வேண்டும். உணவு, உடலுக்கு ஒத்துக் கொள்ளக்கூடியதாகவும், ஒவ்வாமை இல்லாததாகவும், தூய்மையானதாகவும், சத்துள்ளதாகவும், உயிர்க்கொலை தவிர்த்ததாகவும் இருக்க வேண்டும். இன்னா செய்யாமை என்று அறம் கூறிய வள்ளுவர் உண்ணுகின்ற உணவே மனப்பண்புகளுக்கும் காரணமாதலின் உணவிலும் கொல்லாமையாகிய அறம் விளங்க வேண்டும் என்பதால் புலால் மறுத்தல் என்னும் அதிகாரம் அமைத்தார். வள்ளுவர் காணவிரும்பிய சமுதாயத்தை - புலால் உணவு மறுத்த சமுதாயத்தை பிற்காலத்தில் இராமலிங்க வள்ளலாரும், காந்தியண்ணலும் வலியுறுத்தினர்.

ஒவ்வொரு தனி மனிதனுக்கும் உணவு கிடைக்க வேண்டும். உணவு கிடைக்க வழிவகை செய்ய வேண்டும். இல்லையென்றால், அந்த சமுதாயம் இருப்பதைவிட அழிந்து போவது நல்லது.

"சொல்லக் கொதிக்குதடா நெஞ்சம் - வெறுஞ் சோற்றுக்கோ வந்ததிந்தப்பஞ்சம்"[32] என்று வருந்தியுள்ள மனிதாபிமானிகள் பலர். பாரதியார் தனி மனிதனுக்கு உணவு கிடைக்க வழி செய்யாத சமுதாயத்தைப் பார்த்துச் சினந்து,

> தனியொரு மனிதனுக்குண விலையெனில்
> ஜகத்தினை அழித்திடுவோம்[33]

என்று கூறியுள்ளார். இதே சீற்றம் ஈராயிரம் ஆண்டுகளுக்கு முன்பே,

> இரந்தும் உயிர்வாழ்தல் வேண்டின் பரந்து
> கெடுக உலகியற்றி யான்   (1062)

என்று வள்ளுவர் வாக்கில் வெளிப்பட்டுள்ளது. பிற்காலத்தே வள்ளுவர் வழியில்,

> வீடு தோறிரந்தும் பசியறாதயர்ந்த
> வெற்றரைக் கண்டுளம் பதைத்தேன்[34]

என்று உள்ளம் பதைத்துப் பாடிய இராமலிங்க அடிகளார் வடலூரில் சத்திய தருமச்சாலை நிறுவி அணையா அடுப்பேற்றிப் பசிப்பிணி போக்கப் பாடுபட்டார்.

பசி மிகவும் கொடுமையானது. ஒருவனுடைய தாய் பசியோடு இருக்கிறாள் என்பது இன்னும் கொடுமையானது. தாய் பசியோடு இருந்தாலும் கூட தாயின் பசியைப் போக்குவதற்காகச் சமுதாயத்துக்குக் கேடு தரக்கூடிய இழிந்த செயல்களைச் செய்யக்கூடாது என்பதை,

ஈன்றாள் பசிகாண்பான் ஆயினும் செய்யற்க
சான்றோர் பழிக்கும் வினை (656)

என்று திருவள்ளுவர் கூறியுள்ளார்.

நோய் வந்த பின் மருந்துண்பதை விட நோய் வராமல் தடுக்கும் மருந்தையே - உணவையே வள்ளுவர் 'மருந்து' என்னும் அதிகாரத்தில் வலியுறுத்துகின்றார். இதைப் போலவே வள்ளுவரின் வான்மறை, சமுதாயத்தைத் தீமை என்னும் நோய் வருமுன் காக்கும் அருமருந்தாக விளங்குகிறது.

சமுதாயத்தின் வேரில் பிடித்த அழுகல் நோயாக இன்றைக்குச் சாதிகள் மக்களுக்குக் கேடு செய்து வருகின்றன. சாதிகள் பெருகிய சமுதாயம் படிப்படியே தன் கட்டுக்கோப்பை இழக்கும்.

பல்குழுவும் பாழ்செய்யும் உட்பகையும் வேந்தலைக்கும்
கொல்குறும்பும் இல்லது நாடு (735)

என்று வள்ளுவர் உரைப்பார். எனவே, கூட்டாக வாழ வேண்டிய சமுதாயம் பல குழுக்களாக, இனங்களாக, சாதிகளாகப் பிரிந்து கொண்டு உட்பகையை வளர்க்குமேயானால் நாடு எப்படி நன்றாக இருக்க முடியும்? என வள்ளுவர் சிந்தித்துள்ளார்.

"சாதிப் பிரிவுகள் சொல்லி அதில்
தாழ்வென்றும், மேலென்றும் கொள்வார்.
நீதிப் பரிவுகள் செய்வார் - அங்கு
நித்தமும் சண்டைகள் செய்வார்.
சாதிக் கொடுமைகள் வேண்டாம் - அன்பு
தன்னில் செழித்திடும் வையம்"[35]

என்பது பாரதியார் வாக்கு. அன்பும், பண்பும், அறமும், அறிவும், இரக்கமும், ஈகையும் ஆகிய நல்ல குணங்களே மனித சமுதாயத்திற்குத் தேவை.

"நல்ல குலமென்றும் தீய குலமென்றும்
சொல்லள வல்லாற் பொருளில்லை - தொல் சிறப்பின்

> எண்பொருள் ஒன்றே, தவம்கல்வி ஆள்வினை
> என்றிவற்றான் ஆகுங் குலம்"[36]

என்று நாலடியார் கூறும்.

> பிறப்பொக்கும் எல்லா உயிர்க்கும் சிறப்பொவ்வா
> செய்தொழில் வேற்றுமை யான்   (972)

என்றும்

> அந்தணர் என்போர் அறவோர் மற்றெவ்வுயிர்க்கும்
> செந்தண்மை பூண்டொழுக லான்   (30)

என்றும் வள்ளுவர் கூறுவார்.

தனிமரம் தோப்பாவதில்லை. தனி மனிதன் சமுதாயம் ஆவதில்லை. பல மரங்கள் சேர்ந்து தோப்பாவது போலப் பல தனி மனிதர்களின் சேர்க்கைதான் சமுதாயம். எனவே, ஒவ்வொரு தனி மனிதனும் நல்லவனாக இருந்தால்தான் சமுதாயம் நல்ல சமுதாயமாக இருக்க முடியும். அறங்கூறும் வள்ளுவர் ஒவ்வொரு கருத்தையும் தனி மனித நோக்கிலும், சமுதாய நோக்கிலும் கூறுகிறார் என்பது உண்மை. தனி மனிதனின் உயர்வுக்கும், தாழ்வுக்கும் அவனது மனமே முதற் காரணம். எனவே, மனத்தைத் தூய்மையாக வைத்துக் கொள்வது தனி மனிதனின் முதற் கடமை. இது சமுதாயத் தூய்மையாக வளரும். இதை,

> மனத்துக்கண் மாசில னாதல் அனைத்தறன்
> ஆகுல நீர பிற   (34)

என்கிறார் வள்ளுவர்.

மனத்தால், குணத்தால் தூயவர்களை, நல்லவர்களைச் சான்றோர்கள் என்கிறோம். நல்லவர்களால் தான் இந்த உலகம் வாழ்கிறது, மழை பெய்கிறது, இந்த உலகம் சுழல்கிறது என்பன அறம் சார்ந்த எண்ணங்கள்.

> தெய்வம் தொழாஅள் கொழுநன் தொழுதெழுவாள்
> பெய்யெனப் பெய்யும் மழை   (55)

என்று கூறும் பொழுது, நல்ல குடும்பப் பெண்ணால்தான் மழை பெய்கிறது என்ற நம்பிக்கையை வள்ளுவர் கூறுகிறார். இதே போல் நல்ல அரசாட்சி இருந்தால்தான் மழை பெய்யும்.[37] இல்லையெனில் மழை பெய்யாது என்பதை,

முறைகோடி மன்னவன் செய்யின் உறைகோடி
ஒல்லாது வானம் பெயல் (559)

என்று வள்ளுவர் கூறுகிறார். பிற்காலத்தே ஔவையார் -

"நெல்லுக்கு இறைத்தநீர் வாய்க்கால் வழியோடிப்
புல்லுக்கும் ஆங்கே பொசியுமாம்-தொல்உலகில்
நல்லார் ஒருவர் உளரேல் அவர்பொருட்டு
எல்லார்க்கும் பெய்யும் மழை"[38]

என்றார்.

முடியாட்சி முறை விளங்கிய காலத்தில் - அரசன் என்பவனே எல்லாம் என்று விளங்கிய காலத்தில் அறமே முதன்மையானது என்றும், மக்கள் நலனே இன்றியமையாதது என்றும் கூறியவர் வள்ளுவர். கடவுளுக்கு முதன்மை கொடுக்கக் கூடியவர்களுக்கும், பொருளாதாரமே சமூக வாழ்வில் எல்லா சிறப்பான நிலைகளுக்கும் காரணம் என்று கூறக் கூடியவர்களும் இன்றும் உள்ளனர். ஆனால் வள்ளுவர் இதை ஏற்கவில்லை. வள்ளுவர் பொருளாதாரத்திற்கு மதிப்பளித்து "செய்க பொருளை" (குறள்-759) என்று அறிவுறுத்தினாலும் அதே நேரத்தில் தீய செயல்களைச் செய்து அவற்றால் வந்த பழியை ஏற்று பெரும் செல்வத்தைவிட வினைத் தூய்மையோடு இருந்து பெறும் கடும் வறுமையே சிறந்தது என்கிறார். (குறள்-657)

வேத மதம் (சனாதன மதம்), சைவம், வைணவம், சமணம், பௌத்தம் முதலிய மதங்களும், சிறுசிறு உள் சமயங்களும், தத்துவ வேதாந்த சித்தர் கொள்கைகளும், உருவ வழிபாடு, அருவ வழிபாடு, கூட்டு வழிபாடு, பஜனை வழிபாடு, இயற்கை வழிபாடு என்று பல வழிபாட்டு முறைகளும், சரியை, கிரியை, யோகம், ஞானம் என்ற பக்தி மார்க்கங்களும் இந்தியாவில் பரவிக் கிடந்த காலத்தில் திருவள்ளுவர் பொதுமைச் சமயத்தையே கடவுள் வாழ்த்து அதிகாரத்தில் கூறியுள்ளார். கடவுளின் பெயரால் சண்டை, சச்சரவுகள் செய்து கொள்ளாத சமரச சன்மார்க்கம் நிலவும் பொதுமைச் சமுதாயத்தைத் திருவள்ளுவர் காண விரும்பியதை இது காட்டுகிறது. சமரச சன்மார்க்கம் மேவுமாயின் கடவுளின் பெயரைச் சொல்லி மத வேறுபாடுகளைக் காட்டி மதப் போர்கள் நடவா. எல்லாக் கடவுள்களும் ஒன்றே. எல்லா மதங்களும் அன்பு நெறியைக் காட்டுகின்றன.

''ஒன்றே குலமும், ஒருவனே தேவனும்''[39]

''அன்பும் சிவமும் இரண்டென்பர் அறிவில்லார்''[40]

என்று திருமூலர் கூறுவார்.

எம்மதத்தவர் ஆயினும், அவர்களது கடவுள், எந்த உருவத்தைக் கொண்டு இருந்தாலும், எந்தப் பெயரினைப் பெற்று இருந்தாலும், ஆழ்ந்த முழு மனத்தோடு கடவுளின் திருவடிகளை வணங்குவது அல்லது கடவுளைப் பணிவது ஒன்றே உண்மையான பக்தி ஆகும். இதனால், கடவுளின் உருவமோ, பெயரோ கூறாமல் திருவடியை மட்டுமே திருவள்ளுவர் கூறுகிறார்.

வாலறிவன் நற்றாள்	(குறள் 2)
மலர்மிசை ஏகினான் மாணடி	(குறள் 3)
வேண்டுதல் வேண்டாமை இலானடி	(குறள் 4)
தனக்குவமை இல்லாதான் தாள்	(குறள் 7)
அறவாழி அந்தணன் தாள்	(குறள் 8)
எண் குணத்தான் தாள்	(குறள் 9)
இறைவன் அடி	(குறள் 10)

என்று திருவள்ளுவர் கூறுகின்றார். இவற்றில் குறிப்பிட்ட கடவுளோ குறிப்பிட்ட மதமோ இல்லை. இதனால்தான் திருவள்ளுவரை ஒவ்வொரு சமயத்தவரும் தத்தம் சமயத்தவர் என்று கூறி வருகின்றனர். மேலும் கடவுள் வாழ்த்தில் எந்த விதமான வழிபாட்டு முறைகளையோ, சடங்குகளையோ, மந்திரங்களையோ திருவள்ளுவர் கூறவில்லை. தனி மனிதன் தன் மதத்தின் வழிபாட்டு முறைகளையோ, சடங்குகளையோ, மந்திரங்களையோ சமூகத்தின் மீது திணிக்கக் கூடாது. சமுதாய வாழ்வுக்குப் பாதிப்பாகச் செய்யக் கூடாது என்று வள்ளுவர் தெளிவாக அறிந்திருந்தார் என்பதையே இது காட்டுகிறது.

மேலும் திருவள்ளுவர் கடவுள் வாழ்த்து என்ற ஓர் அதிகாரம் தவிர, தம் நூலின் பிற அதிகாரங்களில் கடவுள் வணக்கம் பற்றி எதுவும் பேசவில்லை. மிகவும் குறைவான சில இடங்களில் கடவுள் பற்றிப் பொதுவாகக் குறித்துள்ளார். அதனாலேயே, திருக்குறளைப் ''பொது மறை'' என்று போற்றுகிறோம்.

ஒவ்வொரு மனிதனும் தன்னிடம் இருப்பதைப் பகிர்ந்து

கொடுக்க வேண்டும். குறைவாகப் பொருள் இருந்தால், கொடுக்க மனம் வராது. எனவே பாடுபட்டு உழைத்து உண்மையாக, நேர்மையாகச் சம்பாதித்து, தக்கவர்களுக்குக் கொடுக்க வேண்டும் என்பதை,

தாளாற்றித் தந்த பொருளெல்லாம் தக்கார்க்கு
வேளாண்மை செய்தல் பொருட்டு (212)

என்று திருவள்ளுவர் கூறுவார். தக்கவர்க்கு என்கிற பொழுது உழைத்துச் சம்பாதித்த பொருளைக் கண்டபடி இறைக்காமல் முறைப்படி தேவையானர்களுக்குத் தேவையான அளவு வழங்குதல் என்று பொருள்படுகிறது. அதனை,

ஆற்றின் அளவறிந்து ஈக (477)

வறியார்க்கு ஒன்று ஈவதே ஈகை (221)

என்று கூறுவார். மேலும் வீட்டிற்கு வரும் விருந்தினர்களுக்கு, புதியவர்களுக்கு உணவிட்டு விருந்து தருவதை, தம்மிடம் இருப்பதைப் பலருக்கும் கொடுத்துப் பகுத்து உண்ணுதலை,

தம்இல் இருந்து தமது பாத்(து) உண்டாற்றால் (1107)

பகுத்துண்டு பல்லுயிர் ஓம்புதல் (322)

என்றும் திருவள்ளுவர் கூறுவார்.

நல்ல சமுதாயம் அமைய ஒவ்வொரு தனி மனிதனும் காரணமாக அமைகிறான். அது போல, ஒவ்வொரு குடும்பமும் காரணமாகும். இதனால்தான், நல்ல குடும்பம் அமைதல் வேண்டும் என்பதை வாழ்க்கைத்துணை நலம், புதல்வரைப் பெறுதல் (மக்கட்பேறு) முதலிய அதிகாரங்களில் திருவள்ளுவர் கூறியுள்ளார்.

வழக்குகள், நீதிமன்றங்கள், சாட்சியம், ஆவணங்கள் என்பனவற்றைத் தமிழர்கள், மற்ற நாட்டவர்கள் அறிவதற்கு முன்பே அறிந்து நடைமுறையில் கொண்டு வந்தவர்கள். மதுரைக்காஞ்சியில் ''சிறந்த கொள்கை அறங்கூறு அவையம்'' என்று நீதிமன்றத்தைப் பற்றிய குறிப்பு உள்ளது. சிலப்பதிகாரத்தில், இந்திர விழா எடுத்த காதையில் ஐம்பெருங்குழுவும் எண் பேராயமும் பேசப் படுகின்றன.[41]

இன்றுள்ள நீதி பரிபாலன முறையை நாம் மேனாட்ட வரிடமிருந்து பெற்றதாகப் பலர் தவறாக எண்ணுகின்றனர்.

சிலவற்றை நாம் வெளிநாட்டிலிருந்து பெற்றோம் என்பது மறுப்பதற்கில்லை. குற்றவாளி, விசாரணை நடைபெறும் காலத்தில் குற்றம் சாட்டப்பட்டவராகவே கருதப்படுகிறார். குற்றம் சந்தேகத்திற்கிடமின்றி நிரூபிக்கப்படும் வரையில் அவர் நிரபராதிதான். ஆனால் அன்றைய தமிழகத்தில் இதைவிட மிகச் சிறந்த முறை நடைமுறையில் இருந்ததை இலக்கியங்கள் வாயிலாக அறிகிறோம்.

ஆங்கிலேயச் சட்டங்கள் பல நடைமுறைக்கு ஒத்து வருபவனவாக இருக்குமே அன்றி அவை மிகச் சரியான வழி முறைகள் என்று கருத இயலாது. ஆங்கிலேயச் சட்டம் நூறு குற்றவாளிகள் தண்டனையில் இருந்து தப்பித்தாலும், ஒரு நிரபராதி தண்டிக்கப்படக் கூடாது என்பதில் உறுதியாக உள்ளது. முன்நாளைய தமிழர்கள் இதை ஏற்கவில்லை. அவர்கள் எவ்வாறு ஒரு நிரபராதி தண்டிக்கப்படக் கூடாது என்பதில் உறுதியாக இருந்தார்களோ அதே உறுதியை ஒரு குற்றவாளியைக் கூடத் தப்ப விடக் கூடாது என்பதிலும் உறுதியாக இருந்தனர். ஆக அந்நாளைய இந்தியச் சட்டங்கள் மிகச் சரியான கொள்கைளைக் கைக் கொண்டிருந்தன.[42]

நீதி பரிபாலன முறையின் அனைத்து அம்சங்களும் முறையாகப் பின்பற்றப்பட்டன. வழக்குரை தெளிவாக எழுதப்பட்டு நல்லவர்கள்[43] எனப் பெயரெடுத்த நீதிபதிகள் முன்னிலையில் சமர்ப்பிக்கப்பட்டு, எதிர்வழக்காடலுக்கு வாய்ப்பளித்து சாட்சியங்கள் பெறப்பட்டு, அவைகள் குறுக்கு விசாரணை செய்யப்பட்டு, ஆவணங்களைப் பரிசீலித்து தீர்ப்பு வழங்கப்பட்டுள்ளது.

தீர்ப்புகள் மேல் முறையீடு செய்யப்பட்டு தீர்ப்புகள் திருத்தப்பட்டோ, அல்லது தீர்ப்புகள் உறுதி செய்யப்பட்டோ இருக்கின்றன. நீதிமன்றங்கள் பல நிலைகளில் - சிறு ஊர்களுக்கும், பெரிய ஊர்களுக்கும் தனித்தனியாக இயங்க, நீதிமன்றத் தீர்ப்புகளில் வழக்காடுபவருக்கு நீதி கிடைக்கவில்லை என்ற நிலையிருந்தால் அவைகள் மேல்முறையீடு செய்யப்பட்டு அரசனாலும் விசாரிக்கப்பட்டுள்ளன.[44]

வழக்காடும் முறை, வழக்கை விசாரிக்கும் பாங்கு, குற்றச்சாட்டு தொடுத்தல், சாட்சிகளை விசாரிக்கும் நேர் அல்லது சூழ்நிலை சாட்சியம் ஆகியவற்றை *(Primary, Secondary evidence)*[45]

ஆய்தல், வழக்காடுபவர்களுக்கு நீதிபதியின் நேர்மையில் நம்பிக்கையில்லாத போதோ அல்லது சரியான விசாரணையின் பொருட்டோ ஒரு நீதிமன்றத்திலிருந்து மற்றொரு நீதிமன்றத்திற்கு வழக்கை மாற்றுதல், நீதிமன்றங்கள், அரசு பொறுப்பிலுள்ள ஆவணங்களை வரவழைக்கும் அதிகாரம் பெற்றிருத்தல் போன்ற செயல்முறை இன்றைய நடைமுறையில் மட்டும்தான் உள்ளன என எண்ணுதல் கூடாது. இவை அனைத்தையும், நாம் சிலப்பதிகாரத்தில் வழக்குரைக் காதையிலும், பெரியபுராணத்தில் தடுத்து ஆட்கொண்ட புராணத்திலும், திருவிளையாடல் புராணத்தில் பழிக்கு அஞ்சிய படலம், மாமனாக வந்து வழக்குரைத்த படலம், தருமிக்கு பொற்கிழி அளித்த படலம், சங்கத்தார் பழி தீர்த்த படலம் ஆகியவற்றிலும் மற்றும் திருக்குறளிலுள்ள செங்கோன்மை, கொடுங்கோன்மை, வெருவந்த செய்யாமை ஆகிய அதிகாரங்களிலும் காணலாம்.

ஓர்ந்துகண் ணோடாது இறைபுரிந்து யார்மாட்டும்
தேர்ந்துசெய் வஃதே முறை (541)

(யாரிடத்திலும் குற்றம் இன்ன, இன்னதென்று ஆராய்ந்து ஒருவருக்கு மட்டும் சாதகமாக இல்லாமல், நடுவு நிலைமை பொருந்தி செய்யத்தக்கதை ஆராய்ந்து செய்வதே நீதி முறையாகும்.)

வானோக்கி வாழும் உலகமெல்லாம் மன்னவன்
கோல்நோக்கி வாழுங் குடி. (542)

(உலகத்தில் உள்ள உயிர்கள் எல்லாம் மழையை நோக்கி வாழ்கின்றன. அதுபோல் குடிகள் எல்லாம் அரசனுடைய செங்கோலை நம்பி வாழ்கின்றனர்.)

அந்தணர் நூற்கும் அறத்திற்கும் ஆதியாய்
நின்றது மன்னவன் கோல். (543)

(அந்தணர் போற்றும் மறைநூலுக்கும், அறத்திற்கும் அடிப்படையாய் நின்று உலகத்தைக் காப்பது அரசனுடைய செங்கோலாகும்.)

குடிதழீஇக் கோலோச்சும் மாநில மன்னன்
அடிதழீஇ நிற்கும் உலகு. (544)

(குடிகளை அன்போடு அணைத்துக் கொண்டு செங்கோல் ஆட்சி நடத்துகின்ற அரசனுடைய அடியைப் பொருந்து உலகம் உயர்வடையும்.)

எண்பதத்தான் ஒரா முறைசெய்யா மன்னவன்
தண்பதத்தான் தானே கெடும். (548)

(எளிய செவ்வி உடையவனாய் ஆராய்ந்து நீதி முறை செய்யாத அரசன் தாழ்ந்த நிலையை அடைந்து பகைவரில்லாமலே கூட தானே கெடுவான்.)

குடிபுறங் காத்தோம்பிக் குற்றம் கடிதல்
வடுவன்று வேந்தன் தொழில். (545)

(குடிகளைப் பிறர் வருத்தாமல் காத்துத், தானும் குடிகளை வருத்தாமல் காப்பாற்றி, அவர்களுடைய குற்றங்களைத் தக்க தண்டனையால் ஒழித்தல், அரசனுடைய தொழிலாகும். அதில் பழி ஒன்றும் இல்லை.)

கொலையிற் கொடியாரை வேந்தொறுத்தல் பைங்கூழ்
களைகட் டதனோடு நேர். (550)

(கொடியவர் சிலரைக் கொலைத்தண்டனையால் அரசன் ஒடுக்குதல் பயிரைக் காப்பாற்றக் களையை நிலத்திலிருந்து நீக்குவது போலாகும்.)

நாடொறும் நாடி முறைசெய்யா மன்னவன்
நாடொறும் நாடு கெடும். (553)

(நாள்தோறும் தன் ஆட்சியில் விளையும் நன்மை தீமைகளை ஆராய்ந்து முறை செய்யாத அரசன், நாள்தோறும் தொடர்ந்து தனது நாட்டை இழந்து விடுவான்.)

அல்லற்பட்டு ஆற்றாது அழுத கண்ணீரன்றே
செல்வத்தைத் தேய்க்கும் படை. (555)

(சரியாக நீதி செலுத்தாது அதனால் பலர் துன்பப்பட்டு, அத்துன்பம் பொறுக்க முடியாமல் மக்கள் அழுதால், அது அரசனுடைய செல்வத்தை அழிக்கத்தக்க படையாகும்.)

தக்காங்கு நாடித் தலைச்செல்லா வண்ணத்தால்
ஒத்தாங்கு ஒறுப்பது வேந்து. (567)

(செய்த குற்றத்தைத் தக்கவாறு ஆராய்ந்து மீண்டும் அக்குற்றம் நடவாதவாறு குற்றத்திற்குப் பொருந்துமாறு தக்க தண்டனை தருபவனே அரசனாவான்.)

கடிதோச்சி மெல்ல எறிக நெடிதாக்கம்
நீங்காமை வேண்டுபவர். (562)

(ஆக்கம் நெடுங்காலம் நீங்காமலிருக்க விரும்புகின்றவர்கள் தண்டிக்கத் தொடங்கும்போது அதிகமாக தண்டிக்கப்போவது போல் போக்குக்காட்டி, அளவு மீறாமல் தண்டனை தர வேண்டும்.)

கடுமொழியும் கைஇகந்த தண்டமும் வேந்தன்
அடுமுரண் தேய்க்கும் அரம். (567)

(கடுமையான சொல்லும் அளவு கடந்த தண்டனையும் அரசனுடைய வெற்றிக்குக் காரணமான உண்மையைத் தேய்க்கும் அரம் ஆகும்.)

அக்காலத்தில் தமிழ்ப்புலவர்கள் மக்களுக்கு நீதி கிடைப்பதற்குப் பெரிதும் உதவியாக இருந்துள்ளனர். அதிக வரி போட்டு கொடுங்கோலாட்சி நடத்திய அரசர்களுக்குப் பிசிராந்தையார் என்னும் புலவர் தக்க அறிவுரைகள் கூறி நல்வழிப்படுத்தியும் உள்ளார். மக்களிடம் அளவுக்கு அதிகமாக வரி வசூலித்த அரசனுக்கு ''யானை நெல்வயலில் புகுந்து உண்ண ஆரம்பித்தால் உண்ணுதலை விட சேதம்தான் அதிகமாகும். அதே நேரத்தில் யானைக்கு வயலிலிருந்து நாள்தோறும் உணவு முறையாகக் கொடுக்கப்பட்டால் உணவு பல நாட்களுக்குக் கிடைக்கும். அதிக சேதமும் இருக்காது'' என்று இப்புலவர் அறிவுரை கூறி வரிச் சுமையை குறைத்துள்ளார்.

''காய்நெல் அறுத்துக் கவளம் கொளினே
மாநிறைவு இல்லதும் பன்னாட்கு ஆகும்
நூறுசெறு ஆயினும் தமித்துப் புக்குணினே
வாய் புகுவதனினும் கால் பெரிது கெடுக்கும்
அறிவுரை வேந்தன் நெறியறிந்து கொளினே
கோடியாத்து நாடு பெரிது நந்தும்
மெல்லியன் கிழவன் ஆகி வைகலும்
வரிசை அறியாக் கல்லென் சுற்றமொடு
பரிவுதப எடுக்கும் பண்ட நச்சின்
யானை புக்க புலம் போலத்
தானும் உண்ணான் உலகமும் கெடுமே''[46]

இது போன்ற அறிவுரைகள் பொதுமக்களின் நலனுக்காக புலவர்களால் அரசனுக்கு அவ்வப்போது சொல்லப் பட்டிருக்கின்றன.

மக்களும் மன்னனும் ஒருவரை ஒருவர் சார்ந்தே இருத்தல் வேண்டும் என்று முற்காலத்தில் உணர்ந்திருந்ததால்தான் கம்பராமாயணத்தில் எதிர்மறைத் தலைவனாகச் சித்தரிக்கப்படும் இராவணன் கூட நீதியோடு நடப்பதாகக் காட்சி ஒன்றின் மூலம் கம்பர் சுட்டிக் காட்டுகின்றார். இலக்குவனால் மூக்கு துண்டிக்கப் பட்ட நிலையில் வந்த தன் தங்கை சூர்ப்பனகையைப் பார்த்து,

''பொய் தவிர், பயத்தை ஒழி, புக்க புகல்''[47] என்ற இராவணன், தன் தங்கையிடம் ''நீ ஏதாவது குற்றம் செய்து, அதன் காரணமாக இத்துன்பம் நிகழ்ந்ததா?''

''நீ இடை இழைத்த குற்றம் என்னைகொல் நின்னை இன்னே
வாயிடை இதழும் மூக்கும் வலிந்து அவர் கொய்ய?''[48]

என இராவணன் விசாரிப்பது வழக்கை அரசர்கள் நியாய உணர்வோடு நடத்தினர் என்பதற்குச் சான்றாகிறது.[49] கம்பராமாயணம், கி.பி.12-ஆம் நூற்றாண்டு நூலாக இருந்தாலும், காலம் காலமாக இராமாயணக் கதைகள் சொல்லப்பட்டு வருவதால், நியாயத்தோடு அரசன் நடந்து கொள்ள வேண்டும் என்பது வாழ்வில் இரண்டறக் கலந்து விட்டதாகத் தெரிகிறது.

தமிழ்நாடு அயல்நாடுகளுடன் தொடர்பு ஏற்படுத்திக் கொண்டதற்கு முக்கிய காரணம் இதன் நில இயல் அமைப்புதான் என்கிறார் முனைவர் நாகராஜன்.[50] தமிழகத்தின் நீண்ட கடற்கரை, தமிழகத்தின் தெற்குப் பகுதியின் வறண்ட சூழ்நிலை, பிற இடங்களில் கிடைக்காத அரிதான பொருட்கள் தமிழகத்தில் கிடைப்பது போன்ற காரணங்களால் தமிழர்களுக்கு வெளிநாடு தொடர்பு சாத்தியமானது. எச்.ஜி.வெல்ஸ் என்ற அறிஞர் ''உலகெங்கும் தமிழினத்துடன் ஒரு பழைமையான தொடர்பு உள்ள வரலாறு காணப்படுகிறது'' என்கிறார். பல நூற்றாண்டுகளுக்கு முன்பே தமிழர்கள் கடல் கடந்து செல்வதற்குத் தமிழகம் விதிமுறைகள் வைத்திருந்ததை ''முந்நீர் வழக்கம் மகடூஉவோடில்லை'' என்ற தொல்காப்பியச் சூத்திரத்தால் அறிகிறோம். ''கடாரம் வென்ற சோழன்'' என்ற தொடர் மூலம் பண்டைத் தமிழரின் கடலாதிக்கம் தெரிகிறது. தமிழகம் மூன்று புறமும் கடலால் சூழ்ந்துள்ளதால் கடல் கடந்து செல்வதில் தமிழர்கள் தேர்ச்சி பெற்றிருந்தனர்.

கடலைக் குறிப்பதற்கு ஆழி, ஆர்கலி, முந்நீர், வாரிதி, வாரணம், பவ்வம், பரவை, புணரி, கடல் போன்ற சொற்களும் நீரில்

செல்லும் ஊர்திகளைப் பற்றிக் குறிக்க கப்பல், கலம், கட்டுமரம், படவம், நாவாய், படகு, பரிசல், புணை, தோணி, திமில், அம்ப, லங்கம், மிதவை என்ற பெயர்களும் உள்ளன. பண்டைய தமிழர்கள் எகிப்தோடு வியாபாரத் தொடர்பு வைத்திருந்ததாக பிளினி, தாலமி போன்ற வெளிநாட்டு அறிஞர்கள் கூறுகின்றார்கள்.

தமிழ்ச் சொற்கள் வெளிநாட்டிலும் பழக்கத்தில் உள்ளன. உதாரணமாக, 'தோகை' என்ற தமிழ்ச் சொல் திரிந்து ஹீப்ரு மொழியில் 'தாக்கியம்' என்றும், 'அரிசி' யவன மொழியில் 'ரிஷி' என்றும் 'இஞ்சி' என்பது 'நிஞ்சி' என்றும் அழைக்கப்படுகின்றன.

உரோமாபுரி மன்னன் அகஸ்தஸ் சீசர் காலத்தில் பாண்டிய மன்னனின் நல்லெண்ணக்குழு ஒன்று உரோமாபுரி சென்றதாகத் தெரிகிறது. கோலாலம்பூரில் ஒரு புகழ்மிக்க தெரு ஒன்று சோழப் பேரரசன் ராஜராஜன் பெயரில் இருப்பது குறிப்பிடத்தக்கது. ராஜேந்திரன் கடாரம் (மலேசியா) என்ற பகுதியை வென்று கடாரம் வென்றான் எனப் பெயர் பெற்றான். இதை நிரூபிக்கக் கல்வெட்டுச் சான்று கிடைத்துள்ளது. கி.பி.1022-ஆம் ஆண்டு கல்வெட்டு ஒன்று தஞ்சை பெரிய கோயிலில் உள்ளது. இது ராஜேந்திரச் சோழனின் வெற்றியை,

''ஆழ்கடலால் பாதுகாக்கப்பட்டிருக்கும் பயங்கர வலிமை வாய்ந்த கடாரம் முதலியவற்றை ஆரவாரத்துடன் கைப்பற்றினோம்'' என்று குறிக்கின்றது.

அண்டை நாடான இலங்கைக்கும், தமிழகத்திற்கும் நெருங்கிய தொடர்பு இருந்துள்ளது. இந்தியாவிற்கும், இலங்கைக்கும் உள்ள தொடர்பு கி.மு. 3-ஆம் நூற்றாண்டு முதல் இருப்பதாக இலங்கை அறிஞர் க.நவரத்தினம் கருதுகிறார்.

ஹீராசு பாதிரியார் (Father Heras) போன்றவர்கள், இலங்கை இந்திய நிலப்பரப்பின் ஒரு பகுதியாக இருந்து ''ஏழ்பனை நாடு'' என்றழைக்கப்பட்டதாகக் கருதுகின்றனர். கிரேக்க, ரோம வரலாற்று ஆசிரியர்கள் இலங்கையைத் ''தாமிரபரணி நாடு'' என்று சுட்டியிருப்பது, இலங்கை இந்தியாவின் ஒரு பகுதி என்ற கருத்தில் தான். இலங்கைச் செய்திகளைத் தரும் ''மகாவம்சம்'' மூன்றாம் கடல்கோள் கி.மு.306-இல் தோன்றிய போது இலங்கை இந்தியாவிலிருந்து பிரிந்தது என்று கூறுவதும் குறிப்பிடத்தக்கது.[51]

இலங்கையின் மற்றொரு நூலாகிய "இராஜாவளி" கி.பி.2-ஆம் நூற்றாண்டில் சோழப் பேரரசன் கரிகாலன் இலங்கையின் மீது படையெடுத்து 12,000 கைதிகளை தமிழகம் கொண்டு வந்ததாகக் கூறுகிறது. கரிகாலன் காலத்தில் இலங்கையிலிருந்து உணவுப் பொருள்கள் வந்துள்ளன.

"கங்கை வாரியும் காவிரிப் பயனும்
ஈழத்து உணவும் காழகத்து ஆக்கமும்"[52]

என்று பட்டினப்பாலை பேசுகிறது. அகநானூறிலும் வெளிநாட்டு வியாபாரக் குறிப்புகள் காணக் கிடைக்கின்றன.[53]

புதுச்சேரிக்கு அருகேயுள்ள அரிக்கமேடு என்ற இடத்தில் அகழ்வாராய்ச்சியில் கண்டுபிடிக்கப்பட்ட பொருள்கள் ரோமப் பேரரசிற்கும் தமிழகத்திற்கும் தொடர்பு இருந்ததைப் பறை சாற்றுகின்றன.

சோழர்களைத் தவிர பாண்டியர்களும் வெளிநாட்டு உறவை வளர்த்துள்ளனர். பாண்டியர்கள் பற்றிய குறிப்புகளைக் கிரேக்க வரலாற்று ஆசிரியர் மெகஸ்தனீஸ் (கி.மு.மூன்றாம் நூற்றாண்டு) இண்டிகா என்னும் குறிப்பு நூலில் வரைந்துள்ளார். இந்நூலில் பாண்டியரின் வெளிநாட்டு வாணிபம் போன்ற அரிய செய்திகள் உள்ளன. ஏழாம் நூற்றாண்டில் காஞ்சி வந்த சீனப் பயணி யுவான் சுவாங்கின் பயணக் குறிப்புகள், இலங்கை "மகா வம்சம்" ஆகியவை மூலமும் பல செய்திகளை அறிய முடிகிறது. இவை தவிர, வேள்விக்குடிச் செப்பேடுகள் (கி.பி.8-ஆம் நூற்றாண்டு), சின்னமனூர்ச் செப்பேடுகள் போன்றவை பாண்டியர்களைப் பற்றிய வரலாற்றுச் செய்திகளைத் தெரிவிக்கின்றன.

அடிக்குறிப்புகள்

1. He is the venerated sage and Law giver of the Tamil People: Dr. G.U. Pope, Tirukkural P.ii

   "நீதிநூல் உடையார்" என்று பரிமேலழகர் திருவள்ளுவரை (குறள் 533-க்கான உரையில்) அழைத்தமை.

2. Statutes List as given in Law of the Land.

3. தி.அ.அனந்தநயினார், திருக்குறள் ஆராய்ச்சியும் ஜைன சமய சித்தாந்த விளக்கமும் பக். XII

4. சரவணப் பெருமாள் உரையாசிரியர் - திருக்குறள் பக்.6

5. Tributes and Translations of Kural (E) Manickavel Pages 233, 254.

6. பெரிய புராணம், கைவல்ய நவநீதம், திருக்குறள் ஆகிய நூல்கள் மட்டும் தமிழிலிருந்து சமஸ்கிருதத்திற்கு மொழிமாற்றம் செய்யப்பட்டதாகச் சேக்கிழார் அடிப்பொடி தி.ந.ராமச்சந்திரன் கருதுகிறார்.

7. ubi eadem Ratio Ibi Idem jus (Like Reason doth make Like Law) Herbert Broom, A Selection of Legal Maxims. P.94

8. தி.அ.அனந்தநாத நயினார் திருக்குறள் ஆராய்ச்சியும் ஜைன சமய சித்தாந்த விளக்கமும் பக்.5

9. Dr. G.U.Pope, Tirukkural Introduction P. xix and xx.

10. திருவள்ளுவமாலை பாடல் 29

11. சாமி சிதம்பரனார், வள்ளுவர் வாழ்ந்த தமிழகம் பக்.9

12. மனோன்மணியம் பாயிரம்

13. திருவள்ளுவமாலை பாடல் 6

14. முனைவர் மோகனராசு திருக்குறள் சட்டவியல் களஞ்சியம் பக்.75

15. Leges Posteriores priores contraarias Abrogans (Later Laws repeal earlier Laws inconsistent therewith) Herbert Broom, A Selection of Legal Maxims P.347

16. புற. 378
17. புற. 2
18. குறுந்தொகை 292 - 5
19. புற. 306
20. தமிழ்ப் பல்கலைக் கழகம், சங்க இலக்கிய கட்டுரைகள் பக்.110
21. புற.186
22. பரிமேலழகர் (உரையாசிரியர்) திருக்குறள் மூலமும் பரிமேலழகர் உரையும் பக்.7
23. பரிமேலழகர் (உரையாசிரியர்) திருக்குறள் மூலமும் பரிமேலழகர் உரையும் பக்.8
24. A.C. Kapoor, Principles of Political Science P.45
25. Hans J. Morgenthau, Politics Among Nations P.343
26. Augusta Legibus solute nonest (Even the queen is not exempted from subjection to the Laws of the Country) Herbert Broom, A Selection of Legal Maxims P.242
27. Madras Estate (Abolition and Conversion into Ryotwari) Act 1948.
28. புற. 312
29. குறள் 69
30. Actio de in rem verso (Principle of equity forbids one man to enrich himself at the expense of another) Herbert Broom, A Selection of Legal Maxims P.55
31. குறுந்தொகை 40
32. மகாகவி பாரதியார் கவிதைகள் பக்.220
33. மகாகவி பாரதியார் கவிதைகள் பக்.41
34. திருவருட்பா, பிள்ளைப்பெரு விண்ணப்பம்
35. மகாகவி பாரதியார் கவிதைகள் பக்.209
36. நாலடியார் 195

37. Rex No Potest Peccare (The King can do no wrong) Herbert Broom, A Selection of Legal Maxims P.3
38. நீதி நூல் கொத்து பக்.84
39. திருமந்திரம் 270
40. திருமந்திரம் 270
41. சிலப்பதிகாரம் (கால் கோட்காதை) பக். 531
42. Internatiional Institute of Tamil Studies. The Legal Heritage of the Tamils. P.56
43. III Schedule of Indian Constitution
44. ubi jus ibi remedium (There is no wrong without a Remedy) Herbert Broom, A Selection of Legal Maxims P.118 & Sec.22, 23, 24 C.P.C.
45. P.J. Fitzgerald, Salmond on Jurisprudence, P.129
46. புற. 184
47. ஸ்ரீமத் கம்பராமாயணம், சூர்ப்பனகை சூழ்ச்சிப்படலம் பாடல் 50
48. ஸ்ரீமத் கம்பராமாயணம், சூர்ப்பனகை சூழ்ச்சிப்படலம் பாடல் 65
49. Non Protest Rex Gratian Facere Cum injuri Et Damno Aliorum (The king cannot conter a favour on one subject to the injury and damage of others) Herbert Broom, A Selection of Legal Maxims P.4
50. முனைவர் எஸ். நாகராஜன், அயல்நாடுகளில் தமிழர் பக்.5
51. மேற்படி, பக். 7,8
52. பட்டினப்பாலை - 190 - 191
53. அகநானூறு 49

இந்திய, தமிழக, ஒழுக்க நீதி நெறிமுறைகள்

அறம் (Morality) என்பது சமுதாயத்தால் ஏற்றுக்கொள்ளப்பட்ட நடைமுறைகளும் சமுதாயம் விரும்பும் நடைமுறைகளும் கொண்டது ஆகும். பெரும்பாலான சட்டங்களுக்கு அறம் அடிப்படையாக இருந்துள்ளது. பிறர் பொருளை அபகரிக்கக் கூடாது, பிறரைத் துன்புறுத்தக் கூடாது, பிறரை ஏமாற்றக் கூடாது, பிறரை அவதூறாகப் பேசக் கூடாது என்றெல்லாம் சட்டங்கள் வரையறுப்பது, தனி மனித வாழ்வில் அறத்தை நிலைநிறுத்துவதற்குத்தான்.

அறமும், சட்டமும் ஒன்றை ஒன்று சார்ந்துள்ளன. சட்டம், நீதி, அறம் இம்மூன்றும் தொன்றுதொட்டு தத்துவ அறிஞர்கள், ஞானிகள், சான்றோர்கள் மற்றும் சட்ட வரைவாளர்களின் கவனத்தைப் பெரிதும் ஈர்த்து வந்துள்ளன. தத்துவ அறிஞர்கள், ஒழுக்க வாழ்வும் ஒழுக்கக் கேடும், மனித வாழ்வில் மாறி மாறி வருவதாகக் கணிப்பதால் அதற்கேற்றவாறு சட்டங்களும் தேவையான உருமாற்றம் அடைவதாகக் கருதுகின்றனர்.[1]

சட்டமானது, அறத்தை அடிப்படையாகக் கொண்டிருந் தாலும் காலத்திற்கேற்ற மாற்றம் அடைவதைக் காணலாம். திருமணத்தின் போது மணமகளுக்கோ மணமகனுக்கோ பொருள் கொடுப்பது என்பது இந்து இசுலாமிய கலாச்சாரத்தில் இருந்து

வந்துள்ள வழக்கம். இடம், தகுதி பொருத்து பொருள் பெறுவது ஆணாகவோ அல்லது பெண்ணாகவோ அமைவர். இது நாம் வாழும் காலக்கட்டத்தில் கொடிய சமுதாய வழக்கமாக மாறியதால் இதைத் தடுக்கும் விதமாக 1971ஆம் ஆண்டு வரதட்சணை ஒழிப்புச் சட்டம் கொண்டுவரப்பட்டுள்ளது. இதேபோல் வேட்டையாடுதல், (உணவிற்காகவோ, உல்லாசத்திற்காகவோ) என்பது தொன்று தொட்டு நம் நாட்டில் இருந்து வரும் பழக்கம். இராமாயணம், மகாபாரத இலக்கியங்களில் இதற்கான பல அகச் சான்றுகள் உள்ளன. ஆனால், தற்போது காட்டு விலங்குகள் பாதுகாப்புச் சட்டத்தின் (Wild Life Protection Act 1972) மூலம் வேட்டையாடுதல் தடை செய்யப்பட்டுள்ளது.

இதேபோல் பலதார மணத்தைக் குற்றமாக இந்திய, தமிழக சமூகங்கள் இன்று ஏற்றிருக்கிறார்கள். கேரளத்தில் ஒரு பெண் பல ஆண்களை மணப்பது சமுதாய வழக்கமாக கருதப்பட்டது. சமுதாய மாற்றத்தின் காரணமாக ஆண், பெண் பேதம் அகற்றப்பட்டு ஒருதார மணம் சட்டமாக்கப்பட்டு 1955ஆம் ஆண்டு முதல் அச்சட்டம் அமுலில் உள்ளது. இது இந்து திருமணச் சட்டம் (Hindu Marriage Act 1955) என்பதாகும்.

ஒழுக்கத்தையும், நீதியையும் அடிப்படையாகக் கொள்ளாமல் கூட கால, சமுதாயச் சூழல்களை அனுசரித்து சில சட்டங்கள் உருவாக்கம் பெற்று விடுகின்றன. சாலைகளில் நடைமுறைப் படுத்தும் பல போக்குவரத்துச் சட்டங்கள், ஒழுக்கத்துடனும் நீதியுடனும் சம்பந்தப்பட்டவையில்லையாயினும்,[2] இன்றைய சூழ்நிலையில் இவை சட்டமாக்கப்பட்டு மீறல்கள் தண்டனைக் குரியவை ஆகின்றன. 1982-ஆம் ஆண்டு "ஆசியாட்" போட்டியின் போது அகாலிகள் மட்டும் அதிக சோதனைக்குட்படுத்தப்பட்டதை உச்ச நீதிமன்றம் அனுமதித்ததைக் கூட இதற்கு உதாரணமாகக் கொள்ளலாம்.

இரண்டாம் உலகப் போர் முடிந்தவுடன் ஒரு சுவையான நிகழ்வு ஜெர்மானிய நீதிமன்றத்தில் நடந்தது. ஹிட்லர் ஆட்சிக் காலத்தின்போது 1944-ஆம் வருடம் ஒரு ஜெர்மானிய மாது தன் கணவனைக் கைவிட்டு காதலனை அடைந்தார். கைவிட்டதற்கான காரணம் கணவன், ஹிட்லரைப் பற்றித் தாழ்வான எண்ணம் கொண்டிருந்தான் என்பதாகும். ஹிட்லர் பதவியிலிருந்தபோது இந்த வழக்கு விசாரணைக்கு வந்து கணவனுக்கு மரண தண்டனை

விதிக்கப்பட்டது. ஹிட்லர் வீழ்ந்தவுடன் இந்த வழக்கு மறு விசாரணைக்கு வந்து கணவன் விடுதலை செய்யப்பட்டான். விடுதலை செய்த நீதிபதிகள் கணவன் சர்வ வல்லமை பொருந்திய ஹிட்லரைப் பற்றித் தாழ்வான எண்ணம் கொண்டது, ஹிட்லர் பதவியிலிருந்தபோது சட்டப்படி தண்டிக்கப்பட வேண்டிய குற்றமாக இருந்தாலும், இது மிகவும் தவறான சட்டமாக உள்ளதால் தண்டனையை ரத்து செய்வதாகத் தெரிவித்தனர். (This is Law but it is so evil we will refuse to apply it.)³

இடத்திற்கும், காலத்திற்கும் ஏற்ற வகையில் அறநெறியில் சிலவற்றைச் சட்ட விதிகளாக அமைத்துக் கொள்கிறோம். உயர்ந்த நற்பண்புகளை ஆராய்ந்து நல்லவையனைத்தையும் அறம் ஏற்றுக் கொள்கிறது. அவற்றில் காலத்திற்கும், இடத்திற்கும் ஏற்ற வகைகளை மட்டுமே நாம் சட்ட விதிகளாக மாற்றிக் கொள்கிறோம்.

"இன்னா செய்தார்க்கும் இனியவே செய்ய வேண்டும்" என்பது குறள் காட்டும் உயர்ந்த அறநெறிக் கொள்கையாகும். ஆனால் தமக்குத் தீமை செய்தவர்க்கும் நன்மையே செய்ய வேண்டுமெனச் சட்டம் கூறுவதில்லை. ஒவ்வொருவரும் உயர்ந்த நெறியில் வாழ்ந்தால் சமுதாய அமைதியும், இன்பமும் தாமே தோன்றி நிலைத்து விடும் என்ற அடிப்படையில்தான் அறம் இயங்குகிறது. ஆனால் சட்டத்தின் முறை என்பது வேறு. சமுதாய நன்மை எது என்று வரையறை செய்து அந்நலனுக்கு மாறான செயல்களை மக்கள் செய்யாதவாறு சட்டம் கண்காணிக்கிறது. பிறருக்குத் தீங்கு அமையாத வண்ணம் ஒருவர் செயல் அமைய வேண்டுமென்பதே சட்டநெறி. "நன்மை செய்" என்று அறமும் "தீமையைச் செய்யாதே" எனச் சட்டமும் விதிக்கின்றன. அறம் நன்மையை வளர்க்கும் போது சட்டம் தீமையை ஒடுக்குகிறது. தனி மனிதப் பண்பினைப் பக்குவப்படுத்தி அவனது குணநலனை மேம்படுத்த அறம் முயலுகிறது. சமுதாய நல்லுறவுக்கு ஏற்ற வகையில் அவனது செயல் உள்ளதா என்பதைச் சட்டம் விழிப்போடு கண்காணிக்கிறது.

அறம் தனி மனிதப் பண்பினை உயர்த்துகிறது. மக்களிடையே உண்டாகும் உறவு முறைகளைச் சட்டம் ஒழுங்குபடுத்துகிறது. பிறர் பொருளைத் திருடுவோரும், பொய்ச்சான்றுரைப்போரும் அறநெறிக்கு மாறாக நடப்பவர்கள். "வேண்டற்க வெஃகியான் ஆக்கம்", "தன்னெஞ்சறிவது பொய்யற்க" என்றெல்லாம் நல்ல

அறத்தினைச் சுட்டி, திருடுவதும், பொய் பேசுதலும் தகாதன என அறம் கூறுகிறது. ஆனால், அறம் கட்டாயப்படுத்துவதில்லை.

ஒவ்வொரு சட்ட விதிக்குப் பின்னால், அரசாங்கம் விரும்பும் கொள்கை வலியுறுத்தப்படுகிறது. சட்டத்தை மீறுவோரை அரசு கண்டிக்கிறது. ஆகவே தான் சட்டத்தின் செயற்பாடு அறத்திற்கு இல்லை எனவும், நன்னடத்தை (Moral Conduct) சமுதாயத்தில் தீர்மானிக்கப்பட்ட நல்ல வழிமுறைகள் (Right and good judgement which is universally correct) எனவும், தனிமனித வாழ்வை நெறிப்படுத்த மதத்தாலும், சமய நூல்களாலும் சிபாரிசு செய்யப்பட்டவைகளும் அறம் ஆகும் என விரிவான பொருள் கொள்ளலாம்.

வெளிநாட்டு அறிஞர்கள் அறம் பற்றிக் கூறிய பல கருத்துக்களுக்கும் இந்திய அறிஞர்களின் கருத்துக்களுக்கும் பெரிய வித்தியாசங்கள் இல்லாமல் போனதற்குக் காரணம் மனிதர்களுக்குள் நிறம், நாடு, சூழ்நிலை, மாச்சரியங்கள் இருப்பன உண்மையானாலும் எல்லோரும் மனிதர்களே என்ற உண்மை உறங்காமலிருப்பதுதான்.

19-ஆம் நூற்றாண்டு வரை வெளிநாடுகளில் அறத்திற்கும் சட்டத்திற்கும் உள்ள வேறுபாடுகளைச் சீர்தூக்கிப் பார்க்க யாரும் விரும்பவில்லை. காரணம், அன்று அறமும், சட்டமும் ஒன்றாகவே கருதப்பட்டன. 1863-ஆம் ஆண்டு ஆஸ்டின் (Austin) சட்டத்தை அறத்திலிருந்து வேறுபடுத்திக் காண்பித்ததாகக் கூறுவர். "Delivered the law from the dead body of morality that still clung to it."[4]

அறமாக இருக்கக் கூடியவைகளை நாம் சமய நூல்களிலிருந்தும், அறிஞர்களின் கூற்றிலிருந்தும் பெறுகிறோம். எல்லா அறங்களும் சட்டமாகி விடும் என்று கூறுவதற்கில்லை. சில அறங்கள் - குறிப்பாக சமயத் தலைவர்கள் சொல் கேட்டு நடத்தல், துன்பப்படுவோருக்கு இரங்குதல், பேராசைப்படாதிருத்தல், பெரியோரை மதித்தல், சமயத் தொடர்புடைய இடங்களுக்கு புனிதப்பயணம் மேற்கொள்ளுதல் போன்றவை இன்னும் சட்டமாகவில்லை என்றே கூறலாம். (புனிதப் பயணம் மேற்கொள்ளுதலுக்கு, குறிப்பாக முகமதியர்களுக்கு மட்டும் மெக்காவிற்குச் செல்வதற்கு அரசு சில சட்டங்களை வகுத்துள்ளது.) அல்லவை தவிர்த்து அறத்தைப் பெருக்க, கீழ்க்கண்ட சட்டங்கள் அரசால் இயற்றப்பட்டதாக ஆர்.எம்.டி. எதிர் இந்திய அரசு என்ற வழக்கில் வரிசைப்படுத்தப்பட்டுள்ளது.[5]

1. மதுவிலக்குச் சட்டம்
2. மிருகங்கள் வதைத்தடுப்புச் சட்டம்
3. பசுவதைத் தடுப்புச் சட்டம்
4. உணவுக் கலப்படத் தடுப்புச் சட்டம்
5. போதைப் பொருள் ஒழிப்புச் சட்டம்
6. ஊழல் ஒழிப்புச் சட்டம்-1947
7. இந்துத் திருமணச் சட்டம் -1955
8. பெண்கள் மற்றும் சிறார்களை பாலியலுக்கு உட்படுத்துவதைத் தடை செய்யும் சட்டம்-1956
9. வரதட்சணை தடுப்புச் சட்டம்-1961
10. மருத்துவ ரீதியாக குழந்தைப் பிறப்பதைத் தடுக்கும் சட்டம்-1971
11. வனவிலங்குகள் பாதுகாப்புச் சட்டம்-1972
12. சம ஊதியச் சட்டம்-1976
13. தாமே முன் வந்து வருமானத்தையும் சொத்தையும், அறிவிக்க வழிவகை செய்யும் சட்டம்-1976
14. பணப்புழக்கத்தையும், சீட்டு நிறுவனங்களையும் ஒழுங்குபடுத்தும் சட்டம்-1978

என்று இந்த வரிசை நீண்டு செல்லும். அதே போல் சூதாட்டமும், மதுவும், தனி மனிதனை மட்டுமே பாதித்தாலும், அது சமுதாயத்தையும் பாதிக்கும் என்பதால், இவ்வகைக் குற்றங்கள் "அறம்" என்ற நிலையிலிருந்து உயர்ந்து "சட்டம்" என்னும் சிறப்பை அடைந்தன. ஆடை அணிவது என்பது தனி மனிதன் செயலாக இருந்தாலும் ஆடையின்றி ஒரு பெண் துறவி உச்சநீதிமன்றத்திற்கு வரவிருந்ததை மாண்புமிகு நீதியரசர் தேசாய் தடை விதித்தது இங்கு குறிப்பிடப்படவேண்டிய ஒன்றாகும்.

இந்திய அரசியலமைப்பின் முதல் திருத்தம் 1951ஆம் ஆண்டு செய்யப்பட்டபோது பேச்சுரிமையை ஒழுங்குபடுத்தியது. அதில் நன்னடத்தையையோ அறத்தையோ (Decency or Morality) பாதிக்கும் படியாக பேச்சு இருக்கக் கூடாது எனத் திருத்தம் கொண்டு வரப்பட்டது. நியாயத்திற்குப் புறம்பாகச் சட்டத்தை அரசு

பயன்படுத்தும்போது, நீதிமன்றங்கள் அதைத் தடை செய்யவும் தயங்குவதில்லை. நடைபாதை ஆக்கிரமிப்பாளர்களை அரசு வெளியேற்றலாம் என்று சட்டம் இருந்தாலும் மும்பையில் 1981-ஆம் ஆண்டு, மழைக்காலத்தின் போது 900 குடும்பங்கள் தகுந்த மாற்று ஏற்பாடின்றி வெளியேற்றப்பட இருந்தபோது நீதிமன்றம் அதைத் தடுத்து நிறுத்தியது.[6]

அறத்திலிருந்து சட்டம் உருவானதால், அறம் சட்டமாகும். சட்டம் அறமாகும் வாய்ப்புகளும் சில நேரங்களில் உள்ளன. உதாரணமாகச் சட்டப்படி நீதிமன்றங்களில் யார் வேண்டுமானாலும் சாட்சியம் அளிக்கலாம். பிரேம்சந்த்பானிவாலா என்பவர் காவல்துறையின் நம்பகமான சாட்சியாவார். இவர் ஏறக்குறைய 3000 வழக்குகளில் காவல்துறைக்குச் சாதகமாக சாட்சியம் கூறிக் குற்றம் சாட்டப்பட்டவர்களுக்கு தண்டனை பெற்றுத் தந்தவர். இந்த மாதிரியான நபர் சட்டப்படி சாட்சியம் கூற அருகதையுடையவர் என்றாலும், அறத்தின் அடிப்படையில் சாட்சியம் தரத் தகுதியற்றவர் என்று நீதிபதி ஆணை பிறப்பித்துள்ளார்.[7]

தொல்காப்பியத்தில் ''அறம்புரிஉள்ளமொடு'' (1092) ''அறம்புரி சுற்றமொடு கிழவனும் கிழத்தியும்'' (1137) ''அன்பே அறனே இன்பம்'' (1160) என்று பேசப்பட்ட ''அறம்'' என்பது, அந்நூலில் விளக்கப்பெறாமையால் வள்ளுவர் பல சூழ் நிலைகளில், பல இடங்களில் அறத்திற்கு விளக்கங்கள் தந்துள்ளார்.

அழுக்காறு அவாவெகுளி இன்னாச்சொல் நான்கும்
இழுக்கா இயன்றது அறம். (35)

(பொறாமை, ஆசை, சினம், கடுஞ்சொல் ஆகிய இந்த நான்கு குற்றங்களுக்கும் இடங்கொடுக்காமல் அவற்றைக் கடிந்து ஒழுகுவதே அறமாகும்.)

அறத்திற்கே அன்புசார் பென்ப அறியார்
மறத்திற்கும் அஃதே துணை. (76)

(அறியாதவர், அறத்திற்கு மட்டுமே அன்பு துணையாகும் என்று கூறுவர்; ஆராய்ந்து பார்த்தால் வீரத்திற்கும் அதுவே துணையாக நிற்கின்றது.)

முகத்தான் அமர்ந்துஇனிது நோக்கி அகத்தானாம்
இன்சொ லினதே அறம். (93)

(முகத்தால் விரும்பி இனிமையுடன் நோக்கி உள்ளம் கலந்த இன்சொற்களைக் கூறும் தன்மையில் உள்ளதே அறமாகும்.)

கதம்காத்துக் கற்றடங்கல் ஆற்றுவான் செவ்வி
அறம்பார்க்கும் ஆற்றின் நுழைந்து.   (130)

(சினம் தோன்றாமல் காத்துக் கல்வி கற்று, அடக்க முடையவனாக இருக்கும் வல்லவனுடைய செவ்வியை, அவனுடைய வழியில் சென்று அறம் பார்த்திருக்கும்.)

அறனெனப் பட்டதே இல்வாழ்க்கை அஃதும்
பிறன்பழிப்பது இல்லாயின் நன்று.   (49)

(அறம் என்று சிறப்பித்துச் சொல்லப்பட்டது இல்வாழ்க்கையே ஆகும். அதுவும் மற்றவர் பழிக்கும் குற்றம் இல்லாமல் விளங்கினால் மேலும் நன்மையாகும்.)

பிறன்மனை நோக்காத பேராண்மை சான்றோர்க்கு
அறனொன்றோ ஆன்ற ஒழுக்கு.   (148)

(பிறனுடைய மனைவியை விரும்பி நோக்காத பெரிய ஆண்மை, சான்றோர்க்கு அறம் மட்டும் அன்று. நிறைந்த ஒழுக்கமாகும்.)

திறனறிந்து சொல்லுக சொல்லை அறனும்
பொருளும் அதனினூஉங்கு இல்.   (644)

(சொல்லின் திறத்தை அறிந்து சொல்லை வழங்க வேண்டும்; அத்தகைய சொல்வன்மையைவிடச் சிறந்த அறமும் பொருளும் இல்லை.)

அறவினை யாதெனில் கொல்லாமை கோறல்
பிறவினை எல்லாந் தரும்.   (321)

(அறமாகிய செயல் எது என்றால் ஓர் உயிரையும் கொல்லாமையாகும்; கொல்லுதல் அறமல்லாத செயல்கள் எல்லாவற்றையும் விளைவிக்கும்.)

அறஞ்சொல்லும் நெஞ்சத்தான் அன்மை புறஞ்சொல்லும்
புன்மையாற் காணப் படும்.   (185)

(அறத்தை நல்லதென்று போற்றும் நெஞ்சம் இல்லாத தன்மை, ஒருவன் மற்றவனைப் பற்றிய புறங்கூறுகின்ற சிறுமையால் காணப்படும்.)

அல்லவை தேய அறம்பெருகும் நல்லவை
நாடி இனிய சொலின்.   (96)

(பிறர்க்கு நன்மையானவற்றை நாடி இனிமை உடைய சொற்களைச் சொல்லின் பாவங்கள் தேய்ந்து குறைய, அறம் வளர்ந்து பெருகும்.)

அளவறிந்தார் நெஞ்சத் தறம்போல நிற்கும்
களவறிந்தார் நெஞ்சில் கரவு.   (288)

(அளவறிந்து வாழ்கின்றவரின் நெஞ்சில் நிற்கும் அறம் போல், களவு செய்து பழகி அறிந்தவரின் நெஞ்சில் வஞ்சம் நிற்கும்.)

மனத்துக்கண் மாசிலன் ஆதல் அனைத்துஅறன்
ஆகுல நீர பிற.   (34)

(ஒருவன் தன் மனத்தில் குற்றம் இல்லாதவனாக இருக்க வேண்டும். அறம் அவ்வளவே; மனத்தூய்மை இல்லாத மற்றவை ஆரவாரத் தன்மை உடையவை.)

ஆங்கிலத்தில் அறம் என்பதை இயற்கை நீதி (Natural Justice) என்பர். அரிஸ்டாடில், பிளாட்டோ முதற்கொண்டு அனைத்து மேனாட்டவர்களும் அறம் என்றால் என்ன என்ற கேள்விக்கு பதிலளிக்க முடியாமல் அது ஒரு தெய்வீகமான மறைபொருள் (It is a divine Mystery)[8] என்று புதிராகக் கூறியதற்கு வள்ளுவர் விளக்கம் தந்துள்ளது சிறப்புடையது.

சட்ட அறிஞர் கெல்சன் மனிதன் இன்பத்தை நாடும் இயல்புடையவன். அப்பண்பே அறம் (The Longing for justice is man's eternal longing for happiness.)[9] என்று கூறியிருப்பது வள்ளுவரின் அறம் பற்றிய கருத்தையே பிரதிபலிக்கிறது. அது வருமாறு,

அறத்தான் வருவதே இன்பமற் றெல்லாம்
புறத்த புகழும் இல.   (39)

தமிழ் இலக்கிய வரலாற்றில் மன்னர்களையும், புரவலர்களையும் போற்றிப் பாடப்பட்டவை மிகக் குறைவு. பரிசிலுக்காக பாடப்படும் அம்மாதிரியான இலக்கியங்கள் இறவாநிலை அடையா. ஆகவே தனிப்பட்டவர்களின் செயல் பாட்டைப் பற்றியோ, கீர்த்தி பற்றியோ அதிகத் தகவல்கள் நமக்கு நேரடியாகக் கிடைக்கவில்லை. இதை வைத்துத் தமிழர்கள் எதற்கும் வரலாற்றுச் சான்றுகள் வைத்துக் கொள்ளவில்லை என்று

கருத முடியாது. மன்னர்களுக்கெல்லாம் மன்னராகவும், புரவலர்களுக்கெல்லாம் புரவலராகவும் உள்ள இறைவனை, சமயத்தை, இயற்கையைப் பாடிப் பரவிய பல இலக்கியங்களில், கல்வெட்டுக்களில் பல வரலாற்றுக் குறிப்புகள் காணக் கிடைக்கின்றன.

மூன்று திசைகள் கடலாலும், வடதிசை நிலத்தாலும் சூழப்பட்ட தமிழகம் வணிகத்திலும், செல்வத்திலும், அறிவிலும், ஆற்றலிலும் சிறந்து விளங்கியது. கிரேக்கர், எகிப்தியர், உரோமானியர், பாரசீகர், சீனர் என்று பல நாட்டவர் தமிழகத்துடன் வாணிபத் தொடர்புகள் வைத்திருந்தனர். மத ரீதியாக சீனத்துடனும், தென் கிழக்கு நாடுகளுடனும், தமிழகத்திற்கு நீண்ட தொடர்பு கொண்ட பாரம்பரியம் இருந்துள்ளது. தாலமி, மெகஸ்தனிஸ். யுவான்சுவாங், பாஹியான், தரயஸ் போன்ற வெளிநாட்டினரின் குறிப்புகள் மூலம் இந்தியக் கலாசாரத்தை அறிய முடிகிறது. கப்பல் வாணிபத்திலும், கடலில் போர் செய்வதிலும் தமிழர்கள் சிறந்து விளங்கினர். கடற்கொள்ளைகளை அரசர்கள் தடுத்து நிறுத்தி வாணிபம் செழித்து வளர வாய்ப்பளித்துள்ளனர்.[10]

கப்பல், நாவாய், தோணி என்று பலவகை மரக்கலங்களைத் தமிழர்கள் பயன்படுத்தியுள்ளனர். சாதவாகனர் தமது நாணயத்தில் கப்பல் சின்னத்தைப் பொறித்துள்ளது குறிப்பிடத்தக்கது. குப்தர்கள் (கி.பி.இரண்டாம் நூற்றாண்டு) கிழக்கில் போர்னியோ வரையிலும், மேற்கே ரோம் வரையிலும் கப்பல் வாணிபம் செய்ததாக யோகி சுத்தானந்த பாரதி கூறுகிறார். ''அரேபியா, பாரசீகம், கார்த்துகம், யவனம்'' முதலிய நாடுகளுடன் கப்பல் வாணிபம் செய்து புகழ் பெற்றதால் பாண்டியனுக்கு மாறன் (மாறா வென்பது ஹீப்ருமொழியில் கொள்வினை, விற்பனை) என்று பெயர் வந்ததென்பர்.

கி.பி.200-ஆம் ஆண்டு முதல் தமிழர்கள் கடல் வாணிபத்தில் சிறந்து மேற்கு ஆசியா, கிரேக்கம், எகிப்து, ரோம், சீனம் முதலிய நாடுகளுடன் வியாபாரத் தொடர்பு வைத்திருந்ததாக, அகச் சான்றுகள் மூலமும், புறச்சான்றுகள் மூலமும் தெரிகிறது. இந்தியர்களுக்கும், எகிப்தியர்களுக்கும் இடையில் நடந்த வியாபாரத் தொடர்புகளை தாலமி (*Ptolemy 2nd Century BC*) தெரிவிக்கிறார். திருபிடகம் என்ற பௌத்த நூல் இந்தியாவிற்கும் சீனத்திற்கும் இடையேயுள்ள சமூக உறவுகளை விளக்குகிறது.

பர்மாவும் பெரு நாடும் திராவிடரால் வெல்லப்பட்டு பெரு ''தாவாங்'' எனப் பெயர் மாற்றம் செய்யப்பட்டது. தமிழ் இலக்கியங்களின் மூலம் யவனத்திலிருந்து, மது அரபிய நாட்டுக் குதிரைகளுடன் வந்ததை அறிகிறோம். தமிழ் நாட்டிலிருந்து ஏலம், மிளகு, அகில், மயிலிறகு, முத்து. ரத்தினம், வைடூரியம் வெளிநாட்டுகளுக்கு ஏற்றுமதி செய்யப்பட்டதாகவும் தெரிகிறது. யவனர் என்பது கிரேக்கர்களையும், உரோமானியர்களையும், அரேபியர்களையும் குறிப்பதாக யோகி சுத்தானந்த பாரதி கூறுகிறார்.[11]

வெளிநாட்டு நூலாசிரியர்களான தாலமி *(Ptoloemy)* எழுதிய உலக நூல், பிளினி *(Pliny 1st Century BC)* எழுதிய இயற்கை வரலாறு *(Nature History)*, பெரிப்ளஸ் *(Peripuls)* எழுதிய பிரயாண நூல் ஆகியவை பாண்டியர், சோழர்களின் வாணிகத் திறமைகளைக் கூறுகின்றன. முதலாம் குலோத்துங்க சோழன் சீனத்திற்கு தூதுவரை அனுப்பியுள்ளார்.

> ''யவனர் தந்த வினைமாண் நன்கலம்
> பொன்னோடு வந்து கறியொடு பெயரும்''[12]

> ''பொன் மலிந்த விழுப்பண்ட
> நாடார நன் கிழிதரு''[13]

> ''மாடியற் பெரு நாவாய்
> யவனர் நன்கலம் தந்த தண்தமிழ் தேறல்''[14]

> ''நீரின் வந்த நிமிர்பரிப் புரவியும்
> காலின வந்த கருங்கறி மூடையும்''
> - - - - - - - - - - - - - - - - -
> ''அரியவும் பெரியவு நெரியவு ஈண்டி
> வளந்தலை மயங்கிய நனந்தலை மறுகின்''[15]

பாண்டிய மன்னன் அகஸ்தஸ் சீசருக்கு (கி.மு. 30-ல்) தூதுவரை அனுப்பியுள்ளான். மொகஞ்சதாரோ, ஹரப்பா ஆகிய சிந்து நதி தீர ஊர்களை ஆராய்ந்ததில், ஆரியர் அல்லாதவர்களால் மிகப் பெரிய நாகரீக வாழ்க்கை நடத்தப்பட்டது தெரிய வந்துள்ளது. இரும்பையும், மற்ற உலோகங்களையும் பயன்படுத்த அந்த நாகரீக மக்கள் தெரிந்திருந்தனர். அந்த நகரங்களில் முறையான தெருக்கள், சுகாதார வசதி, கால்வாய்கள், பொது குளியறைகளுடன் கூடிய திருத்தமான வீடு அமைப்புகளுடன் சிறப்பாக மக்கள் வாழ்ந்தது தெரிய வருகிறது.

திருக்குறள் செம்மை நெறியை (Idealism) அடைய இலக்கணம் கூறும் நூல். துறவிக்கும், இல்வாழ்வானுக்கும் வாழ்வாங்கு வாழ வழி கூறிய குறள். அதே நேரத்தில் இருதரப்பினரும் எவ்வாறு தங்களிடமுள்ள குறைகளை களைய வேண்டும் என்றும் வழி சொல்கிறது. வள்ளுவர் பொருட்பாலில் அரசனுக்கு சிறந்த அறிவுரைகள் கூறி, இன்பத்துப்பாலிலும் அறக்கருத்துக்களுக்கு முதலிடம் கொடுத்துள்ளார்.

வள்ளுவர் மன்னனுக்கும், அவனால் ஆளப்படுகிற மக்களுக்கும் ஒரே தகுதியை வைத்தாலும் மன்னராட்சியைத் தான் குறிப்பிடுகிறார் எனக் கருத வேண்டியுள்ளது. அரசன் மக்கள் நலத்தில் ஆர்வம் கொண்டவனாக, கடுஞ்சொல் பயன்படுத்தாமல், அளவுக்கு மீறி தண்டனை தராமல், ஈட்டல், காத்தல், வகுத்தலில் சிறந்தவனாக இருந்தால் மட்டுமே அவன் மக்களுக்கு ''இறை'' என்று கருதப்படுவான் என்று வள்ளுவர் கூறியதிலிருந்து மக்கள் நலம் பேணும் முடியாட்சியை வள்ளுவர் விரும்பியிருக்கிறார் எனத் தெரிகிறது.

திருக்குறளில், திருவள்ளுவர் தம் காலக்கட்டத்திலிருந்த சமுதாய அவலங்களான சூது, புலால் உண்ணல், கள், தீ நட்பு, வரைவின் மகளிர் ஆகியவற்றை எதிர்த்துக் குரல் கொடுத்துள்ளார். மார்டின் லூதர்கிங் தம் காலக்கட்டத்திலிருந்த கிறித்துவ சமுதாயத்தின் மீது புகார் செய்ததையும், கார்ல்மார்க்ஸ் அவர் காலத்திய அரசுகளைச் சாடியதையும் இங்கு நினைவில் கொள்ளவேண்டும். ஆனால் திருவள்ளுவர், மார்டின்லூதர்கிங், கார்ல்மார்க்ஸ் போல சமுதாயத்தின் முழு மாற்றத்தையும் எதிர்பார்க்கவில்லை. சிறுசிறு மாற்றங்களே சமூக அவலங்களை மாற்றி நெறிப்படுத்திவிடும் என்று வள்ளுவர் நம்பியிருக்கிறார்.

திருவள்ளுவர், சனாதன தர்மத்தை நிலைநாட்ட குறள் படைக்கவில்லை. அந்தணர், ஆயர், இல்வாழ்வான், முயல்வோர், உழவர், கள்வர், வேட்டுவர், செல்வர், இரப்பார், அடிமை, துவ்வாதவர் (வறியவர்), வரைவின் மகளிர், மாதர் என்று பலதரப்பட்ட மக்களைப் பற்றி வள்ளுவர் பேசினாலும் பிறப்பினால் சமூக நிலை நிர்ணயிக்கப்படுவதையோ, மக்களைப் பிறப்பால் உயர்ந்தவர், தாழ்ந்தவர் என்று பாகுபடுத்துவதையோ எந்த இடத்திலும் வள்ளுவர் கூறவில்லை. எந்த இடத்திலும் வர்ணாசிரம தர்மத்தை வள்ளுவர் தாக்கவில்லை என்றாலும் இத்தர்மத்தை

ஆதரிக்கவில்லை என்பதும் உண்மை. இதே போல சாதி சங்கமத்தையும் வள்ளுவர் பொருட்படுத்தவில்லை.

அறத்தைப் பெரிதுபடுத்தியே பேசும் வள்ளுவர் சில இடங்களில் போலிப் பிடிப்பை நெகிழ விட்டு இருக்கிறார். வாய்மை தவறக்கூடாது என்ற வள்ளுவர் ''பொய்மையும் வாய்மையிடத்து'' என்றும் சொல்கிறார். அரசன், பயிரைக் காப்பாற்ற களைகளைப் பறிப்பது போலக் கொடியவர்களைக் களையச் சொல்லிவிட்டுப் பின் ''கடிதோச்சி மெல்ல எறிக'' என்கிறார். மன்னவன் சிறந்த ஆட்சி தரவேண்டும் என்ற வள்ளுவர், அவன் கொடுங்கோலனாக மாறினால் என்ன செய்யவேண்டும் என்ற வழிமுறையைச் சொல்லவில்லை. இதன்மூலம் வள்ளுவர் சமுதாயத்தில் பெரிய மாற்றத்தைக் கொண்டுவரவேண்டும் என்று விரும்பியதாகத் தெரியவில்லை. அதற்குக் காரணம், இன்னும் முழு மாற்றம் தேவைப்படும் அளவு சமுதாயம் கெட்டிருக்கவில்லை என நினைத்திருக்கலாம்.

பொருட்பாலில் முடியாட்சி முறையை வலியுறுத்திய வள்ளுவர், அதே காலத்தில் உலகின் பல பாகங்களில் நடந்த மக்களாட்சி முறை பற்றி எந்த இடத்திலும் கூறவில்லை. வள்ளுவரின் அறக்கோட்பாடுகளில் சில, கிறிஸ்துவ மதத்தின் பத்து கட்டளைகளோடு (10 Commandments) ஒத்துள்ளன.[16]

வள்ளுவரால் முழுவதுமாக ஏற்றுக்கொள்ளப்பட்டவை:-

1. தாய் தந்தையரை மதித்தல்.
2. கொல்லாமை.
3. பிறன்மனை விழையாமை.
4. திருட்டில் ஈடுபடாமை.
5. பொய்சாட்சி கூறாமை.
6. பிறர்பொருளை அபகரிக்காமை.
7. கடவுளை மதித்தல்.
8. பிறர் மனைவி, வேலைக்காரர் உடமைகள் என்று பிறருக்குள்ள யாதொன்றையும் கவர்ந்திட விழையாமை.

வள்ளுவரால் ஏற்றுகொள்ளப்படாதவை:-

1. ஒரே கடவுள் கோட்பாடு (திருவள்ளுவர் சிறு தெய்வங்களின் செயற்பாட்டை ஏற்கிறார்.)

2. ஆறுநாட்கள் வேலைக்குப்பின் ஏழாவது நாள் கட்டாயம் ஓய்வெடுத்தல்.

"வள்ளுவரின் மற்ற கருத்துக்கள் அனைத்தும் உலக அளவில் ஏற்றுக் கொள்ளப்பட்டன என்றும் கூறமுடியாது. "வான்சிறப்பு" என்ற அதிகாரத்தில் மழையில்லாவிட்டால் உலகமே பசியால் வாடும் என்ற வள்ளுவர் மழையை அமிழ்தம், துப்பு, வாரி என்றெல்லாம் பல சிறப்புப் பெயர்களில் அழைத்தாலும், பனிப்பாறைகளால் சூழப்பட்டு மழையே தேவையில்லாமல் இருக்கின்ற ஐஸ்லாந்து நாட்டிற்கு (Iceland) மழை எந்த விதத்திலும் தேவையில்லை" என முனைவர் என். சுப்பிரமணியன் கருதுகிறார். இது சரியான கருத்து என்றாலும் மழையின் இடத்தைப் பனிப்பாறைகள் வகிக்கின்றன என்றும் சில சொல்லக் கூடும்.

குறள் எந்த ஒரு சமயத்தையும் உயர்த்திப் பேசவில்லை. ஆனால் ஊழ், மறுபிறப்பு, இறந்தபின்னும் புகழோடு வாழும் நிலை என்பன பற்றிப் பேசுகிறது. இந்து சமூகம், சட்டம் இயற்றுவதற்கு என்று தனியான ஓர் அமைப்பை (Legislature) பெற்றிருக்கவில்லையாதலால் "பாவங்கள்" என்று கருதப்பட்டன மட்டுமே தண்டனைக்குள்ளாயின. தண்டனை அரசனாலும், கடவுளாலும் தரப்படும் என்று அன்றைய சமுதாயம் நம்பியது. வள்ளுவரின் அறக்கருத்துக்களையும் தண்டனை முறையையும் பார்க்கும் பொழுது வள்ளுவர் எந்த வகையான சிந்தனையாளர் என்பதை முனைவர் சுப்பரமணியன் பாகுபடுத்திக் கண்டிருக்கிறார்.

நான்கு நிலைகளில் விளைவுகளை வைத்து அறக்கருத்தைக் கூறலாம்:

1. தனக்கு நல்லவனாகவும் சிலருக்கு மட்டும் விரும்பத்தகாதவனாகவும் இருத்தல்.

2. மற்றவர்களுக்கு நல்லவனாகவும் தனக்கு மட்டும் வேண்டுமானால் விரும்பத்தகாதவனகாகவும் இருத்தல்.

3. மற்றவர்களுக்கும் தனக்கும் நல்லவனாக இருத்தல்.

4. மற்றவர்களுக்கும் தனக்கும் விரும்பத்தகாதவனாக இருத்தல்.

முதல் பிரிவு தன்னலம் பேணுபவர்களுக்குரியது. மூன்றாவது பிரிவில் சிலரே அடங்குவர். 4-வது பிரிவு சிறப்பானது அன்று. இரண்டாம் பிரிவைச் சேர்ந்தவர்களுக்கு மனிதாபிமானமும் மனிதகுலத்தின் மீது மிகுந்த அன்பும் இருக்கக்கூடும்.[17] அறநெறிச் சிந்தனையாளர்களில் வள்ளுவர் மூன்றாம் பிரிவைச் சேர்ந்தவர். அவர் நிலையைக் கீழ்வரும் குறட்பாக்கள் உறுதி செய்யும்.

1. பொய்மையும் வாய்மை யிடத்த புரைதீர்ந்த
   நன்மை பயக்கும் எனின்.   (292)

2. இன்னாசெய் தாரை ஒறுத்தல் அவர்நாண
   நன்னயஞ் செய்து விடல்.   (314)

குற்றத்தை தண்டித்து ஒறுத்தால்தான் அறம் தழைக்கும். அதற்கு நான்கு வழிகள் உள்ளதென்பது அறிஞர் துணிபு.

1. குற்றத்தைச் செய்தவருக்குக் குற்றத்தின் அளவே தண்டனை கொடுத்தல்.

(உ.ம்)

கொலையிற் கொடியாரை வேந்தொறுத்தல் பைங்கூழ்
களைகட் டதனொடு நேர்.   (550)

2. குற்றம் செய்தவரைப் பொறுத்துக்கொள்ளுதல்

(உ.ம்)

கறுத்து இன்னா செய்தவக் கண்ணும் மறுத்துஇன்னா
செய்யாமை மாசற்றார் கோள்.   (312)

3. குற்றம் செய்வோரைக்கண்டு அடங்கிப்போதல்.
   (வள்ளுவர் இதை ஏற்கவில்லை)

4. குற்றம் செய்தவர்களுக்கும் நன்மை செய்தல்.

(உ.ம்)

இன்னாசெய் தாரை ஒறுத்தல் அவர்நாண
நன்னயம் செய்து விடல்.   (314)

இன்னாசெய் தார்க்கும் இனியவே செய்யாக்கால்
என்ன பயத்ததோ சால்பு.   (987)

அற நூல்கள் அவசிய ஹிம்சையை (Avasya Himsa) ஏற்கின்றன. உதாரணமாக யாகத்தின்போது மிருகங்களை நெருப்பிலிடுதலை

வட இந்திய அற நூல்கள் அங்கீகரிக்கின்றன. வள்ளுவர் இதை ஏற்கவில்லை.

மனிதனோ, மிருகமோ, உயிர்நீத்தலை வள்ளுவர் மூன்று இடங்களில் மட்டுமே அனுமதிக்கிறார்.

1. எதிரிகளைப் போர்க்களத்தில் கொல்லுதல்.

(உ.ம்)

என்னைமுன் நில்லன்மின் தெவ்விர் பலர்என்னை
முன்நின்று கல்நின் றவர். (771)

புரந்தார்கண் நீர்மல்கச் சாகிற்பின் சாக்காடு
இரந்துகோள் தக்கது உடைத்து. (780)

2. அரசன் கொலையிற் கொடியோரைக் கொல்லலாம்.

(உ.ம்)

கொலையிற் கொடியாரை வேந்தொறுத்தல் பைங்கூழ்
களைகட் டதனொடு நேர். (550)

3. வேட்டையின்போது மிருகங்களைக் கொல்லலாம்.

(உ.ம்)

கான முயலெய்த அம்பினில் யானை
பிழைத்தவேல் ஏந்தல் இனிது (772)

4. தன்உயிர் நீப்பதை தடுக்கவில்லை.

(உ.ம்)

தன்னுயிர் நீப்பனும் செய்யற்க தான்பிறிது
இன்னுயிர் நீக்கும் வினை. (327)

வள்ளுவர் ஒரு அறத்தை வலியுறுத்த மற்றொரு அறத்தைக் குறைத்து மதிக்கச் சொல்லுவதையும் ஒரு குறளில் காண முடிகிறது.

ஈன்றாள் பசிகாண்பான் ஆயினும் செய்யற்க
சான்றோர் பழிக்கும் வினை. (656)

அறத்தை வலியுறுத்திய வள்ளுவர் ''இன்னா செய்யாமை'' அதிகாரத்தில் கூறியுள்ளவை நோக்கத்தக்கன.

இன்னா எனத்தான் உணர்ந்தவை துன்னாமை
வேண்டும் பிறன்கட் செயல். (316)

எனைத்தானும் எஞ்ஞான்றும் யார்க்கும் மனத்தானாம்
மாணாசெய் யாமை தலை.   (317)

"கள்ளாமை" அதிகார விளக்கத்தில் பரிப்பெருமாள் கூறுவதாவது: "கள்ளாமையாவது யாதொரு பொருளையுங் களவாற்கொள்ளாராதல், மேல் இன்பங்காரணமாக மறைந் தொழுகாமை கூறினார்; இது பொருள் காரணமாக மறைந் தொழுகலாகலின் அதன்பின் கூறப்பட்டது. இது முதலாகக் கொல்லாமையீறாகக் கூறுகின்ற அறங்களெல்லாம் இல்லறத் தினின்றார்க்கும் உரியவராகக் கொள்ளப்படும்.''

குற்றத்திற்குத் தண்டனை தருவது அரசனாக இருந்ததால் அவனுக்கு என்று ஒருமுறையும் தன் மனிதனுக்கென்று ஒருமுறையும் வள்ளுவர் சொல்லுகிறார்.

அரசன்

குடிபுறங் காத்தோம்பக் குற்றம் கடிதல்
வடுவன்று வேந்தன் தொழில்.   (549)

கொலையிற் கொடியாரை வேந்தொறுத்தல் பைங்கூழ்
களைகட் டதனொடு நேர்.   (550)

தனிமனிதன்

இன்னாசெய் தாரை ஒறுத்தல் அவர்நாண
நன்னயம் செய்து விடல்.   (314)

இன்னாசெய் தார்க்கும் இனியவே செய்யாக்கால்
என்ன பயத்ததோ சால்பு.   (987)

இதன்மூலம் வள்ளுவர், தவறு செய்தவர்களைத் தண்டிக்கும் தகுதி அரசனுக்கு மட்டுமே உண்டு என்கிறார்.

வள்ளுவர் அறத்திற்கு எதிரானதாக கீழ்க்கண்ட இயல்புகளைச் சொல்கிறார்:-

1. மடி
2. அவா
3. கள்ளநினைவு
4. அழுக்காறு
5. வெகுளி
6. இன்னாச்சொல்
7. மீதூண் விரும்பல்

8. அன்பிலாதிருத்தல்
9. கயமை
10. புறங்கூறுதல்

இவை யாவும் செம்மைநெறிக்கு எதிரானவை.

வட நாட்டு அற இலக்கியங்கள் ''ஆணவத்தையும்'' அறத்திற்கு எதிரான இயல்பாகக் கொள்கின்றன. வள்ளுவர் அடக்கமுடைமை வேண்டும் என அறிவுறுத்தினாலும் நியாயமான ஆணவத்தைச் சுயமரியாதையாகக் கொள்கிறார். இதை மிகப்பெரிய தவறாகக் கொள்ளவில்லை.

வியவற்க எஞ்ஞான்றும் தன்னை நயவற்க
நன்றி பயவா வினை.   (439)

அமைந்தாங் கொழுகான் அளவறியான் தன்னை
வியந்தான் விரைந்து கெடும்.   (474)

தன்னைத்தான் காதல னாயின் எனைத்தொன்றும்
துன்னற்க தீவினைப் பால்.   (209)

யான்எனது என்னும் செருக்குஅறுப்பான் வானோர்க்கு
உயர்ந்த உலகம் புகும்.   (346)

செருக்கும் சினமும் சிறுமையும் இல்லார்
பெருக்கம் பெருமித நீர்த்து.   (431)

அறநூல் என்பதால் பல இடங்களில் இதைச் செய்க என்றும் இதைச் செய்யற்க என்றும் குறள் கட்டளையிடுகிறது. கடமைகளைப் பற்றிப் பெரிதும் பேசும் குறள் உரிமையைப் பற்றிக் கூறவில்லை.

ஒருவேளை கடமை சரியாக செய்யப்பட்டால் உரிமைகள் பாதுகாக்கப்படும் என வள்ளுவர் எண்ணியிருக்கலாம்.[18] கடமை தவறுவதை வள்ளுவர் ஏற்கவில்லை. கடமை தவறும்போது மனச்சாட்சியே காவல் செய்து அறவழியில் செலுத்தும் என்று வள்ளுவர் நம்புகிறார்.

அரசனுக்கு மக்களும், கணவனுக்கு மனைவியும் அடங்கியவர்கள் என்று வெளிப்படையாகச் சொன்னாலும் தந்தைக்குக் குழந்தையும் ஆசிரியருக்கு மாணவனும் அடங்கியவர்கள் என்பதை அவ்வளவு வெளிப்படையாகச் சொல்லாமல் ''செய்நன்றி'' என்ற அதிகாரத்தில் குறிப்பாகக் காட்டியுள்ளார்.

தினைத்துணை நன்றி செயினும் பனைத்துணையாக்
கொள்வர் பயன்தெரி வார். (104)

எழுமை எழுபிறப்பும் உள்ளுவர் தம்கண்
விழுமந் துடைத்தவர் நட்பு. (107)

சுருதி *(Sruti)*, ஸ்மிருதிகள் *(Smritis)*, வழக்கம் *(Custom)*, நீதிமன்ற முடிவுகள் *(Judicial decisions)*, சட்டம் இயற்றப்படுதல் *(Legislation)* ஆகியவை இந்துச் சட்டங்களின் ஆதாரமாக உள்ளன.[19] ஆனால் இவற்றில் சொல்லப்படாதவைகள், உதாரணமாக தர்ம சாஸ்திரங்களில் கூறப்பட்டவைக்கு முற்றிலும் மாறுதலாகக் கூடப் பல சட்டங்கள் கடந்த ஒரு நூற்றாண்டில் இயற்றப்பட்டுள்ளன.[20]

இந்து மதத்தைச் சேர்ந்த ஒருவர் மதம் மாறினாலோ, ஜாதியிலிருந்து தள்ளிவைக்கப்பட்டாலோ சொத்துரிமையை இழந்துவிட வேண்டும் என்ற நிலை இந்து தர்மத்தில் இருந்தாலும் சட்டம் இயற்றுதலின் *(Legislation)* மூலம் இது மாற்றப்பட்டுள்ளது. அதே போல விதவைகள் மறுமணம் தற்போது சட்ட ரீதியாக அனுமதிக்கப்பட்டிருக்கிறது. தர்ம சாஸ்திரங்களில் உரிமை வயது *(Majority)* என்ற ஒரு முறை கிடையாது. ஆனாலும் 16 வயது முடிந்ததும் ஓர் ஆண் மனித உரிமைகளுக்கும் கடமைகளுக்கும் உட்படுகிறான் என்ற மரபு உண்டு. தற்போது இது 18 வயது என்று நிர்ணயிக்கப்பட்டுள்ளது.[21] இளமைத் திருமணம் என்பது முன்பு வழக்கிலிருந்தாலும் தற்போது தண்டனைக்குரிய குற்றமாகி விட்டது.

ஜான் டி மெயின் என்ற ஆங்கிலேயே சட்ட வல்லுநர் 1878 ஆம் ஆண்டு ''இந்துச் சட்டம்'' என்ற சட்டத் தொகுப்பை வெளியிட்டார். வேதங்கள், மனு தர்மம், வசிட்டர், யாக்ஞவல்கியர், காமாந்தகா, நாரதர் போன்றவர்கள் தந்த தர்ம சாத்திரங்கள்தாம், தான் தொகுத்த இந்துச் சட்டத்தின் மூலம் என்று மெயின் தெளிவாகத் தெரிவித்துள்ளார். தமிழக இந்துச் சட்டத்திற்கும், ஜான்.டி.மெயின் தொகுத்தளித்த இந்துச் சட்டத்திற்கும் வித்தியாசங்கள் உள்ளன.[22] இந்துச் சட்டத்தை திராவிட மக்கள் ஏற்றுக் கொள்ளவில்லை. இருப்பினும் அது அவர்கள்மேல் திணிக்கப்பட்டது. பிராமணர் வாழ்வை அடிப்படையாகக் கொண்டு, ஜான்.டி.மெயினால் எழுதப்பட்ட இந்துச் சட்டம் பிராமணரல்லாதவர்களுக்குப் பொருந்தாது என்று திராவிடர்கள் எதிர்த்தாலும், இந்தச் சட்டம் அமுலுக்கு வந்த 19-ஆம் நூற்றாண்டில் வருவாய்த்துறையிலும், நீதித்துறையிலும், பெரும்பாலும் பிராமணர்களே இருந்ததால்

இந்துச் சட்டம் திராவிட இன மக்கள் எதிர்ப்பையும் மீறி நடைமுறைப்படுத்தப்பட்டு விட்டது.

"This influence has been exercised throughout the whole of southern India during the present century by means of our courts and pandits by Vakils and officials both Judicial and Revenue almost all of whom till very lately were Brahmins.''[23]

தர்மசாஸ்திரம் தந்த மனுவை ஏற்றுக் கொண்டாலும் ஏற்றுக்கொள்ளாவிட்டாலும், அவர் நூலின் பயன்பாட்டை இந்து தர்மத்திலிருந்து பிரிக்க முடியாது. 'மனு' என்ற பெயரில் நால்வர் இருந்ததாக ரிக் வேதமும் கீதையும் சொல்கின்றன. இந்து தர்மத்தில் மனு என்பது ஏழு நபர்களைக் குறிக்கும். மனுதர்ம சாத்திரத்தில் 2,683 சூத்திரங்கள் இருக்கின்றன.[24] இவைகள் பெரும்பான்மை மக்களின் சமதர்ம சமுதாய வேட்கையை தீர்க்கவில்லை என்றாலும், நம் நாட்டின் தொன்மையான பழக்க வழக்கங்களை மனுதர்மம் நிலைப்படுத்தியுள்ளது என்பதை மறுக்க முடியாது.

மனு உரைத்த தர்மங்கள் எல்லோராலும் பின்பற்றி ஒழுகிவரும் தர்ம நெறிகளாகக் கருதப்பட்டதால், கல்வி அறிவு பெருகாத காலகட்டத்தில் கூட நடைமுறை வழக்கில் இருந்தன என்றும், மனு தர்மம் நால்வகை வர்ணத்தாருக்கும் விதிக்கப்பட்ட கடமைகளை காரிய காரணத் தொடர்போடு விரித்துரைக்கிறது என்றும் சிலர் கருதுகின்றனர்.

உலகத்தின் தோற்றம், உயிர்களின் தோற்றம், காலக்கணக்கு, கல்வி, அன்னை, தந்தை, ஆசிரியர், பிரம்மச்சாரியின் கடமைகள், நட்பு, மணமுறை, தானம், நன்செயலும் வன்செயலும், அரசன் கடமை, செங்கோல், அமைச்சு, தூதுவன், நீதிபரிபாலனம், தண்டனை, வரிவிதிப்பதும் வசூலிப்பதும், வரிவிலக்கு, கையூட்டு, படை, போர் நடத்துதல், முற்றுகை, சாட்சி, சான்றுரைத்தல், புதையல், கடன், செல்லாக்கடன், கடன் தீர்ப்பது, வட்டி, பிணை, அடைக்கலம், நில எல்லை, கலப்படம், கூலி, வசைமொழி, கலவரமும் தண்டனையும், போக்குவரத்து விபத்து, பாகப் பிரிவினை, தீர்ப்பு, ஒற்றர், சூது, மரண தண்டனை, நாடு கடத்துதல், சிறு பிழைகள், ஐந்து மாபாவங்கள், சிறு பாவங்கள், ஈதல், கள், களவு, காமம் என்று பல செய்திகள் மனு தர்மத்தில் காணக் கிடக்கின்றன.

கிரேக்க சரித்திர ஆசிரியர் ஹிரோடோட்டஸ் ''நான்கு வகுப்பார்கள்'' என்று அடிக்கடி குறிப்படுவதும், பிளாட்டோ தொழில் தகுதி அடிப்படையில் மக்களைப் பிரித்திருப்பதும், கி.பி.527 முதல் கி.பி.563 வரை ரோமாபுரியில் வழக்கிலிருந்த ஜஸ்டினியன் சட்டங்களும் மனுவை முன்மாதிரியாகக் கொண்டவை என்கிறார் திருலோக சீதாராம். ''மனுதர்ம சாஸ்திரத்தைப் பற்றி ஜெர்மானியத் தத்துவஞானியான நீட்ஷே பைபிளை மூடிவிட்டு மனுதர்ம சாஸ்திரத்தை திறந்து பாருங்கள்'' என்று கூறியதும் நினைவில் கொள்ளத்தக்கது.[25] மனு தர்மத்தில் இக்காலத்தில் ஏற்றுக் கொள்ளப்படாத சில வழக்கங்கள் இருந்தாலும் இன்றும் பெரிதாக மதிக்கப்படுகின்ற பல கோட்பாடுகளையும் காண முடிகிறது. அவையாவன;

அரசநீதி

'ஒன்றைக் கொள்ளவோ, தள்ளவோ பிறக்கும் அரசாணையை ஒருவரும் தடுக்கலாகாது.'[26]

(அத்தியாயம் 7 - 13)

'குற்றவாளியைத் தண்டிப்பதில் இடம், நேரம், திறன், அறிவு இவற்றையெல்லாம் எண்ணிப் பார்த்தே ஏற்றவாறு தண்டிக்க வேண்டும்.'

(அத்தியாயம் 7 -16)

'படைக்கலம் ஏந்தும் சைன்யங்களைத் தளபதியைக் கொண்டும், தேச விசாரணை, பொக்கிஷம் இவற்றைத் தானேயும், போர் எழுதல், சமாதானம் செய்து கொள்ளல் இவற்றைத் தூதன் மூலமாகவும் நடத்திக் கொள்ளவேண்டும்'.

(அத்தியாயம் 7 - 65)

போர்

'வெற்றி தோல்விகள் பொதுவாகையால், வேறு வழிகளில் வெற்றி கிடைக்குமெனில், போரை விலக்க வேண்டும்.'

(அத்தியாயம் 7 - 199)

வழக்கு

'வழக்காட மனிதன் நீதிமன்றம் செல்லாதொழிக. ஒருவேளை சென்றால் மெய்யே கூறுக. தான் அறிந்ததை மறைத்தாலும், அறியாததை அறிந்தது போல கூறிடினும் குற்றம்.'

(அத்தியாயம் 8 - 13)

'வெட்டுண்ட மிருகம் ஓடிப்போன வழியைச் சிந்திய ரத்தத் துளிகளால் வேடன் அறிவது போன்று தக்க சான்றுகளின் மூலம் நியாயம் இன்னதென்று மன்னன் கண்டறியவேண்டும்'.

(அத்தியாயம் 8 - 44)

உடைமைகள்

'உரியவர் இன்னாரென்று அறியப்படாத பொருள்கள் மன்னனிடம் வந்துவிட்டபின் மூன்றாண்டுகள் வரை உடையவர் வந்து தனது பொருளை பெற்றுக்கொள்ளாவிடில், பின்னர் அது அரசனுடைமையாகும்.'

(அத்தியாயம் 8 - 30)

'பிணை நிற்பவன், கடன் கொடுத்தவன் விரும்பும் போது கடன்காரனை அவன் முன் கொண்டு வரத் தவறினால் பிணையாளனே கடன் முழுவதையும் செலுத்த வேண்டும்.'

(அத்தியாயம் 8 - 158)

நிலத்தகராறு

'அடிக்கடி மாந்தரிடை ஏற்படும் எல்லைத் தகராறுகளை எண்ணி, மறைவான சில அடையாளங்களையும் மன்னன் ஏற்படுத்த வேண்டும்.'[27]

(அத்தியாயம் 8 - 249)

மானநஷ்ட வழக்குகள்

'ஒரு கண் குருடானவன், கால் நொண்டி, கைமுடவன் இவர்களின் அங்கஹீனத்தைக் குறிப்பிட்டு அவமானப் படுத்துகிறவர்களுக்குச் சொற்ப அபராதமான காருடா பணம் தண்டம் விதிக்கலாம்.'

(அத்தியாயம் 8 - 274)

'தேர் முதலிய ஊர்திகள், பாகர், ஊர்தியாளன் இவர்களால் ஏற்படும் பொருள், உயிர்ச் சேதங்களில் (பத்து விதிவிலக்குகள் தவிர்த்த சந்தர்ப்பங்கள் அனைத்திலும்) தண்டனை உண்டு.'[28]

(அத்தியாயம் 8 - 290)

'மூடத்தனத்தால் வண்டியைத் திருப்பி, அதனால் பொருள்

உயிர்ச் சேதம் ஏற்படுமானால் அத்தகைய திறமையில்லாதவனை வேலைக்கு வைத்துக் கொண்டதற்காக எஜமானனுக்கு இரு நூறு பணம் தண்டம் விதிக்க.'[29]

(அத்தியாயம் 8 - 293)

'வசைமொழிவோன், திருடன், அடிப்பவன் இவர்களைக் காட்டிலும் வன்செயலோன் பெரும் பாவி.'

(அத்தியாயம் 8 - 344)

'மனிதனின் தவறுகளால் ஏற்படும் சேதங்களைத் தவிர்த்து தெய்வச் செயலால் ஏற்படும் தொல்லைகளுக்குத் தோணிக் காரனைத் தொல்லைப் படுத்தக்கூடாது.'[30]

(அத்தியாயம் 8 - 408)

'கட்குடியள், தீநடையுடையவள், கொண்டவனுக்கு இரண்டகம் செய்பவள், தீராப்பினியள், கொடுமனமுடையவள், ஊதாரி இத்தகைய மனைவிக்கு ஜீவனாம்சம் கொடுத்து விலக்கிப் பின் மறுமணம் செய்து கொள்க.'[31]

(அத்தியாயம் 9 - 80)

'வேறு கோத்திரத்திலிருந்து வந்தவனேயாயினும் நற் குணமுள்ள தத்துப் பிள்ளை, தன்னைத் தத்தெடுத்தவனுக்குப் பிறந்த பிள்ளையுடன் சொத்தைப் பகிர்ந்து கொள்க.'[32]

(அத்தியாயம் 9 - 141)

'கல்வியினால் பிரசங்கம் செய்து ஈட்டிய பொருள், தோழமையினால் பெற்ற செல்வம், திருமணத்தில் மாமனார் முதலியவர்களால் வரப்பெற்ற பரிசுப் பொருள், யாரேனும் மரியாதை செய்து அர்ப்பணித்தவை இவை அவரவர்க்குரியன வேயன்றிப் பகிர்ந்து கொள்ள வேண்டியதில்லை.'[33]

(அத்தியாயம் 9 - 206)

'சகோதரர்கள் பகிர்ந்து கொண்டபின் மீண்டும் ஒன்றுகூடி, சிலகாலம் சென்று மறுபடியும் பிரித்துக் கொண்டால், அப்போது எடுகூறு யாதுமில்லாமல் சரியாகப் பகிர்ந்து கொள்க.'[34]

(அத்தியாயம் 9 - 224)

'கவறு, சதுரங்க முதலியவற்றால் ஆடல்தியூதம் என்றும் ஆடு,

கோழி, கடா மல்லன் முதலியவற்றால் பந்தயம் கட்டிப் போர் பொருதுவித்தல் சமாகுவம் என்னும் குற்றமாகும்.'[35]

(அத்தியாயம் 9 - 224)

சிறு பிழைகளுக்கு தண்டனையில்லை

(அத்தியாயம் 10 -105)[36]

வள்ளுவர் அடிப்படை நீதி நெறிகளைத் தெளிவுபடுத்தினார். தெளிவுபடுத்தப்பட்ட நெறிகளை அமலாக்கம் செய்வதற்கான வழிமுறைகளை மனு வகுத்துத்தந்தார்.[37] சட்ட அடிப்படைக்கான நீதியையும் அறத்தையும் வள்ளுவர் வலியுறுத்தினார். இதை எங்ஙனம் அமலாக்க வேண்டும் என்ற வழிமுறைகளைப் பற்றி அவர் பேசவில்லை. நீதிவழுவா நெறிமுறை மன்னனால் கைக்கொள்ளப் படவேண்டும் என்பதே அவர் குறிக்கோள்.

மனு தர்மமும் திருவள்ளுவர் அறமும் வெவ்வேறானவை. மனுவின் தர்மம் நான்கு வருணங்களைப் பற்றியது. திருவள்ளுவர் 'பிறப்பொக்கும் எல்லா உயிர்க்கும்' என்று அறம் சொன்னவர். மனுதர்மத்தில் விவசாயம் உயர்ந்த தொழிலாகக் கூறப்படவில்லை. 'உழுவார் உலகத்தார்க்கு ஆணி' என்றும், 'சுழன்றும் ஏர்ப்பின்னது உலகம்' என்றும், 'உழுதுண்டு வாழ்வாரே வாழ்வார்' என்றும் வள்ளுவரால் பெருமைப்படுத்தப்பட்டது விவசாயமாகும்.

திருவள்ளுவர் கௌடில்யரிடமிருந்தும் சிறிது மாறுபடுகிறார். மனுவைப்போல கௌடில்யரும் புரோகித ஆதிக்கத்திற்கு முன்னுரிமை கொடுத்தபோது திருவள்ளுவர் அதை மறுத்துள்ளார். திருவள்ளுவர் எண்ணம், செயல் இரண்டும் தூய்மையாக இருக்க வேண்டும் என்ற போது கௌடில்யர் இவைகளைப் பொருட் படுத்தவில்லை. குறள் ஒற்றாடலை மட்டும் ஏற்கிறது. உட்பகைத் தூண்டுதலையோ (Subversion), கொரில்லா போர்முறையையோ (Guerilla warfare), ஐந்தாம் படை வேலையையோ (Underground activities) குறள் ஏற்கவில்லை. ஆனால் கௌடில்யர் இவைகளை அனுமதித்தார்.

உலக மொழிகளில் தோன்றிய நீதி இலக்கியங்களில் முக்கியமானவை கிரேக்கத்தில் ஹெசாய்ட் (Hesoid) என்பவர் எழுதிய 'வேலையும் நாட்களும்' (Works and Days), இலத்தீன் மொழியில் லூகிரீட்டஸ் (Lucretius) என்பவர் எழுதிய இயற்கை (De Rerum Nature), சீனத்தில் கன்பூஷியஸ் (Confucius) என்பவர் எழுதியதும் அந்நாடுகளின் நீதி நூல்கள் ஆகும். உலக நீதி

இலக்கியங்களோடு திருக்குறளைப் பொருத்திப்பார்க்கும் பணியும் செய்யப்பட வேண்டும். அவ்வாறு செய்யும்போது பல பொதுக் கருத்துகள் இருப்பது தெரியவரும்.

உதாரணமாக அரசன், அறத்தை மதியாது கொடுங்கோலாட்சி நடத்தினால் மழைதவறும் (559) என்றும் பசுக்கள் பால் தராது (560) என்றும் வள்ளுவர் கூறுவது உலகம் முழுவதும் உள்ள நடைமுறையை அனுசரித்துத்தான் எனத் தெரிகிறது. மழை தவறுதற்கும் பசு பால் தராததற்கும், அறவழி செல்லாத அரசன் எவ்வாறு காரணமாவான் எனக் கேட்கக் கூடாது. ஏனென்றால் இதுபோன்று மேலெழுந்தவாரியாகப் பார்த்தால் தொடர்பில்லாதது போல் தோன்றும், இரு நிகழ்வுகளை இணைத்துச் சொல்லி நீதி சொல்வது என்பது உலகமெங்கும் உள்ள வழக்கம். உதாரணமாக ஹோமர், ஒடிஸி (*Odyssey*) என்ற காப்பியத்தில் 'அரசன் அறவழியில் சென்றால் நிலத்தில் பயிர்கள் செழித்து வளர்கின்றன; மரங்கள் கனிகளை மிகுதியாகத் தருகின்றன. பெண் ஆடுகள் அடிக்கடி குட்டிகளை ஈனுகின்றன. கடலில் மீனினங்கள் பெருகுகின்றன' என்று கூறியது வள்ளுவரின் கருத்தோடு ஒப்புநோக்கக்கூடியவை.[38]

அர்த்தசாஸ்திரத்தின் ஆசிரியர் கௌடில்யரை வரலாற்று ஆசிரியர்கள் ஒரு புதிராகவே கருதுகின்றனர். அவரைப் பற்றிய பல செய்திகள், அவரது அறிவுரைகள், வழிகாட்டுதல்கள் அதிக சர்ச்சைக்கு உள்ளான நிலைமையையும் பார்க்கிறோம். பலர் அவரை உயர்த்திப் புகழ்வதையும், சிலர் அவரைத் தூற்றுவதையும் பார்க்கும் போது யாரும் ஒதுக்க முடியாத நிலையிலுள்ளவர் அவர் என்பது புலப்படுகிறது. கௌடில்யர் என்பதற்கு நேர்மையற்றவர் (*Crooked*) என்ற அர்த்தம் இருப்பதாகச் சிலரும், வேத காலத்தில் விளங்கிப் பின்பு ராஜபுதனத்துப் பாலைவனங்களில் மறைந்து விட்ட சரஸ்வதி என்ற நதியின் பெயரை அச்சொல் குறிக்கும் என்றும் சிலர் கருதுகிறார்கள்.[39] கௌடில்யருக்கு விஷ்ணுகுப்தர், சாணக்கியர் என்ற பிற பெயர்களும் உள்ளன. அர்த்த சாஸ்திரத்தின் பல இடங்களில் கௌடில்யரின் பெயர் வருகிறது. இவர் குறிப்பிடும் நந்த வம்சத்து அரசர்கள் வட இந்தியாவை கி.மு.நான்காம் நூற்றாண்டில் ஆட்சி செய்துள்ளனர்.

சரித்திர ஆசிரியர் புளூடார்க் (*Plutarch*) கூற்றுப்படி சந்திர கோட்டாட்டா (சந்திர குப்தர்) பயாஸ் நதியைத் தாண்டி வந்து நந்த அரசர்களை அழிக்க அலெக்சாண்டரை தூண்டினார் எனத் தெரிகிறது. அலெக்சாண்டர் மறைவிற்குப் பின் சந்திர குப்தர்,

கௌடில்யரின் உதவியுடன் அலெக்சாண்டரின் படைகளிடமிருந்து ஆட்சியைக் கைப்பற்றியதாக அறியப்படுகிறது.[40]

கௌடில்யரின் சமகாலத்தவராகக் கருதப்படும் வெளிநாட்டு வரலாற்று ஆசிரியர் மெகஸ்தனீஸ் கௌடில்யரைப் பற்றி எந்தச் செய்தியையும் கூறாமல் இருந்ததும், கௌடியல்யரின் காலத்தை கி.மு.4-ஆம் நூற்றாண்டு என பிரசித்தி பெற்ற ஆராய்ச்சியாளர்களான சியாமா சாஸ்திரி, ஜேக்கோபி, ஸ்மித், பிளிட், ஜெ.ஜெ.மெய்யர், பி.வி.கானே, கே.ஏ.நீலகண்ட சாஸ்திரி முதலியவர்கள் குறிக்கின்றனர். மெகஸ்தனீஸ் எழுதிய இன்டிகாவின் முழு உரையும் கிடைக்காததால், கௌடில்யரைப் பற்றி மெகஸ்தனீஸ் எழுதாததைப் பெரிதாக எடுத்துக் கொள்ள வேண்டியதில்லை என்கின்றனர்.

'அர்த்தம்' என்பதைப் பொருள் (உலகம்) என்று கொள்ளலாம். அர்த்தசாஸ்திரம் என்பது பொருள் (உலகம்) கொள்ளும் வழி என்றும் பொருள் கொள்ளப்படுகிறது. இந்த இலக்கியமானது எவ்வாறு அரசன் அல்லது அரசின் தலைவன் பொருள் பெருக்கி எதிரிகளிடமிருந்து மக்களைக் காத்து, குடிமக்களின் வாழ்வை வளம் பெறச் செய்விக்க வேண்டியது என்பதை விளக்குகிறது.

அர்த்த சாஸ்திரம் நீதிநூல் வரிசையில் வருவதற்கான காரணம் பல இடங்களில் 'இதைச் செய்க', 'இதைச் செய்யக் கூடாது' எனக் கட்டளையிடுவதுதான்.

பலாத்காரத்தைப் பயன்படுத்தி நல்வழிப்படுத்த விழையும் தண்ட நீதி என்ற நூலும், அரசாங்கம் நடத்தப்பட வேண்டிய விதம் பற்றிக் குறிப்படும் ராஜ நீதி என்ற நூலும் அர்த்த சாஸ்திரத்தைப் போன்றே அமைக்கப்பட்டுள்ளன. அக்காலத்தில் ஏற்பட்ட பொருளாதார அரசியல் மாற்றங்களுக்கு அர்த்தசாஸ்திரம் போன்ற நீதி நூல்கள் காரணமாக இருந்துள்ளன.

வேத காலத்திலிலேயே பலம் பொருந்திய அரசு தேவைப்பட்டது. அரசர்கள் ஏக ராஜாக்களாகவும், சாம்ராட் களாகவும், அதி ராஜாக்களாகவும் இருக்க வேண்டிய கட்டாயம் ஏற்பட்டது. அரசர்கள், ராஜசூய, அசுவமேத யாகங்கள் செய்து தங்கள் பலத்தை நிரூபிக்க வேண்டியிருந்தது. அதனால்தான் கௌடில்யரின் நூலில், அரசன் ஆளுமைக்குணம், ஆளுமைத் திறன் அதிகம் உள்ளவனாகச் சித்தரிக்கப்படுகிறான். இந்திய அரசர்கள் ஒவ்வொருவருக்கும் இமயம் முதல் குமரி வரை ஒரே குடையின் கீழ்

கொண்டு வந்து ஆள வேண்டும் என்ற வேட்கையை இந்நூல் உண்டாக்கியதால்தான் பிற்காலத்தில் இமயம் முதல் குமரி வரை இந்தியா ஒரே நாடு என்ற எண்ணம் வலுப்பெற்றது என்று கூடச் சொல்லலாம்.

அரசன் வலுவுள்ளவனாக இருக்க வேண்டியதற்கான காரணங்கள் பல. சமுதாயம், தொழில் அடிப்படையிலும், வாய்ப்புகள் அடிப்படையிலும் பல கூறுகளாகப் பிரிந்ததை ஒன்றுபடுத்தவும், பொருளாதாரம் பல்கிப் பெருகியதை ஒழுங்குபடுத்தவும் ஓர் அமைப்பு தேவைப்பட்டது. அப்படிப்பட்ட ஓர் அமைப்பை உருவாக்க அர்த்தசாஸ்திரம் வழி வகுத்தது.

கௌடில்யரின் அரசன் பலதரப்பட்ட அதிகாரிகளை வழிநடத்துபவனாக முழு அதிகாரத்தையும் கையில்கொண்டு, சுரங்கங்கள், தாதுப்பொருட்கள், காட்டுவளம் முதலியவற்றைக் கைக்கொண்டு, மிகப் பெரிய ஒற்றர் அமைப்பின் துணை கொண்டு, வெளிநாட்டு படையெடுப்பிலிருந்து தனது மக்களைக் காப்பாற்ற சிறந்த படை அமைப்பைக் கொண்டு, தகுந்த மக்கட்தொகைக் கணக்கெடுப்புடன், மக்களின் அன்றாட அரசியல், பொருளாதார, சமய வாழ்வில் தலையிடுபவனாக உள்ளான். அதே சமயம், அவன் கொடுங்கோலனாக இருந்து, பொது மக்களின் நன்மையைப் புறக்கணித்து, வரிகள் அதிகம் விதித்து கொடுங்கோல் ஆட்சி செய்பவனாக இருந்தால் மக்கள் அவனைத் தூக்கி எறியலாம் என்று ஆலோசனை கூறும் அளவிற்கு கௌடில்யர் மக்கள் நலனில் அக்கறை கொண்டவராகவும் இருக்கிறார்.[41]

இன்றைய மக்களாட்சி முறையில், அரசு, பல பொருளாதாரப் பணிகளை, தொழில்களை நடத்துவதை கௌடில்யர் அன்றே ஏற்றுக் கொண்டுள்ளார்.[42] அதே நேரத்தில், தனியார் தொழில் செய்வதையும் இன்றைய அரசுகள் அனுமதித்துள்ளது போல், அர்த்தசாஸ்திரமும் அனுமதித்துள்ளது. கௌடில்யர் எந்த நேரத்திலும் தவறான பாதையில் அரசன் செல்லக்கூடாது என அறிவுறுத்துகிறார். அடுத்தவர்களின் பொருளுக்கு அரசனால் ஆபத்து வரக் கூடாது என்றும் கண்டித்துக் கூறுகின்றார்.

பிளாட்டோவின் (Plato 427-347BC) மேன்மை நாட்டில் 5000 நபர்களும், அரிஸ்டாட்டிலின் (Aristotle 384-322BC) கனவு நாட்டிற்கு 10,000 மக்களும் தேவை எனக் கூறப்பட்டிருப்பதைக் கௌடில்யர் பொருட்படுத்தாது பரந்த நிலப்பரப்பையும், அதிக மக்கள் தொகையையும் நாட்டிற்குத் தேவையாக கருதுகின்றார்.

பிளாட்டோவிற்கு ஒரு வாய்ப்பு கொடுத்து அவரது கனவு நாட்டை நிர்மாணிக்க சிராகுஸ் (Syracuse) என்ற நாடு வழங்கப்பட்டபோது, அவரது 5000 மக்களால் ஒன்றும் செய்ய முடியாது போனதால், பிளாட்டோவை நாடு கடத்தினர். அவர் எழுதிய சட்டங்கள் (Laws) என்ற இலக்கியத்தில் அரசு சட்டத்திற்குக் கட்டுப்பட்டதுதான் என்றார். கௌடில்யர் அரசு தர்மத்திற்குக் கட்டுப்பட்டது என்று சொல்லியதை பிளாட்டோவும் ஏற்றுக் கொண்டுள்ளார் என்று இதன்மூலம் கருதலாம்.

பிளாட்டோ தாம் முன்னர் கூறிய கருத்தான பெண்களையும் குழந்தைகளையும் பொதுவுடைமை ஆக்குதல், தனிப்பட்ட சொத்துரிமையைத் தடுத்தல், மேட்டுக்குடியினருக்கு உடலுழைப்பு தவிர்த்தல் ஆகியவற்றைப் பின்னர் மறுத்து மாற்றுக் கருத்துக்கள் கூறியுள்ளார். சாணக்கியரோ வள்ளுவரோ தங்கள் எந்த கொள்கைக்கும் மாற்றுக் கருத்து கூறவில்லை. காரணம் அவர்களது பல கருத்துக்கள் சமூகத்தால் ஏற்றுக் கொள்ளப்பட்டவை ஆகும்.

அரிஸ்டாட்டில் தம் குரு பிளாட்டோவின் கொள்கைகளை ஏற்காது, மக்களாட்சியை வலியுறுத்தினார். பின்னர் மிக நல்லவன் ஒருவன் இருந்தால் அவனே சகல அதிகாரம் படைத்த அரசனாகலாம் என்றும் வழி வகுத்தது, அவர் கொண்ட கொள்கையில் குழப்பமுற்றவர் எனக் காண்பிக்கிறது. கௌடில்யரின் தீர்க்கமான கொள்கைகள் வெளிநாட்டு சட்ட வரைவாளர்களான அரிஸ்டாட்டில், பிளாட்டோ போன்றவர்களின் கருத்துக்களோடு ஒப்பிடும் போது நன்கு விளக்கம் பெறுகின்றன.

அர்த்தசாஸ்திரத்தில் அமைச்சர் தேர்வு முறை, ஒற்றரின் பயன்பாடு, தூதர்களின் பணி, அந்தப்புரத்தின் அமைப்பு, கோட்டை அமைப்பு முறை, வரி வசூலிக்கும் முறை, கணக்குப் பதிவேடுகள் பராமரிக்கும் முறை, விலையுயர்ந்த கற்களைப் பரிசீலிக்கும் முறை, சுரங்கங்கள், படைக்கலன்கள், பலதரப்பட்ட அரசு அதிகாரிகளின் பணிகள், நீதிபதிகள், திருமணச் சட்டங்கள், தொழிலாளர்கள், கடன், அடிமைகள், பலதரப்பட்ட குற்றங்கள், தண்டனை முறைகள், நாடுகளுக்கிடையேயான உடன்படிக்கைகள், இயற்கை இடர்பாடுகளைச் சமாளித்தல், எதிரி நாட்டின் மீது படையெடுத்தல், யுத்த காலச் சட்டங்கள், எதிரிகளை அழிக்கும் முறை என்று ஏறக்குறைய 180 கூறுகள் வரையறை செய்யப்பட்டுள்ளன.

கௌடில்யரும் திருவள்ளுவரும் பல நிலைகளில் ஒத்த கருத்து கொண்டுள்ளதற்குக் காரணம் இருவரும் ஒரே தன்மையான

பிரச்சனைகளை ஆய்வு செய்தபடியால்தான். இருந்தாலும், கௌடில்யரின் அர்த்தசாஸ்திரத்திலும் மனு தர்மத்திலும் புரோகித ஆதிக்கம் ஓரளவு வெளிப்படையாகத் தெரிகின்றன.

> அவிசொரிந் தாயிரம் வேட்டலின் ஒன்றன்
> உயிர்செகுத் துண்ணாமை நன்று   (259)

என்ற குறளின் மூலம் புரோகித ஆதிக்கம் வள்ளுவருக்கு ஒவ்வாதது என அறிகிறோம்.

வள்ளுவரும் கௌடில்யரும் அமைச்சருக்கும் தூதனுக்கும் ஒரே மாதிரியான தகுதிகளை வைக்கின்றனர். அவையாவன; தூய்மை, துணிவுடைமை, குறிப்பறிதல் என்பன.

கௌடில்யர் தூதர்களை, தான் வகுத்துக் கூறுவான், கூறியது கூறுவான், ஓலையைக் கொடுத்து நிற்பான் என 3 வகையாகப் பிரித்தாலும், வள்ளுவர் எண்ணியுரைப்பான், வாய்மை வழியுரைப்பான் என இரு வகையாக மட்டுமே பார்க்கிறார்.[43]

வள்ளுவர், நாடு எவ்வாறு இருக்க வேண்டும் என்று வழிகாட்டுபவர் என்றால், கௌடில்யர் நாட்டை எந்த மாதிரி அமைக்க வேண்டும் என்று வழி சொல்பவராக விளங்குகிறார். கௌடில்யர் விதிக்கொள்கையை ஏற்கிறார். வள்ளுவர்க்கும் இது உடன்பாடே. அறத்துப்பாலின் இறுதிக் குறளில் ஊழைவிட மிக்க வலிமையுள்ளவை வேறு எவை உள்ளன? ஊழை விலக்கும் பொருட்டு மற்றொரு வழியை ஆராய்ந்தாலும் அங்கும் தானே முன் வந்து ஊழ் நிற்கும் என்கிறார் வள்ளுவர்.

> ஊழையும் உப்பக்கம் காண்பர் உலைவின்றித்
> தாழாது உஞற்று பவர்   (620)

என்றும்,

> தெய்வத்தான் ஆகாது எனினும் முயற்சிதன்
> மெய்வருத்தக் கூலிதரும்   (619)

என்றும் கூறுகிறார்.

வள்ளுவர் அறத்தை முன்னிலைப் படுத்தியவர். கௌடில்யர் பொருளை முன்னிலைப் படுத்தியவர். வள்ளுவர், கௌடில்யரைப் போலல்லாது அறம் சார்ந்த அரசியலை மட்டுமே ஏற்கிறார்.

மற்றொரு நீதி இலக்கியமான சிலப்பதிகாரம் ஐம்பெருங் காப்பியங்களுள் ஒன்று. அரசன் நீதியிலிருந்து சிறிது வழுவினாலும்,

அவனை அறக்கடவுள் கூற்றாகி நின்று கொல்லுமென்பதும், கற்புடைய மகளிரை மக்களும், முனிவர்களும் துதிப்பார்கள் என்றும் முக்கியப் பொருளாகக் கொண்டு இளங்கோவடிகளால் இயற்றப்பட்டது.[44]

இளங்கோவடிகளுக்குத் தமையனாகிய செங்குட்டுவன் பத்தினிக் கடவுளாகிய கண்ணகிக்குக் கோயில் அமைத்தபோது, இலங்கை மன்னன் கயவாகு என்பவன் உடனிருந்தானென்று வரந்தரு காதையால் அறிகிறோம். இந்த கயவாகு (கி.பி.113 முதல் 135 வரை) 2-ஆம் நூற்றாண்டைச் சேர்ந்தவன் என்று இலங்கைச் சரித்திரமாகிய மகாவம்சத்தில் உள்ளதால் இளங்கோவடிகளின் காலம் கி.பி.2-ஆம் நூற்றாண்டு எனக் கணிக்கப்படுகிறது.

சிலப்பதிகாரத்தில் பல அரசர்களின் பெயர்கள் கூறப்பட்டுள்ளன. நாடுகளும், ஊர்களின் பெயர்களையும் காணும் பொழுது இன்றிலிருந்து 1800 ஆண்டுகளுக்கு முன்பே 23 நாடுகள் சிலப்பதிகாரக் காலத்தில் இருந்தனவாக அறிய முடிகிறது. அவந்தி, ஈழம், கலிங்கம், குடகம், குண்டூர்க்கூற்றம், குணகாரை நாடு, குமரிநாடு, குறுமனை நாடு, குன்ற நாடு, கொங்கு, கொல்லம், சோணாடு, தெங்க நாடு, தென்பாலி, நாகநாடு, பாண்டி நாடு, பின்பாலை நாடு, மகத நாடு, மத்திம தேசம், மதுரை நாடு, முத்தூர்க்குற்றம், முன்பாலைநாடு, வச்சிர நாடு என்பன அந்நாளைய நாடுகள்.[45]

கண்ணகியின் பெருமையை அறிந்த கொங்கு நாட்டரசரும், இலங்கை அரசர் கயவாகுவும், உறையூர் அரசர் பெருநற்கிள்ளியும் கண்ணகிக்குக் கோயில் கட்டுவித்ததாகத் தெரிவதால் அன்றைய காலத்தில் ஒவ்வொரு நாட்டிற்கும் இடையே நல்லுறவும் செய்தி பரிமாற்றமும் இருந்தமை உறுதிப்படுகிறது. தமிழ் இலக்கியங்களின் காலத்தைக் கணிக்க அகச்சான்றுகள் அதிகமில்லை என்று கூறப்படுகிறது. இது தவறு.

மற்ற நாட்டு இலக்கியங்கள் எண்ணிக்கையில் மிகக் குறைவாக இருந்தாலும் அவைகளின் பாட்டுடைத் தலைவனின் காலம் சுலபமாகக் கணிக்க வல்லதாகக் கருதப்படுகிறது. தனிமனிதனைப் புகழ்ந்தோ அவனது பராக்கிரமங்களைப் பெரிதுபடுத்தியோ பாடக்கூடிய பாடல்களுக்கு மட்டும்தான் காலம் சரியாகத் தெரியும். தமிழ் இலக்கியங்கள் பொதுவான கருத்துக்களைக் கூறி தனி மனிதப் புகழ்ச்சியை தவிர்த்ததால் தனி மனிதச் செய்தி இல்லாமலோ அல்லது குறைவாகவோ இருப்பதால்

தமிழர்கள் வரலாற்று பொறுப்புணர்ச்சி அற்றவர்கள் என்ற குறைபாட்டிற்கு ஆளாகியிருக்கின்றனர். பத்துப்பாட்டு இலக்கியங்கள் இந்தக் குற்றச்சாட்டுகளுக்கு விதிவிலக்கு. இவைகளை எழுதியவர்களின் பெயர்களும் யாரைப் பற்றி எழுதப்பட்டன என்பதும் தெளிவாகத் தெரிவதால் இந்நூல்களின் காலத்தை மிகச் சரியாகக் கணக்கிட முடிகிறது.

பத்துப்பாட்டு நூல்களில் எழுதியவரின் பெயர், பாடல் தலைவனின் பெயர், காலம் முதலியனவும் இவைகள் கி.பி. முதல் நூற்றாண்டிலிருந்து கி.பி.3-ஆம் நூற்றாண்டுக்குள் எழுதப்பட்டதும் நிரூபிக்கப்பட்டுள்ளன. நீதிமன்றத்தின் மாண்பையும் நீதிபதிகளின் நேர்மையையும்,

''சிறந்த கொள்கை அறங்கூறவையமும்
நருஞ்சாந்து நீவிய கேழ்கிளர் அகலத்து
ஆவுதிமண்ணி வர்துகி முடித்து
மாவிசும்பு வழங்கும் பெரியோர் போல
நன்றுந் தீதுங் கண்டாய்ந் தடக்கி
அன்பும் அறமும் ஒழியாது காத்துப்
பழியொரீஇ யுயர்ந்து பாய்புகழ் நிறைந்த
செம்மை சான்ற காவிதி மாக்களும்''[46]

என்ற மதுரைக்காஞ்சி அடிகள் மூலம் தெரிந்து கொள்ளலாம்.

வரலாற்றுக் காலம் முதலாகவே பண்டைத் தமிழ்ச் சமுதாயம் சட்ட நுட்பங்களையும் நீதி நெறிமுறைகளையும் நன்கு அறிந்த சமுதாயமாகவே விளங்கிவருகிறது. இதற்குரிய எழுத்துச் சான்றுகள் சங்க இலக்கியங்களிலும் அற இலக்கியங்களிலும் காணப் படுகின்றன. தமிழ்ச் சமுதாயத்தின் மரபு முன்னோர் மொழியைப் போற்றுதலும் பயன்படுத்திக் கொள்வதும், தேவைக்கேற்ப மாற்றிப் பயன் கொள்வதும், தேவை ஏற்படும் போது புதியவற்றை உருவாக்கிக் கொள்தலும் ஆகும். அந்நிலையில் சங்க இலக்கியங்களில் காணலாகும் நீதிக்கருத்துக்கள் திருக்குறள் காலச் சமுதாயத்திற்கும் பயன்பட்டன. அதே போல் திருக்குறள் காலத்தை ஒட்டி எழுந்த பதினெண் மேல் மற்றும் கீழ்க்கணக்கு நூல்களும் மேற்கூறிய முறையிலேயே சமூக, சட்டம், மற்றும் நீதிக் கருத்துக்களைப் பேசுபவனாக உள்ளன. அருமை கருதிப் பதினெண் மேல்க் கணக்கு, கீழ்க் கணக்குகளில் காணலாகும், சமூக, சட்டத் தொடர்புடைய சில கருத்துக்கள் பட்டியலிடப்பட்டுள்ளன.

அடிக்குறிப்புகள்

1. *Ignorantia facti Excusat. Ignorantia juris non excusat (Ignorance of fact excuses. Ignorance of Law does not excuse) Herbert Broom, A Selection of Legal Maxims P.169*

2. ரூபந்தர்சிங் எதிர் இந்திய அரசு A I R 1983 SC P.65

3. *Dr.S.N.Dhyani Law Morality and Justice Indian Developments P. 26*

4. *Dr.S.N.Dhyani Law Morality and Justice Indian Developments P. 27*

5. *RMD Vs Union of India, A I R 1957 SC, P.628*

6. *Bombay Pavement Dwellers Case 1981. Narmada water Disputes Tribunal award & reported in Legal perspectives & Documentation file No.29*

7. *Sunday p.46 Nov.23, 1980*

8. மா.சண்முகசுப்பரமணியம், குறள் கூறும் சட்டநெறி பக்.3

9. மா.சண்முகசுப்பரமணியம், குறள் கூறும் சட்டநெறி பக்.9

10. யோகி சுத்தானந்த பாரதி, தமிழ் உணர்ச்சி, பக்.18

11. யோகி சுத்தானந்த பாரதி, தமிழ் உணர்ச்சி, பக்.31

12. அகநானூறு 49

13. மதுரைக் காஞ்சி 81 - 83

14. புற. 56

15. பட்டினப்பாலை 183 - 193

16. திருவிவிலியம் - பொது மொழிபெயர்ப்பு - விடுதலைப் பயணம் அதிகாரம் 20 பக். 114 - 115

17. *To no one will we sell, to no one will we refuse or delay right or justice -Magna Carta.*

    George H. Sabine, A History of Political theory, P.446

18. *P.J. Fitzerald Salmond on Jurisprudence P.224*

19. V.D. Kulshreshtha, Land Marks in Legal & Constitutional History P.10, 11

20. The Caste Disabilities Act 1850

    The Hindu Widow Remarriage Act 1856

    The Native Converts Marriage Dissolution Act 1866

    The Indian Majority Act 1875

    The Transfer of Property Act 1882

    The Guardian and Wards Act 1890

    The Special Marriages Act 1872

    The Indian Succession Act 1925

    The Hindu Inheritance (Removal of Disabilities Act) 1928

    The Hindu Law of Inheritance (Amendment) Act 1929

    The Hindu Gains of Learning Act 1930

    The Hindu Woman's Right to Property Act 1937

    The Arya Marriage Validation Act 1937

    The Hindu Marriage Women's Right to Separate Residence and Maintenance Act 1946

    The Hindu Marriage Disabilities Act 1949

    Child Marriage Restraint Act XIX of 1929

21. Sec 3 Indian Majority Act 1875

22. V.D. Kulshreshtha, Land Marks in Legal & Constitutional History, P.473

23. டாக்டர் மோகனராசு திருக்குறள் சட்டவியல் களஞ்சியம் பக். 76

24. திருலோக சீத்தாராம் - மநுதர்ம சாஸ்திரம் - பக்.5

25. திருலோக சீத்தாராம் - மநுதர்ம சாஸ்திரம் - பக். 13

26. Indian Constitution Art.136, 226 and 227

27. Survey and Boundaries Act 1923
28. PI. see mitigating factors in Sec. 299 IPC
29. Principle of Vicarious Liability as enunciated in Sec.154 IPC and Indian Contracts Act Sec.211 to 213
30. Sec.2(E) The Marine Insurance Act 1963
31. Hindu marriage Act, 1995, Sec. 10,12, 13
32. Hindu Adoption and Maintenance Act (78 of 1956)
33. Hindu Succession Act 1956 (1981 2 M L J P.51) and Hindu Gains of Learning Act, 1930.
34. Hindu Succession Act 1956 (1976 H C 1715)
35. I P C 294A. The Public Gambling Act 1867 (amended 1954) State of Bombay Vs R M D C A I R 1957 S C 699
36. De Minimis non Curat Lex (Law does not concern about Trifles) Herbert Broom A Selection of Legal Maxims P.88 & Sec 95 IPC
37. அழகிய பெருமான், மதுவிஞ்ஞானேசுவரியம் - பக். 15
38. மோ. வள்ளுவன் கிளாரன்ஸ் - அரசாங்கத்தின் வரலாறு பக்.39
39. Dr. P.C.Chunder Kautilya Arthasastra P.10
40. ibid P.11
41. ibid P.28
42. Indian Constitution Art 38
43. டாக்டர் இரா.வேலு திருக்குறள் கௌடலீயம் ஒப்பாய்வு பக்.286
44. டாக்டர் உ.வே.சா, சிலப்பதிகாரம் பக்.4
45. டாக்டர் உ.வே.சா, சிலப்பதிகாரம் அறிமுகம் பக். XIX
46. மதுரைக் காஞ்சி வரிகள் 532 - 539

உள்நாட்டுச் சட்டங்கள்

அறம் (Righteous Conduct) என்பது நற்பண்பு அல்லது ஒழுக்கம் என்ற பொருள் தருகிறது. அறம் என்ற வார்த்தைக்கு வழக்கம், நீதி, கடமை, புண்ணியம், ஈகை, கடவுள், சமயம் என்ற இடத்திற்கேற்ப பொருளும் விரிவுபடும். பண்டைய தமிழர்கள் அறம்தான் தனி மனிதனையும் சமுதாயத்தையும் நல்வழிபடுத்தும் என நம்பி சில தனி மனிதக் கடமைகளையும் சமுதாயக் கடமைகளையும் நிர்ணயித்தனர்.

"ஈன்று புறந்தருதல் என்தலைக் கடனே
சான்றோனாக்குதல் தந்தைக்குக் கடனே
வேல் வடித்துக் கொடுத்தல் கொல்லற்குக் கடனே
- - - - - - - - - - -
களிறு எறிந்து பெயர்தல் காளைக்குக் கடனே"[1]

வள்ளுவரும் சமுதாயத்திற்கு மனிதன் ஆற்ற வேண்டிய கடமை (Duty) பற்றிப் பேசுகிறார்.

கரப்பிலா நெஞ்சின் கடனறிவார் முன்நின்று
இரப்பும்ஓர் ஏஎர் உடைத்து.   (1053)

கடன் என்ப நல்லவை எல்லாம் கடன் அறிந்து
சான்றாண்மை மேற்கொள்பவர்க்கு.   (981)

அறிகொன்று அறியான் எனினும் உறுதி
உழைப்பிருந்தான் கூறல் கடன்.   (638)

> கடன் அறிந்து காலம் கருதி இடனறிந்து
> எண்ணி உரைப்பான் தலை.   (687)

> கடன்என்ப நல்லவை எல்லாம் கடன்அறிந்து
> சான்றாண்மை மேற்கொள் பவர்க்கு.   (981)

கடமையாற்றும் போது, அக்கடமைக்கு ஒவ்வாத செயல்களை விலக்க வேண்டும் என்பதை வள்ளுவர் அறிவுறுத்துகிறார்.

> இன்னா எனத்தான் உணர்ந்தவை துன்னாமை
> வேண்டும் பிறன்கண் செயல்.   (316)

அறமானது ஒருவர், மற்றவருக்குத் துன்பம் செய்யக்கூடாது என்றும் அவ்வாறு செய்தால் அதே அளவு துன்பம் திரும்ப வந்து வருத்தும் என்றும் கொள்ளும் கோட்பாடு. இதைச் சட்டத்தில் பொறுப்பு (Liability) என்பர்.

> பிறர்க்கு இன்னா முற்பகல் செய்யின் தமக்குஇன்னா
> பிற்பகல் தாமே வரும்.   (319)

> மறந்தும் பிறன்கேடு சூழற்க சூழின்
> அறம்சூழும் சூழ்ந்தவன் கேடு.   (204)

இதையே அறிஞர் சால்மன்டு (Salmond) தீமை இழைக்கப் பட்டவர் பரிகாரம் பெறும் உரிமை உள்ளவர் என்கிறார்.

கடமையையும் உரிமையும் ஒன்றோடொன்று நெருங்கிய தொடர்புடையன என்பதை வள்ளுவர் உணர்ந்து உரைத்திருக்கிறார். (குறள் 802).

சொத்துக்களைப் (Property) பற்றிப் பழந்தமிழருக்குச் சரியான சட்டக்கருத்து இருந்தது. "சட்டப்படி உரிமையோடு பெற்ற அனைத்தும் ஒருவனுடைய சொத்துக்களே" என அறிஞர் சால்மன்டு (Salmond) சொல்கிறார். உடமை (Possession), நீண்டகால அனுபோக உரிமை (Prescription), ஒப்பந்தம் (Agreement), வாரிசுரிமை (Inheritance), ஆகியவை மூலமாக சொத்தை அடையலாம்.

இதில் நீண்டகால அனுபோக உரிமை என்பதை 'ஆட்சியில்' என்ற பெரியபுராண பதத்தின் மூலம் அறியலாம்.

> உள்ளம் உடைமை பொருள் உடைமை
> நில்லாது நீங்கி விடும்.   (592)

''உடைமை ஒப்பந்தம்'' என்பதை,

உடம்போடு இல்லாதவர் வாழ்க்கை குடங்கருள்
பாம்போடு உடன் உறைந்து அற்று. (890)

என்றும் தமிழர் அறிந்திருந்தனர். தந்தைக்குப் பின் மகனும் அண்ணனுக்குப் பின் தம்பியும் என்ற முறையின் மூலம் பண்டைத் தமிழர் வாரிசுரிமையும் வகுத்தனர் என அறியலாம்.

திருக்குறள் சொத்தை பொருள் *(63)*, செல்வம் *(125)*, ஆக்கம் *(31)*, மாடு *(400)* என்று பல சொற்களில் குறிக்கிறது. பொருள் உடையவர் மதிக்கப்பெறுவர்.

பொருளல் லவரைப் பொருளாகச் செய்யும்
பொருள்அல்லது இல்லை பொருள். (751)

ஒருவருக்கு கீழ்க்கண்ட வகைகளில் சொத்துரிமை கிடைக்கிறது

1. உடைமை (Possession) ஒருபொருளைக் கைக் கொண்டவனுக்கே அப்பொருள் சொந்தமாகும். 'மரங்களை வெட்டி நிலத்தைச் சீர்படுத்தியவனுக்கு நிலம் சொந்தமாகிறது. அம்பினால் ஒரு மானை அடித்தவன் அதன் சொந்தக்காரனாகிறான்' (மனு அத்.9 விதி 44)

2. நீளுடைமை (Prescriptilon) நெடுங்காலம் உடைமையைக் கைவிட்டுவிட்டால் சொத்துடைமை அழிந்துவிடும். பத்தாண்டுகள் வரை தனது சொத்தை இன்னொருவன் அனுபவிப்பதைப் பார்த்துக் கொண்டு வாளாவிருப்பின் அச்சொத்தின் மீதான உரிமை பறி போகும் என்று மனு (விதி 147) கூறுகிறார். இதைச் சுக்கிர நீதியில் அறுபது ஆண்டுகள் என்றும், யாக்ஞவல்கியர் (2.2.24) 20 ஆண்டுகள் என்றும் சொல்கிறார். தற்போதைய சட்டங்கள் நிலம் சம்பந்தப்பட்ட இனங்களில் மீளப் பெறும் உரிமைக்குக் கெடு 12 வருடமாகவும், பணம் கொடுக்கல் வாங்கலில் 3 வருடமாகவும் வரையறுக்கப் பட்டிருக்கிறது. இந்தக் காலக்கட்டத்திற்குள் சொத்தின் உரிமையாளர் உரிமை கோரவில்லை என்றால் தம் உரிமையை இழந்தவராகிறார்.[2]

3. உடன்பாட்டின் காரணமாகச் சொத்துரிமை பெறலாம்.

உடம்பாடு இலாதவர் வாழ்க்கை குடங்கருள்
பாம்போடு உடன் உறைந்து அற்று. (890)

4. சொத்துடையவர் இறந்த பின்பு அவரது வாரிசுகளுக்கு இறங்குரிமை (Inheritance) மூலம் சொத்துரிமை கிடைக்கும்.

சட்டம் என்பது சட்டமன்றங்களால் இயற்றப்படுவது. குடியரசாட்சி நிலவும் நாடுகளில் "சட்டத்தின் ஆட்சி" (Rule of Law) நடைபெறுகின்றது என்று கூறுகின்றோம். திருக்குறள் அறம், பொருள், இன்பம் என்ற முப்பொருள் பற்றிக் கூறினாலும், திருக்குறளை அறநூல் என்றே கொள்கிறோம்; பொருள் நூல் என்ற வகையிலோ இன்ப நூல் என்ற வகையிலோ அதற்கு அத்துணைச் சிறப்பில்லை.

சட்டத்தில் ஒரு நடவடிக்கை குற்றமாவதற்கு 'குற்ற மனம்' 'குற்றமான செயல்' இரண்டும் சேர்ந்திருக்க வேண்டும். இது தான் சட்டத்தின் அடிப்படை.

மனம்தூய்மை, செய்வினை தூய்மை, இரண்டும்
இனம்தூய்மை தூவா வரும். (455)

என்ற குறளின் மூலம் இன்றைய குற்றவியல் சட்டத்தின் ஆழத்தை வள்ளுவர் பண்டே அறிந்தவர் என்பது தெளிவாகின்றது.

அறமும், சட்டமும் ஒரு கிளையில் பூத்த இரு மலர்களாக மலர்ந்து, நிறத்திலும், மணத்திலும் வேறுபட்டுத் தனிமனிதனையும் சமுதாய நலனையும் கட்டிக் காக்கின்றன. திருக்குறள் அறத்தை மட்டுமே வலியுறுத்துகிறது என்றாலும், அந்தப் பொதுவான அறத்தை அடிப்படையாகக் கொண்டுதான் அனைத்துச் சட்டங் களையும் காலத்திற்கேற்பவும், அந்தந்த நாட்டார்கள் தங்கள் சூழ்நிலைக்கு ஏற்பவும் வகுத்துக் கொள்கின்றனர். சட்டங் களெல்லாம், சமுதாய நன்மையையும், தனி மனித ஒழுக்கத்தையும், பயனையும் அடிப்படையாகக் கொண்டவையாகும். ஒழுக்கத் தையும், குணநலனையும், அமைதியான வாழ்க்கையும் அனுசரித்து வாழ்வாங்கு வாழ்பவன் வானுறையும் தெய்வத்துள் வைக்கப் படுவான் என்பதை சுருங்கச் சொல்லி விளங்க வைப்பதுவே, திருக்குறளின் நோக்கமாகும்.

குற்றமனம் (Guilty Mind-Mens Rea) என்பது குற்றச் செயலிற்கு அடிப்படை. குற்ற மனமின்றி ஒருவர் செய்தது எந்த தவறு செய்தாலும் அது குற்றமாகாது (The act alone does not amount to guilt. It must be accompanied by a guilt mind. Salmond) ஒரு குற்றத்திற்கு அகநிகழ்வான குற்றமனமும், புற நிகழ்வான தீய செயலும் (Actus Reus) இரண்டும் ஒன்று சேர்ந்தால் அது குற்றமாகி தண்டனைக்

குரியதாகிறது. இந்திய தண்டனைச் சட்டம் (Indian Penal Code) அகநிகழ்வைப் பல வார்த்தைகளால் விளக்குகிறது.[3]

கருதி	(Intentionally) Sec 228 IPC
மனம் இசைந்து	(Voluntarily) Sec 39 IPC
வஞ்சமனம்	(Fraudulently) Sec 24 IPC
நேர்மையின்றி	(Dishonestly) Sec 25 IPC

இவையே வள்ளுவர் வாசகத்தில்

மனத்தானாம்	(குறள் 317)
தானறிவான்	(குறள் 318)
நெஞ்சம்	(குறள் 115,276,293)
அகம்	(குறள் 78)
உள்ளத்தால்	(குறள் 294) என்றெல்லாம் வருகின்றன.

குற்றச் செயலும் (Actus Rea) குற்ற மனமும் சேரும் போது குற்றம் நிகழ்வதாக கென்னி என்ற சட்ட வல்லுநர் கூறுகிறார்.[4] வள்ளுவரும் இக்கருத்தைக் கொண்டிருக்கிறார்.

மனந்தூய்மை செய்வினை தூய்மை இரண்டும்
இனந்தூய்மை தூவா வரும். (455)

(மனத்தின் தூய்மை, செய்யும் செயலின் தூய்மை ஆகிய இவ்விரண்டும் சேர்ந்த இனத்தின் தூய்மையைப் பொறுத்தே ஏற்படும்.)

வறுமையின் காரணமாகக் கூட தீய செயல் செய்யக்கூடாது என இந்தியச் சட்ட ஆணையம் தெரிவிக்கிறது. (Indian Law Commission). இதை வள்ளுவர் பண்டே கூறியிருக்கிறார்.

இலன்என்று தீயவை செய்யற்க செய்யின்
இலனாகும் மற்றும் பெயர்த்து. (205)

யான் வறியவன் என்று நினைத்துத் தீய செயல்களைச் செய்யக் கூடாது; செய்தால் மேலும் வறியவன் ஆகி வருந்துவான்.

ஈன்றாள் பசிகாண்பான் ஆயினுஞ் செய்யற்க
சான்றோர் பழிக்கும் வினை. (656)

(பெற்ற தாயின் பசியைக் கண்டு வருந்த நேர்ந்தாலும்

சான்றோர் பழிக்கக் காரணமான இழிவுள்ள செயல்களை ஒருவன் செய்யக்கூடாது.)

இடுக்கண் படினும் இளிவந்த செய்யார்
நடுக்குஅற்ற காட்சி யவர். (654)

(அசைவற்ற தெளிந்த அறிவினையுடையவர், துன்பத்தில் சிக்குண்டாலும், (அத்துன்பத்தைத் தீர்ப்பதற்காக) இழிவான செயல்களைச் செய்யமாட்டார்.)

தன்னுயிர் நீக்கினும், பிறிது இன்னுயிர் நீக்காமை வேண்டும் என்பதை ஆங்கில நாட்டுத் தீர்ப்பு ஒன்று உறுதிப்படுத்தியுள்ளது.[6]

தன்னுயிர் நீப்பினும் செய்யற்க தான்பிறிது
இன்னுயிர் நீக்கும் வினை. (327)

(தன் உயிர் உடம்பிலிருந்து நீங்கிப் போவதாக நேர்ந்தாலும் அதைத் தடுப்பதற்காகத் வேறோர் உயிரை நீக்கும் செயலைச் செய்யக்கூடாது.)

ஒருவனுடைய நடத்தை (*Conduct*) இருவகையில் தவறாகிறது. ஒன்று செய்ய வேண்டியதை செய்யாமல் விட்டது (*Omission*); மற்றொன்று செய்யக்கூடாததைச் செய்தல் (*Commission*). இந்தியத் தண்டனைச் சட்டத்தில் மாற்றுக்கருத்து ஏதாவது காலக் கட்டங்களில் குறிக்கப்பட்டால் ஒழிய அச்சட்டத்தின் ஒவ்வொரு பகுதியிலும், செயல்களைக் குறிக்கும் சொற்கள் அனைத்தும், சட்ட முரணுள்ள செய்யாமைகளையும் குறித்து நிற்கின்றன.[7]

செய்தக்க அல்ல செயக்கெடும் செய்தக்க
செய்யாமை யானும் கெடும். (466)

(ஒருவன் செய்யத்தகாத செயல்களைச் செய்தானானால் கெடுவான்; செய்யத்தக்க செயல்களைச் செய்யாமல் விடுவதானாலும் கெடுவான்.) இங்கு விதித்தன செய்தலும் விலக்கப்பட்டன தவிர்த்தலும் வலியுறுத்தப்படுகின்றன.

இன்றுள்ள குற்றவியல் நடைமுறை சட்டத்தில் (*Cr.PC*) குற்றம் செய்தவர் மீது வழக்குத் தொடருவது அரசு தான். களவு, கொலை, கொள்ளை போன்றவைகளால் பாதிக்கப்படுவன தனிமனிதனாக இருந்தாலும் அது சமுதாயக் குற்றமாகக் கருதப்பட்டு அரசே வழக்குத் தொடரும்.[6]

வள்ளுவரும் இக்கருத்தை வலியுறுத்தியுள்ளார்.

அறனிழுக்கா தல்லவை நீக்கி மறனிழுக்கா
மான உடைய தரசு.　　　　(384)

(ஆட்சிமுறைக்கு உரிய அறத்தைத் தவறாமல், அறமல்லாதவற்றை நீக்கி வீரத்தில் குறைபடாத மானத்தை உடையவனே சிறந்த அரசன் ஆவான்.)

நாடொறும் நாடி முறைசெய்யா மன்னவன்
நாடொறும் நாடு கெடும்.　　　　(553)

(நாள்தோறும் தன் ஆட்சியில் விளையும் நன்மை தீமைகளை ஆராய்ந்து முறை செய்யாத அரசன், நாள்தோறும் (மெல்ல மெல்லத்) தன் நாட்டை இழந்து வருவான்.)

எண்பதத்தான் ஓரா முறைசெய்யா மன்னவன்
தண்பதத்தான் தானே கெடும்.　　　　(548)

(எளிய செவ்வி உடையவனாய், ஆராய்ந்து நீதிமுறை செய்யாத அரசன் தாழ்ந்த நிலையில் நின்று (பகைவரில்லாமலும்) தானே கெடுவான்.)

குடிபுறங் காத்தோம்பக் குற்றம் கடிதல்
வடுவன்று வேந்தன் தொழில்.　　　　(549)

(குடிகளைப் பிறர் வருத்தாமல் காத்துத் தானும் வருந்தாமல் காப்பாற்றி அவர்களுடைய குற்றங்களைத் தக்க தண்டனையால் ஒழித்தல், அரசனுடைய தொழில்; பழி அன்று.)

கொலையின் கொடியாரை வேந்தொறுத்தல் பைங்கூழ்
களைகட் டதனொடு நேர்.　　　　(550)

(கொடியவர் சிலரைக் கொலைத்தண்டனையால் அரசன் ஒறுத்தல் பயிரைக் காப்பாற்றக் களையைக் களைவதற்கு நிகரான செயலாகும்.)

தக்காங்கு நாடித் தலைச்செல்லா வண்ணத்தால்
ஒத்தாங்கு ஒறுப்பது வேந்து.　　　　(561)

(செய்த குற்றத்தைத் தக்கவாறு ஆராய்ந்து மீண்டும் அக்குற்றம் செய்யாதபடி குற்றத்திற்குப் பொருந்துமாறு தண்டிப்பவனே அரசன் ஆவான்.)

முறைசெய்து காப்பாற்றும் மன்னவன் மக்கட்கு
இறையென்று வைக்கப் படும்.　　　　(388)

(நீதிமுறை செய்து குடிமக்களைக் காப்பாற்றும் மன்னவன், மக்களுக்குத் தலைவன் என்று கருதி மதிக்கப்படுவான்.)

நீதிமன்றங்கள் ஒரு பாற் கோடாது (Impartiality) பகுதியால் பாற்பட்டு ஒழுகி (Based on principle of Proportionate Equality) சமன் செய்து சீர்தூக்கி (Weighing with equal Consideration) நீதி வழங்க வேண்டும் என்பது தற்போதைய நடைமுறை, வள்ளுவரின் கருத்தும் இதுதான்.

குடிதழீஇக் கோலோச்சும் மாநில மன்னன்
அடிதழீஇ நிற்கும் உலகு.   (544)

(குடிகளை அன்போடு அணைத்துக்கொண்டு செங்கோல் செலுத்துகின்ற அரசனுடைய அடியைப் பொருத்தி உலகம் நிலைபெறும்.)

ஓர்ந்துகண் ணோடாது இறைபுரிந்து யார்மட்டும்
தேர்ந்துசெய் வஃதே முறை.   (541)

(யாரிடத்திலும் (குற்றம் இன்னதென்று) ஆராய்ந்து, கண்ணோட்டம் செய்யாமல், நடுநிலைமை பொருந்தி (செய்யத் தக்கதை) ஆராய்ந்து செய்வதே நீதிமுறையாகும்.)

தமிழ்நாட்டில் ஒவ்வொரு நீதிமன்றத்திலும் இக்குறட்பா பொறிக்கப்பட்ட பலகை வைக்கப்பட்டிருக்கிறது.

முறைசெய்து காப்பாற்றும் மன்னவன் மக்கட்கு
இறையென்று வைக்கப் படும்.   (388)

(நீதிமுறை செய்து குடிமக்களைக் காப்பாற்றும் மன்னவன், மக்களுக்குத் தலைவன் என்று கருதி மதிக்கப்படுவான்.)

கண்ணிற்கு அணிகலம் கண்ணோட்டம் அஃதின்றேல்
புண்ணென்று உணரப் படும்.   (575)

(ஒருவனுடைய கண்ணுக்கு அணிகலமாவது கண்ணோட்டம் என்னும் பண்பே; இஃது இல்லையானால் புண் என்று உணரப்படும்.)

கருணையின் மாட்சியை இக்குறள் விளக்குகிறது. "It (mercy) is an attribute to God himself, An earthly Power doth then show likest God's when mercy seasons justice" என்று ஷேக்ஸ்பியர் கூறியிருப்பது இங்கு உளங்கொள்ளத்தக்கது.

கருமஞ் சிதையாமல் கண்ணோட வல்லார்க்கு
உரிமை உடைத்திவ் வுலகு. (578)

(தத்தம் கடமையாகிய தொழில் கெடாமல் கண்ணோட்டம் உடையவராக இருக்கவல்லவர்க்கு, இவ்வுலகம் உரிமை உடையது.)

கெடுவல்யான் என்பது அறிகதன் நெஞ்சம்
நடுவொறிஇ அல்ல செயின். (116)

(தன் நெஞ்சம் நடுவுநிலைமை நீங்கித் தவறு செய்ய நினைக்குமாயின் கெடப் போகிறேன் என்று ஒருவன் அறிய வேண்டும்.)

சமன்செய்து சீர்தூக்குங் கோல்போல் அமைந்தொருபால்
கோடாமை சான்றோர்க் கணி. (118)

(முன்னே தான் சமமாக இருந்து, பின்பு பொருளைச் சீர் தூக்கும் துலாக்கோல் போல் அமைந்து, ஒரு பக்கமாகச் சாயாமல் நடுவுநிலைமை போற்றுவது சான்றோர்க்கு அழகாகும்.)

சொற்கோட்டம் இல்லது செப்பம் ஒருதலையா
உள்கோட்டம் இன்மை பெறின். (119)

(உள்ளத்தில் கோணுதல் இல்லாத தன்மை உளதாயின், அதன் சார்பாகிய சொற்கோணாமை நடுவுநிலைமையாகும்.)

இந்திய அரசியலமைப்புச் சட்டத்தில் ஒப்புரவிற்கு (Fraternity)[10] சிறப்பிடம் தரப்பட்டுள்ளது. பிரெஞ்சுப் புரட்சியில் ஒப்புரவு, சமஉரிமை, சம நீதி (Liberty, Equality, Fraternity)[11] ஆகியவை சிறப்பிக்கப்பட்ட கொள்கைகளாகக் கொள்ளப்பட்டன. பிறருக்கு உதவி, அதன்மூலம் நாட்டின் ஒற்றுமையை உயர்த்துவது ஒப்புரவு, வள்ளுவர் இதற்கெனத் தனி அதிகாரம் கண்டுள்ளார்.

ஒப்புரவி னால் வரும் கேடெனில் அஃதொருவன்
விற்றுக்கோள் தக்க துடைத்து. (220)

(ஒப்புரவினால் கேடு வரும் என்றால், அக் கேடு ஒருவன் தன்னை விற்றாவது வாங்கிக் கொள்ளும் தகுதி உடையதாகும்.)

ஒத்த தறிவான், உயிர்வாழ்வான் மற்றையான்
செத்தாருள் வைக்கப் படும். (214)

(ஒப்புரவை அறிந்து போற்றிப் பிறர்க்கு உதவியாக

வாழ்கின்றவன் உயிர் வாழ்கின்றவன் ஆவான்; மற்றவன் செத்தாருள் சேர்த்துக் கருதப்படுவான்.)

தாளாற்றித் தந்த பொருளெல்லாம் தக்கார்க்கு
வேளாண்மை செய்தற் பொருட்டு. (212)

(ஒப்புரவாளன் தன்னால் இயன்ற முயற்சி செய்து சேர்த்த பொருள் எல்லாம் தக்கவர்க்கு உதவி செய்வதற்கே ஆகும்.)

ஊருணி நீர்நிறைந் தற்றே உலகவாம்
பேரறி வாளன் திரு. (215)

(ஒப்புரவினால் உலகம் வாழுமாறு விரும்பும் பேரறிவாளியின் செல்வம் ஊரார் நீருண்ணும் குளம், நீரால் நிறைந்தாற் போன்றது.)

பயன்மரம் உள்ளூர்ப் பழுத்தற்றால் செல்வம்
நயனுடை யான்கண் படின். (216)

(ஒப்புரவாகிய நற்பண்பு உடையவனிடம் செல்வம் சேர்ந்தால், அஃது ஊரின் நடுவே உள்ள பயன் மிகுந்த மரம் பழங்கள் பழுத்தாற் போன்றது.)

குற்றத் தடுப்பு முறைகள்

குற்றவாளிகளை மீண்டும் குற்றம் செய்யா வண்ணம் தடுக்கும் வகையில் தண்டனை தர வேண்டும் என்பது சமூக அறிஞர்களின் கருத்து. தண்டனைகள் நான்கு வகைப்படும்.12 கடுந் தண்டனைக் கோட்பாடு (*Detterrent Theory*) என்பது குற்றவாளிகளை மிகக் கடுமையாகத் தண்டித்து அதன்மூலம் வருங்காலத்தில் குற்றம் செய்ய எத்தனிப்பவர் மனத்தில் பயம் ஏற்படுத்துவது. பழி வாங்கும் கோட்பாடு (*Retributive Theory*) என்பது கண்ணுக்கு கண் ஒருவன் கண்ணை ஒருவன் குத்தி அழித்து விட்டால் குத்தியவன் கண்ணை அழித்து விடுதல் என்ற நியதி, ஆதிகாலப் பழக்கத்தை அடிப்படையாகக் கொண்டு குற்றவாளியை சமுதாயமே பழிக்குப் பழி வாங்குவது தடுப்புக் கோட்பாடு (*Preventive Theory*).

குற்றவாளியைச் சமுதாயம் பழி வாங்காமலும், அதே சமயம் குற்றம் செய்தவரை மீண்டும் குற்றம் செய்யாமல் தடுப்பதும் சீரமைப்புக் கோட்பாடு (*Reformative Theory*) என்பது. சமூகம் குற்றவாளி மீது அக்கறை கொண்டு குற்ற நடவடிக்கைகளிலிருந்து விடுவித்து அவரை நல்வழிப்படுத்துதல் இவ்வகை இந்த 4

கோட்பாடுகளையும் அறிந்தவர் வள்ளுவர். அரசன் எவ்வாறு குற்றத்தை தண்டிப்பது என்பதற்கான விடையாகவும் திருக்குறள் வழிகாட்டுகிறது.

உண்மையான குற்றவாளிகளைத் தண்டிப்பது என்பதும், நியாயமான காரணத்திற்காகப் போராடுபவர்களை அடக்கி ஒடுக்குவது என்பதும் வெவ்வேறானவை. இந்தப் பாகுபாட்டை வள்ளுவர் உணர்ந்து, முந்தையதை அனுமதித்துப் பிந்தையதைக் கைவிட அறிவுறுத்துகிறார்.[13]

தக்காங்கு நாடித் தலைச் செய்யா வண்ணத்தால்
ஒத்தாங்கு ஒறுப்பது வேந்து.   (561)

(செய்த குற்றத்தைத் தக்கவாறு ஆராய்ந்து மீண்டும் அக்குற்றம் செய்யாதபடி குற்றத்திற்குப் பொருந்துமாறு தண்டிப்பவனே அரசன் ஆவான்.[14])

கொலையிற் கொடியாரை வேந்து ஒறுத்தல்பைங்கூழ்
களைகட்டனோடு நேர்.   (550)

(கொடியவர் சிலரைக் கொலைத் தண்டனையால் அரசன் ஒறுத்தல் பயிரைக் காப்பாற்றக் களையைக் களைவதற்கு நிகரான செயலாகும்.)

குடிப்புறம் காத்தோம்பிக் குற்றங்கடிதல்
வடுவன்று வேந்தன் தொழில்.   (549)

(குடிகளைப் பிறர் வருத்தாமல் காத்தும், தானும் குடிகளை வருத்தாமல் காப்பாற்றி அவர்களுடைய குற்றங்களைத் தக்க தண்டனையால் ஒழித்தல் அரசனுடைய தொழில். அது பழியாகாது.)

நேர்மையின்றி பொருள் சேர்த்தல்

நேர்மையின்றி பொருள் சேர்த்தல் சமுதாயக் குற்றமாகக் கருதப்பட்டு, அன்னியச் செலவாணி மோசடிச் சட்டம் 56(1)(2) இந்தியத் தண்டனைச் சட்டம் 120 (ப) 409, 466, 467 வருமானவரிச் சட்டம் 1961 பிரிவு 142 (1) 276 ஆகியவற்றின்படி தண்டனைக்கு உரியதாக உள்ளது. மனிதனுக்கு பொருள் இன்றியமையாததுதான் என்றாலும், 'அழக் கொண்ட எல்லாம்' சட்டத்தால் திரும்ப எடுத்துக் கொள்ளப்படும்.

பற்றுள்ளம் என்னும் இவறன்மை எற்றுள்ளும்
எண்ணப்படுவது ஒன்று அன்று. (438)

(பொருளிடத்தில் பற்றுக் கொள்ளும் உள்ளம், தரவேண்டியதைப் பிறருக்குத் தராமல் தானே மறைத்துக் கொள்ளும் தன்மையானது. இது எந்தக் குற்றத்தோடும் சேர்த்துக் கொள்ளப்படாமல் தனிக் குற்றமாகக் கருதப்படும்.)

இந்திய அரசியலமைப்பானது அரசியல், சமூக, பொருளாதார நீதி, மக்களுக்கு கிடைக்க வேண்டும் என்று ஆணையிட்டுள்ளது.[15] வறுமை என்பது எங்கிருந்தாலும் வளமைக்கு அது ஆபத்தாகி விடும் என்பது சமூக, பொருளாதார அறிஞர்கள் கருத்து. பொருள் இருக்குமானால், மற்ற நல்லன எல்லாம் வயப்பட்டு விடும். ஆதலால் 'செய்க பொருளை' என்ற வள்ளுவர் அடுத்த குறளில் மிகச் சரியான அறவழியில் மட்டும்தான் பொருள் வர வேண்டும் என்று வலியுறுத்தி, தனது கருத்து முரண்பாடுடையது அன்று எனத் தெளிவாக்கி விடுகிறார்.

ஒண்பொருள் காழ்ப்ப இயற்றியார்க்கு எண்பொருள்
ஏனை இரண்டும் ஒருங்கு. (160)

(சிறந்ததாகிய பொருளை மிகுதியாக ஈட்டியவர்க்கு மற்ற அறமும் இன்பமுமாகிய இரண்டும் ஒரு சேரக் கைகூடும் எளிய பொருளாகும்.)

வருமானவரிச் சட்டம், தமிழ்நாடு விற்பனை வரிச் சட்டம் 1959

செல்வம் வரும் வழியை பொருட்பாலின் முதல் அதிகாரத்திலேயே வள்ளுவர் சொல்லி விட்டார். பொருள் வரும் வழியைத் தொடர்ந்து ஊன்றிக் கவனித்து சரியான சட்டங்கள் இயற்றி, வந்த பொருள்களைச் சிதறாமல் சேகரித்துக் காத்து, காத்தவற்றை தகுதியறிந்து அரசு முறையாகச் செலவழிக்க வேண்டும் என்பது வள்ளுவர் அறிவுரை.

இயற்றலும் ஈட்டலும் காத்தலும் காத்த
வகுத்தலும் வல்லதரசு. (385)

இயற்றல் என்பதற்கு 'பொருள் வரும் வழி' என்று டாக்டர் மு.வ.கருதுகிறார். அதைத் தருவது பொருளாதார அறிவு. பொருளாதாரம் என்பது தனிப் பொருளாதாரம், பொதுப் பொருளாதாரம் என இருவகைப்படும். தனிப் பொருளாதாரம்

குடும்பத்தைப் பற்றியது. பொதுப் பொருளாதாரம் நாட்டைப் பற்றியது. வள்ளுவர் தனிப் பொருளாதாரத்தை 'பொருள் செய்வகை' என்ற அதிகாரத்தில் கூறியுள்ளார். இந்த அதிகாரத்தில் ஒரே குறளில் மட்டும் (756) பொதுப் பொருளாதாரத்தைப் பேசுகிறார். மற்ற 9 குறள்களிலும் தனிப் பொருளாதாரத்தைப் பற்றிச் சொல்கிறார்.

தனிப் பொருளாதாரக் கருத்துக்கள்

பொருளல் வல்லவரை பொருளாகச் செய்யும்
பொருளல்லது இல்லை பொருள்.   (751)

(ஒரு பொருளாக மதிக்கத்தகாதவரையும், மதிப்புடையவராக செய்வதாகிய பொருள் அல்லாமல் சிறப்புடைய பொருள் வேறில்லை.)

இல்லாரை எல்லாரும் எள்ளுவர் செல்வரை
எல்லாரும் செய்வர் சிறப்பு.   (752)

(பொருள் இல்லாதவரை, அவர் வேறு நன்மை உடையவராக இருந்தாலும் எல்லாரும் இகழ்வர். செல்வரை (வேறு நன்மை இல்லாவிட்டாலும்) எல்லாரும் சிறப்பு செய்வர்.

பொருள்என்னும் பொய்யா விளக்கம் இருளறுக்கும்
எண்ணிய தேயத்துச் சென்று.   (753)

(பொருள் என்று சொல்லப்படுகின்ற நந்தா விளக்கு நினைத்த இடத்திற்குச் சென்று உள்ள இடையூற்றைக் கெடுக்கும்.)

அறன்ஈனும் இன்பமும் ஈனும் திறனறிந்து
தீதின்றி வந்த பொருள்.   (754)

(சேர்க்கும் திறம் அறிந்து, தீமை ஒன்றும் இல்லாமல் சேர்க்கப்பட்டு வந்த பொருள் ஒருவனுக்கு அறத்தையும் கொடுக்கும், இன்பத்தையும் கொடுக்கும்.)

அருளொடும் அன்பொடும் வாராப் பொருளாக்கம்
புல்லார் புரள விடல்.   (755)

(அருளோடும், அன்போடும் பொருந்தாத வழிகளில் வந்த செல்வத்தின் ஆக்கத்தைப் பெற்று மகிழாமல், அதைத் தீமை என்று நீக்கிவிட வேண்டும்.)

அருளென்னும் அன்பீன் குழவிப் பொருளென்னும்
செல்வச் செவிலியால் உண்டு.   (757)

(அன்பினால் பெறப்பட்ட அருள் என்று கூறப்படும் குழந்தை பொருள் என்று கூறப்படும் செல்வமுள்ள செவிலித்தாயால் வளர்வதாகும்.)

குன்றேறி யானைப்போர் கண்டற்றால் தன்கைதொன்று
உண்டாக்கச் செய்வான் வினை. (758)

(தன்பொருள் ஒன்று தன்னிடம் இருக்க, அதைக் கொண்டு ஒருவன் செயல் செய்தல், மலையின் மேல் ஏறி யானைப் போரைக் கண்டாற் போன்றது.)

செய்க பொருளைச் செறுநர் செருக்கறுக்கும்
எஃகதனின் கூறியது இல். (759)

(ஒருவன் பொருளை ஈட்ட வேண்டும். அவனுடைய பகைவரின் செறுக்கை அழிக்கவல்ல கூர்மையான ஆயுதம், அதை விட வேறில்லை.)

ஒண்பொருள் காழ்ப்ப இயற்றியார்க்கு எண்பொருள்
ஏனையிரண்டும் ஒருங்கு. (760)

(சிறந்ததாகிய பொருளை மிகுதியாக ஈட்டியவர்க்கு மற்ற அறமும், இன்பமாகிய இரண்டும் ஒரு சேரக் கை கூடும் எளிய பொருளாகும்.)

பொதுப் பொருளாதாரக் கருத்து

உறுபொருளும் உல்கு பொருளும் தன் ஒன்னார்த்
தெறுபொருளும் வேந்தன் பொருள். (756)

(இறையாக வந்து சேரும் பொருளும் சுங்கமாகக் கொள்ளும் பொருளும், தன் பகைவரை வென்று திறையாகக் கொள்ளும் பொருளும், அரசனுடைய பொருளாகும்.)

அரசாங்கமானது பொதுப் பொருளாதாரத்திற்காக தொன்று தொட்டு மக்களிடமே பல வகையான வரிகளைப் பெறுகிறது. மனித குலத்தின் ஆரம்பக் கட்டங்களில் மக்களின் பாதுகாப்பிற்கு கூலியாகப் பெறப்பட்ட வரியானது காலப்போக்கில் மக்கள் நலனுக்காகவும், மக்களது பொருளாதாரத்தை உயர்த்துவதற் காகவும், பொருளாதார ஏற்றத்தாழ்வுகளை சீர் செய்யவும் வசூல் செய்யப்பட்டது.[16]

தமிழ் இலக்கியங்களில் வரி பெறும் முறை பற்றி பல இடங்களில் காணக்கிடக்கின்றன. இறை, திறை, இரவு, கடமை,

குடிமை, ஆயம், கொண்டி, உறுபொருள், உல்கு பொருள் எனப்பட்ட பல வரிகள் மக்களால் அரசுக்குச் செலுத்தப்பட்டன.

1. **இறை** என்பது நிலத்தின் மீது விதிக்கப்படும் வரியாகும். நிலம் உடையவர்கள் வருமானத்தில் ஆறில் ஒரு பங்கு அரசுக்குச் செலுத்தினர்.

2. **திறை**யென்பது தோற்ற மன்னனிடம் வென்றவர்கள் ஆண்டு தோறும் பெறும் கப்பம் என்பதாகும்.

பணிந்தோர் தேஎந் தம் வழி நடப்பார்
பணியார் தேஎம் பணித்துத் திறை கொண்மார்[17]

3. **இரவு** என்பது இற்றைக் காலத்திய வரி *(Tax)* எனலாம். இது மக்கள் விரும்பினாலும், விரும்பாவிட்டாலும் செலுத்தியே ஆக வேண்டிய ஒன்று.

இந்த வகையான வரிக்கு அரசு பிரதிபலனாக மக்களுக்கு ''இதைச் செய்கின்றேன்'' என்று சொல்லக் கடமைப்பட்டதில்லை.[18]

வேலொடு நின்றான் இடு என்றது போலும்
கோலோடு நின்றான் இரவு. (552)

இந்திய அரசியலமைப்புச் சட்டத்தில் 7 ஆவது அட்டவணையில் *(Seventh Schedule)* வரிகளின் வகைகளைத் தெரிவித்து கோட்பாடு **265**இல் எந்த வரியையும் விதிப்பதோ, வசூலிப்பதோ சட்டப்படிதான் செய்ய வேண்டும் என்று கூறப்பட்டுள்ளது.

4. **புரவு** - புரவு என்பது புரத்தல் அல்லது காத்தல் எனப்படும், நாட்டில் ஏதாவது ஒரு பகுதியை சிறப்பாகக் காக்க அந்தப் பகுதி மக்கள் மீது விதிக்கப்படும் வரி.

''குடிப்புரவு இரக்கும்''[19]

5. **கடமை** என்பது மக்கள் கடமையின் காரணமாக அரசுக்கு செலுத்தும் வரி. இது உடல் உழைப்பாகவும் கூட இருக்கலாம்.

6. **குடிமை** என்பது திருமணமானவர்கள் மீது விதிக்கப்படும் வரியாகும். இது குடும்ப உடைமையாகிய வீடு, வீட்டுமனை மீது விதிக்கப்படுவது என்ற வரலாற்றுப் பேரறிஞர் நீலகண்ட சாஸ்திரியார் கருதுகிறார்.

7. **ஆயம்** என்பது சூதாட்டத்தில் பங்கு பெறுபவர்களிலிருந்து

வசூல் செய்யப்படுவது. சூதாட்டத்தில் வென்றவன் தோற்றவனிடம் பெறுவதாக முதலில் இருந்த இந்த முறை பிற்காலத்தில் தொழில் நிமித்தம் அரசு விதிக்கும் தொழில்வரி 'ஆயம்' எனப்பட்டது. இன்றும் ஆயம் *(Excise)* என்ற வரி வழக்கத்திலுள்ளது.

8. **கொண்டி** என்பது கடற்போரில் தோற்ற அரசனிடமிருந்து வென்ற அரசன் வசூலிப்பது. அமைதிக் காலத்தில் இது வசூலிக்கப்படுவதில்லை. ''கொண்டி வேண்டுவனாயின்''[20]

9. **உறு பொருள்** என்பது வரி அன்று. ஆனால் இது அரசுக்கு உரியது. செல்வந்தர்கள் வாரிசின்றி இறக்கும் போது அவர்களின் பொருள் அரசைச் சேரும். இது இன்றும் *''Escheat''* என்ற பெயரில் இயங்கி வருகிறது.

இதைத் தவிர்த்து கண்டெடுக்கும் பொருள்களும், தோண்டி எடுக்கப்படும் பொருளும் அரசுக்கு உடையனவாக இருந்தன. புதையல் சட்டப்படி *(Treasure Trove Act)* புதையல் அரசுடைமை. ''வைத்தார் இறந்து போக நெடுங்காலம் நிலத்தின் கண்கிடந்து பன் கண்டெத்துதூஉம் தாயத்தார் பெறாததூஉமாம்'' என்கிறார் பரிமேலழகர்.

10. **உல்கு பொருள்** என்பது சுங்க வரி போன்றது. ஒரு நாட்டிலிருந்து ஏற்றுமதியாகும் பொருள் மீது இது விதிக்கப்படுவது.

11. **தெறுபொருள்** என்பது போர்க்களத்திலிருந்து வென்றவன் தோற்றவனிடமிருந்து கைப்பற்றிக் கொண்டு வருவது.

உறுபொருளும் உல்கு பொருளும் தன் ஒன்னார்த்
தெறு பொருளும் வேந்தன் பொருள் (756)

அரசின் பொருளாதாரக் கொள்கையை வள்ளுவர் மிகச் சரியாகப் படம் பிடித்துக் காட்டியுள்ளார். பொருள் வரும் வழியை ஓர் அரசன் சிந்தித்து, புதிது புதிதாக வரி பெற வழி வகுத்துக் கொள்ள வேண்டும். உதாரணமாக விற்பனை வரி என்பது தமிழகத்தில் இல்லை. ராஜாஜி தமிழக முதல்வராக இருந்தபோது முதன் முறையாக இவ்வரி விதிக்கப்பட்டது. இன்று தமிழக அரசின் வருமானத்தில் பெரும்பகுதி விற்பனை வரிமூலம்தான் கிடைக்கிறது.

இயற்றுலும் ஈட்டலும் காத்தலும் காத்த
வகுத்தலும் வல்லது அரசு (385)

பொதுப் பொருளாதாரம் பெருக வழி சொன்ன வள்ளுவர் அதே நேரத்தில் சிலவற்றின்மீது வரி விதிப்பதன் மூலம் அதிகப் பொருள் கிடைக்கும் என்றாலும் அது கூடாது என்கிறார். சூது, கள், பொருட் பெண்டிர் ஆகியவற்றின் மீது வரி விதிக்கலாம் என கௌடில்யர் அனுமதிக்கிறார்.

ஈன்றாள் முகத்தேயும் இன்னாதால்   (923)

சூதின், வறுமை தருவதொன்று இல்   (934)

இரு மனப் பெண்டிரும் கள்ளும் கவறும்
திருநீக்கப்பட்டார் தொடர்பு   (920)

கள் மூலமாக பொதுப் பொருளாதாரத்தை உயர்த்த முடியும் என்றாலும், அது தவறு என்று மணிமேகலையிலும் ஒரு கருத்து கூறப்பட்டுள்ளது.

மயக்கும் கள்ளும் மன்னுயிர் கோறலும்
கயக்கறு மாக்கள் கடிந்தனர் கேளாய்[21]

உழவுத் தொழில் என்பது மழையை நம்பி நடக்கும் தொழில். மழை பொய்க்கும் போது அரசுக்கான நிலவரியை மக்கள் செலுத்த முடியாது. துன்புற்ற போது புலவர்கள் அரசனைச் சந்தித்து நிலவரியை நீக்கிவிடுமாறு (Remission of Land Revenue) வேண்டிக் கொண்டதாக புறநானூற்றுப் பாடல் மூலம் அறிகிறோம்.[22] அது சோழன் குளமுற்றத்துத் துஞ்சிய கிள்ளிவளவனை நோக்கி வெள்ளைக்குடி நாகனார் பாடியதாகும்.

"பகடு புறந்தருநர் பாரம் ஓம்பிக்
குடிபுறந் தருகுவை ஆயின் நின்
அடிபுறந்தருகுவர் அடங்காதோரே"

பரகேசரி விக்கிரம சோழன் காலத்தில் கோயில் நிலங்களுக்கு வரிவிலக்கு அளிக்கப்பட்டதற்கும்[23] வறட்சியின் போது நிலவரி விலக்களிக்கப்பட்டதற்கும் கல்வெட்டுச் சான்றுகள் உள்ளன.[24]

உழவுத் தொழில் என்பது வருமானம் மிகக் குறைவாகத் தந்து துன்பத்தை அதிகமாகத் தரும் தொழில் என்பதைக் கூட வள்ளுவர் நுணுக்கமாக "இருந்தும் உழவே" என்ற பதத்தின் மூலம் தெரியப்படுத்துகிறார்.

நீதிபதிகள் வழக்கை விசாரிக்கும் போது இவ்வாறு தான் நீதி வழங்க வேண்டும் என்பதற்கு பொருட்பாலில் செங்கோன்மை

அதிகாரத்தில் வள்ளுவர் வழிகாட்டியுள்ளார்.[25]

ஓர்ந்து கண்ணோடாது இறைபுரிந்து யார்மாட்டும்
தேர்ந்து செய்வஃதே முறை   (541)

ஓர்ந்து	-	குற்றத்தை எந்த வகையானது என தீவிரமாக ஆராய்ந்து
கண்ணோடாது	-	ஒரு தரப்பினரையும் முறையின்றி ஆதரிக்காமல்
இறை புரிந்து	-	நடுநிலை தவறாது
யார் மாட்டும்	-	ஆண், பெண், உயர்ந்தவர், தாழ்ந்தவர், இருப்பவர், இல்லாதவர், உள்நாட்டவர், வெளி நாட்டவர் என்ற வேறுபாடில்லாமல் (அனைவரிடத்தும்)
தேர்ந்து	-	ஆவணங்கள், சாட்சிகளை சரியானவைகளைத் தேர்ந்தெடுத்து
செய்வஃதே	-	தீர்ப்பு வழங்குவதே
முறை	-	சரியான நீதி பரிபாலனம் ஆகும்.

இந்திய அரசியலைமைப்புச் சட்டம், கோட்பாடு (Article 14,15,21) மற்றும் இந்திய குற்ற விசாரணை முறைச் சட்டம் பிரிவு 319-இன் கீழ் கூறப்பட்ட நீதி வழங்கும் முறைகள் எல்லாம் திருக்குறள் கருத்தை ஒட்டி வருகின்றன.

கோட்பாடு 21 (இந்திய அரசியலமைப்புச் சட்டம்)

"சட்டப்படி உருவாக்கப்பட்டுள்ள விசாரணை முறைப்படியின்றி (ஓராது) வேறெந்த விதமாகவும் ஒரு நபரின் தனிப்பட்ட சுதந்திரத்தையும், உயிரையும் பறிக்கக் கூடாது."

கோட்பாடு 14 (இந்திய அரசியலமைப்புச் சட்டம்)

"இந்தியாவில் உள்ள எந்த நபருக்கும் (யார் மாட்டும்) சட்டத்தின் முன்பு சம உரிமையும், சட்டத்தின் மூலம் சமமான பாதுகாப்பையும் (கண்ணோடாது) தர அரசு மறுக்கக் கூடாது."

கோட்பாடு 18(1) இந்திய அரசியலமைப்புச் சட்டம்

சமயம், சாதி, இனம், பால், பிறப்பிடம் அல்லது வேறு எந்தக்

காரணத்துக்காகவும் (யார் மட்டும்) எந்தக் குடிமகனிடத்தும் அரசு பாகுபாடு செய்யக் கூடாது.

*இந்திய தண்டனை சட்டம் (1860) காமக் குற்றங்களை, **375, 376, 376ஏ, 376பி, 376சி, 366, 366ஏ, 466பி, 367, 372, 373, 493, 495, 496, 497, 498, 498ஏ, 509** ஆகிய பிரிவுகளில் வகைப்படுத்துகிறது. பெண்களுக்கு எதிரான குற்றங்களுக்கான விளக்கமும் தண்டனை பற்றியும் குறிப்பிடுகின்றது. வள்ளுவர் இதைப்பற்றி வாழ்க்கைத் துணை நலம் (அதிகாரம் 6), பிறனில் விழையாமை (அதிகாரம் 15), கூடா ஒழுக்கம் (அதிகாரம் 28), பெண்வழிச்சேரல் (அதிகாரம் 9), வரைவின் மகளிர் (அதிகாரம் 92) ஆகியவற்றில் தெரிவிக்கிறார்.*

தற்காத்துத் தற்கொண்டாற் பேணித் தகைசான்ற
சொற்காத்துச் சோர்விலாள் பெண். (56)

''ஒரு பெண், காணும்படி, அல்லது கேட்கும்படி யாரேனும் ஏதேனும் ஒரு சொல்லைக் கூறுவதும், ஒலியெழுப்புவதும் சைகை காட்டுவது அல்லது அந்தப் பெண்ணின் அந்தரங்கத்தில் குறுக்கிடுவதும் பெண்ணின் நாணம் பிழைத்து நடக்க வேண்டும் என்ற கருத்துடன் செயல் புரிவதும் குற்றமாகும். இந்தக் குற்றத்திற்கு ஓர் ஆண்டு வரையில் வெறுங்காவல் அல்லது அபராதம் அல்லது இரண்டும் தண்டனையாக விதிக்கப்படும்.''[26]

எளிதென இல்லிறப்பான் எய்தும் எஞ்ஞான்றும்
விளியாது நிற்கும் பழி. (145)

பகைபாவம் அச்சம் பழிஎன நான்கும்
இகவாவாம் இல்லிறப்பான் கண். (146)

அறன்கடை நின்றாருள் எல்லாம் பிறன்கடை
நின்றாரின் பேதையார் இல். (142)

''பிறருடைய மனைவியுடன் அல்லது பிறர் மனைவி என்று நம்புவதற்கேற்ற வாய்ப்பிருந்தும், அவளுடைய கணவன் ஒத்துழைப்புஇன்றி அவளுடன் உடல் புணர்ச்சி செய்வது 'பிறர் மனைவியினைப் புணர்தல்' என்ற குற்றமாகும்.'' (497, 498 IPC)

எனைத் துணையார் ஆயினும் என்னாம் தினைத்துணையும்
தேரான் பிறனில் புகல். (144)

''வன்முறைப் புணர்ச்சிக்கு ஆளாக்கப்பட்டவர், அந்த நபரின் மனைவியாகவும் பன்னிரண்டு வயதுக்குக் குறையாதவராகவும்

இருந்தால் அந்த நபருக்கு இரண்டு ஆண்டுகள் வரை சிறைக்காவல் அல்லது அபராதம் அல்லது அவ்விரண்டும் தண்டனையாக விதிக்கலாம்.'' (376 IPC)

பேணாது பெண்விழைவான் ஆக்கம் பெரியதோர்
நாணாக நாணுத் தரும். (902)

வரைவின் மகளிர் என்பதைக் குற்றமாக 92-ஆவது அதிகாரத்தில் வள்ளுவர் கூறுகிறார்.

பொருட்பெண்டிர் பொய்ம்மை முயக்கம் இருட்டறையில்
ஏதில் பிணந்தழீஇ யற்று. (913)

பயன்தூக்கிப் பண்புரைக்கும் பண்பில் மகளிர்
நயன்தூக்கி நள்ளாவிடல். (912)

அன்பின் விழையார் பொருள்விழையும் ஆய்தொடியார்
இன்சொல் இழுக்கத்தரும். (911)

வள்ளுவர் அறவுரை இன்று பரத்தன்மை ஒழிப்புச் சட்டமாகி *(Sec 3,5,6,7,8, and 9 Suppression of Immoral Traffic Act 1956)* இருக்கிறது.

வள்ளுவர் காலத்தில் பெண்கள் ஆண்களுக்குச் சரிநிகர் என்று கொள்ளப்படவில்லை. உதாரணமாக,

பெண்ஏவல் செய்தொழுகும் ஆண்மையின் நாணுடைப்
பெண்ணே பெருமை உடைத்து. (907)

என்று வள்ளுவர் கூறுவார். அந்தக் காலக்கட்டத்தில் மேலை நாடுகளிலும் இதே நிலைதான்.[27]

சுற்றுச் சூழல் பாதுகாப்புச் சட்டம் (1986) நீரில் மாசுக்கள் கலப்பதைத் தடுக்கிறது. தோல்பதனிடும் தொழிற்சாலைகளை ஐரோப்பிய நாடுகள் தடை செய்துவிட்டு இந்தியா போன்ற வளரும் நாடுகளிலிருந்து பதப்படுத்தப்பட்ட தோலை வாங்கிக் கொள்கின்றன. இதனால் வளரும் நாடுகளில் சுற்றுப்புறச் சூழல் கெடுகிறது. இதைத் தடுக்க பல நீதிமன்றத் தீர்ப்புகள் தொடர்ந்து வந்து கொண்டிருக்கின்றன.[28]

வள்ளுவர் நீர் போதுமான அளவு இல்லையென்றாலும், நீர் சுத்தமாக இல்லையென்றாலும் என்னென்ன கேடுகள் வரும் என்பதை சுட்டிக் காட்டுகிறார்.

இருபுனலும் வாய்ந்த மலையும் வருபுனலும்
வல்லரணும் நாட்டிற்கு உறுப்பு. (737)

(ஊற்றும் மலையுமாகிய இருவகை நீர்வளமும், தக்கவாறு வலிய அரணும் நாட்டிற்கு உறுப்புகளாம்.)

நிழல்நீரும் இன்னாத இன்னா தமர்நீரும்
இன்னாவாம் இன்னா செயின். (881)

(இன்பம் தரும் நிழலும், நீரும், நோய் செய்யனவாக இருந்தால் தீயனவே ஆகும். அதுபோலவே, சுற்றத்தாரின் நன்மைகளும் துன்பம் தருமானால் தீமையே ஆகும்.)

புறந்தூய்மை நீரான் அமையும் அகந்தூய்மை
வாய்மையால் காணப் படும். (298)

(புறந்தூய்மை தூய்மையாக விளங்குதல் நீரினால் ஏற்படும். அது போல, அகத்தே தூய்மையாக விளங்குதல் வாய்மையால் உண்டாகும்.)

உடல், மன, சமூக சுகாதார, மருத்துவராக வள்ளுவர் விளங்குகிறார்.

நுகர்வோர் பாதுகாப்புச் சட்டம் (1986)

இந்தியத் தண்டனைச் சட்டம், ஒப்பந்தச் சட்டம், உணவு கலப்படத் தடுப்புச் சட்டம் போன்றவைகளிலிருந்து நுகர்வோர் சம்பந்தமான விதிகளைத் தொகுத்து 1986-ஆம் ஆண்டு நுகர்வோர் பாதுகாப்புச் சட்டம் உருவாக்கப்பட்டது. பொருளை வாங்கும் போது அப்பொருளைச் செய்த முறையில் குறைபாடு இருந்தாலோ பொருள் கொடுத்து சேவையைப் பெறும்போது சேவையானது தரக் குறைவாக இருந்தாலோ நுகர்வோர் நிவாரணம் பெற அருகதையுள்ளவர் என இச்சட்டம் தெரிவிக்கிறது.

பணம் கொடுத்துச் சேவை பெறுவது என்ற முறை பண்டைத் தமிழகத்தில் இருந்ததை திருவிளையாடற் புராணத்தில் 'பிட்டுக்கு மண் சுமந்த படலத்தின்' மூலமும், பண்டமாற்று முறை இருந்ததற்குப் பத்துப்பாட்டு இலக்கியங்களிலும் போதிய ஆதாரங்கள் உள்ளன. வாணிபத்தில்,

''கொள்வதூவும் மிகை கொளாது
கொடுப்பதூவும் குறை கொடாது''[29]

என்ற ரீதியில் பண்டை வாணிகம் நடந்துள்ளது. வள்ளுவரின் கருத்து இன்று சட்டமாகி விட்டது.

தேறற்க யாரையும் தேராது தேர்ந்த பின்
தேறுக தேறும் பொருள்.   (509)

முன்னுறக் காவாது இழுக்கியான் தன்பிழை
பின்னூறு இரங்கி விடும்.   (535)

ஆக்கம் கருதி முதல் இழக்கும் செய்வினை
ஊக்கார் அறிவுடை யார்.   (463)

வாணிகஞ் செய்வார்க்கு வாணிகம் பேணிப்
பிறவும் தம்போற் செயின்.   (120)

என்று வள்ளுவர் அறிவித்த வழிமுறைகள், சட்ட அம்சங்களை தம்மகத்தே கொண்டுள்ளன.

நிறக் கலப்பைப் பற்றி வள்ளுவர் விளக்கமாகப் பேசவில்லை. ஆனால் சாதி, மத, பாலியல் அடிப்படையில் மனிதர்களுக்குள் உயர்ச்சி தாழ்ச்சி சொல்லுதல் கூடாது என்று அவரது கருத்து இன்றைய தீண்டாமை ஒழிப்புச் சட்டமாக (Protection of Civil Rights Act) அமைந்திருக்கிறது.

மேலிருந்தும் மேலல்லார் மேலல்லர் கீழிருந்தும்
கீழல்லார் கீழல் லவர்.   (973)

பிறப்பொக்கும் எல்லா உயிர்க்கும் சிறப்பொவ்வா
செய்தொழில் வேற்றுமை யான்.   (972)

வள்ளுவர் உணர்த்திய நீதி வாசகங்கள், படிப்படியாக சட்டங்கள் ஆகி வருகின்றன என்பது இதிலிருந்து தெரிகின்றது.

கள் உண்ணாமையை வள்ளுவர் குறளின் 93 ஆவது அதிகாரத்தில் வலியுறுத்தியுள்ளார். கள் விளைவிக்கும் மன, மானக் கேடுகளை அவர் குறிப்பிடுகிறார். ஆகவே சரீரக் கேடும் திருவள்ளுவரால் குறிக்கப் பெற்றது என்று கொள்ளவேண்டும். மேலும் கள் அருந்துவதால் பொருளாதாரக் கேடு வரும் என்பதை 93ஆவது அதிகாரத்திலும் வரைவின்மகளிர் என்ற அதிகாரத்திலும் திருவள்ளுவர் கூறியுள்ளார்.[30]

இருமனப் பெண்டிரும் கள்ளும் கவறும்
திருநீக்கப் பட்டார் தொடர்பு.   (920)

கையறி யாமை உடைத்தே பொருள் கொடுத்து
மெய்யறி யாமை கொளல். (925)

கள்ளுண்ணலால் ஏற்படும் விளைவுகளை வள்ளுவர் பெரிதும் சுட்டிக் காட்டி கள் உண்பவனால் குடும்ப கௌரவம் கெடும் என்றும் கூறியுள்ளார்.

உட்கப் படாஅர் ஒளியிழப்பர் எஞ்ஞான்றும்
கட்காதல் கொண்டொழுகு வார். (921)

உண்ணற்க கள்ளை உணிலுண்க சான்றோரான்
எண்ணப் படவேண்டா தார். (922)

ஈன்றாள் முகத்தேயும் இன்னாதால் என்மற்றுச்
சான்றோர் முகத்துக் களி. (923)

கள்ளுண்ணுதலைத் திருக்குறளைத் தவிர்த்து எந்த நீதிநூலும் இவ்வாறு கடுமையாகச் சாடியதில்லை. கிறித்துவ புனித நூலான விவிலியத்தில் கூட இது விலக்கப்பட வேண்டும் என்று சொல்லப்படவில்லை. ஆகவே திருக்குறள் ஒன்றே தற்போதுள்ள மது விலக்குச் சட்டங்களுக்கு எல்லாம் ஆதாரமான அறநூலாகும்.[31]

சூது (*Gambling*) வள்ளுவரால் 94ஆவது அதிகாரத்தில் விலக்கப்பட வேண்டிய குற்றமாக சொல்லப்பட்டிருக்கிறது.[32]

வேண்டற்க வென்றிடனும் சூதினை வென்றதூஉம்
தூண்டில்பொன் மீன்விழுங்கி யற்று. (931)

கள், சூது, வரைவின் மகளிர் ஆகியவை சமூகச் சீரழிவிற்கான காரணங்களாம். இக்குற்றங்கள் ஏற்படுத்தும் பொருளாதாரச் சீரழிவின் அடிப்படையில் வள்ளுவர் இவற்றை வரிசைப்படுத்தி இருக்கிறார் என்றே சொல்ல வேண்டும். வரைவின் மகளிரின் குணக் கேட்டைப்பற்றி சொன்ன வள்ளுவர் ஒரே குறளில் மட்டும் (920), இக்குற்றம் செல்வத்தை அழிக்கும் என்றார். கள்ளுண்ணல் பொருளாதாரச் சீர்கேடு என்பதை இரு குறள்களில் (925, 920) வைத்த வள்ளுவர், சூதால் அதிக அளவில் பாதிக்கப்படுவது ஒருவனுடைய சமூக மரியாதையோ, உடல் வளமோ அல்லாமல் பொருளாதாரமே அதிகமாகப் பாதிக்கப்படும் என்பதால் 'சூது' அதிகாரத்தில் 8 குறளிலும் வரைவின் மகளிர் அதிகாரத்தில் ஒரு குறளிலும் இப்பாதிப்புப் பற்றி வள்ளுவர் கூறுகிறார்.

வரைவின் மகளிரால் பொருளாதாரம் பாதிக்கப்படும் (ஒரே குறள்)

> இருமனப் பெண்டிரும் கள்ளும் கவறும்
> திருநீக்கப் பட்டார் தொடர்பு.   (920)

கள்ளுண்ணுதலால் பொருளாதாரம் கெடும் (2 குறள்கள்)

> கையறி யாமை உடைத்தே பொருள் கொடுத்து
> மெய்யறி யாமை கொளல்.   (925)

> இருமனப் பெண்டிரும் கள்ளும் கவறும்
> திருநீக்கப் பட்டார் தொடர்பு.   (920)

சூதாட்டத்தினால் பொருளாதாரம் பெருத்த சீரழிவுக்குள்ளாகும் (9 குறள்கள்)

> ஒன்றெய்தி நூறிழக்கும் சூதர்க்கு முண்டாங்கொல்
> நன்றெய்தி வாழ்வதோ ராறு.   (932)

> உருளாயம் ஓவாது கூறின் பொருளாயம்
> போஒய்ப் புறமே படும்.   (933)

> கவறும் கழகமும் கையும் தருக்கி
> இவறியார் இல்லாகி யார்.   (935)

> அகடாரார் அல்லல் உழப்பர்சூ தென்னும்
> முகடியான் மூடப்பட்டார்.   (936)

> பழகிய செல்வமும் பண்பும் கெடுக்கும்
> கழகத்துக் காலை புகின்.   (937)

> பொருள்கெடுத்துப் பொய்மேற் கொளீஇ அருள்கெடுத்
> தல்லல் உழப்பிக்குஞ் சூது.   (938)

> உடைசெல்வம் ஊணொளி கல்விஎன் றைந்தும்
> அடையவாம் ஆயம் கொளின்.   (939)

> இழத்தொறூஉம் காதலிக்கும் சூதேபோல் துன்பம்
> உழத்தொறூஉம் காதற் றுயிர்.   (940)

> இருமனப் பெண்டிரும் கள்ளும் கவறும்
> திருநீக்கப் பட்டார் தொடர்பு.   (920)

'வரைவின் மகளிர்' பற்றிய குறள்கள் பொருட்பாலில்

வைக்கப்பட்டுள்ளன. பரத்தமை என்பது ஆண், பெண் ஆகிய இரு தரப்பினருக்கும் பொருந்தும் சொல்லாக திருவள்ளுவர் பயன்படுத்துகிறார்.

‘பெண்ணியலார் எல்லாரும் கண்ணின் பொது உண்பர் நண்ணேன் பரத்த நின் மார்பு’ - *(1311)* என்ற குறள் ஆணும் பரத்தமை உடையவன் என்று காட்டுகிறது. வள்ளுவர், பெண்கள் பரத்தமை தொழிலில் ஈடுபடுவதை வெறுத்தது, அது அறக் கோட்பாட்டிற்கு எதிரானது என்பதற்காக மட்டுமன்று. அது மறச் செயல் என்று வள்ளுவர் எண்ணியிருந்தால் வரைவின் மகளிர் அதிகாரத்தை அறத்துப்பாலில் வைத்திருப்பார். பரத்தமை என்பது பொருளாதாரம் சம்பந்தப்பட்டது ஆகும். ஒரு பெண் தன்னையே விற்பனைப் பொருளாக விளம்பரம் செய்வதற்கு வறுமைதான் முக்கியமான காரணமாக இருக்க வேண்டும். ஆகவே இவ்வதிகாரத்தைப் பொருட்பாலில் திருவள்ளுவர் வைத்துள்ளார். மற்ற குற்றங்களுக்குத் தண்டனை முறையைச் சொன்ன வள்ளுவர் இதற்குத் தண்டனை பற்றிப் பேசவில்லை என்பர் சிலர். ஆனால் இவ்வழக்கத்தை அவர் எங்ஙனம் சாடியுள்ளார் என்பதை நன்கு நோக்க வேண்டும். சங்க காலத் தமிழ்ச் சமுதாயம் பரத்தையருக்கு விசேட இடம் தந்து, போற்றவும் செய்தது. இப்படி சமூகத்தால் ஏற்கப்பட்ட வழக்கத்தை வள்ளுவர் துணிந்து கடுமையாகச் சாடியது குறிப்பிடத்தக்கது.

உளவுத்துறையினர் எவ்வாறு நடந்து கொள்ள வேண்டும் என்று வள்ளுவர் கூறும் கருத்துக்கள் இன்றும் பயன்பாட்டில் உள்ளன. விசாரணை செய்யும் போது, தன் சுற்றத்தார், மற்றவர் என்ற வேறுபாடு காட்டாமல் *(584)* எவரும் தன்னை உளவாளி என்று கண்டு கொள்ளாவண்ணம், யாரைக்கண்டும் அஞ்சாமல், எத்தனைத் துன்பங்கள் வந்தாலும் தன்னைக் காட்டிக் கொள்ளாமல், விசாரணை செய்து தான் அறிந்தனவற்றை ஐயப்பாடின்றி தெளிவு பெறக் கூடியவராக உளவுத்துறையினர் இருத்தல் வேண்டும் என்பர்.

வினைசெய்வார் தம்சுற்றம் வேண்டாதார் என்றாங்கு
அனைவரையும் ஆராய்வது ஒற்று. (584)

என்று குறள் பேசுகிறது.

(தம்முடைய தொழிலைச் செய்கின்றவர், தம் சுற்றத்தார், தம் பகைவர் என்று கூறப்படும் எல்லோரையும் ஆராய்வது ஒற்றரின் தொழிலாகும்.)

கடாஅ உருவொடு கண்ணஞ்சாது யாண்டும்
உகாஅமை வல்லதே ஒற்று. (585)

(ஐயுற முடியாத உருவத்தோடு பார்த்தவனுடைய கண் பார்வைக்கு அஞ்சாமல் எவ்விதத்திலும் மனத்திலுள்ளதை வெளிப்படுத்தாமல் இருக்க வல்லவனே ஒற்றன் ஆவான்.)

துறந்தார் படிவத்த ராகி இறந்தாராய்ந்து
என்செயினும் சோர்விலது ஒற்று. (586)

(துறந்தவரின் வடிவத்தை உடையவராய் அரிய இடங்களிளெல்லாம் சென்று ஆராய்ந்து (ஐயுற்றவர்) என்ன செய்தாலும் சோர்ந்து விடாதவரே ஒற்றர் ஆவார்.)

மறைந்தவை கேட்க வற்றாகி அறிந்தவை
ஐயப்பாடு இல்லதே ஒற்று. (587)

(மறைந்த செய்திகளையும், கேட்டறிய வல்லவனாய் அறிந்த செய்திகளை ஐயப்படாமல் துணிய வல்லவனாய் உள்ளவனே ஒற்றன் ஆவான்.)

களவு *(Theft)* இன்று தண்டிக்கப்படக் கூடிய குற்றம். பிறரால் இகழப்படாமல் இருக்க வேண்டுமென்றால், திருடும் போது இன்பமாக இருந்தாலும், பின்னாளில் அது துன்பம் தரும் என்பதால் களவைச் செய்யக் கூடாது என்று வள்ளுவர் கூறுகிறார். இந்திய தண்டனைச் சட்டமும் இதைத் தடுக்கிறது. *(Sec 378 IPC)*

உள்ளத்தால் உள்ளலும் தீதே பிறன் பொருளைக்
கள்ளத்தால் கள்வேம் எனல். (282)

(குற்றமானதை உள்ளத்தால் எண்ணுவதும் குற்றமே. அதனால் பிறன் பொருளை அவன் அறியாத வகையால், வஞ்சித்துக் கொள்வோம் என்று எண்ணாதிருக்கவேண்டும்.)

களவினால் ஆகிய ஆக்கம் அளவிறந்து
ஆவாது போலக் கெடும். (283)

(களவு செய்து பொருள் கொள்வதால் உண்டாகிய ஆக்கம் பெருகுவது போல் தோன்றி இயல்பாக இருக்க வேண்டிய அளவையும் கடந்து கெட்டு விடும்.)

அளவறிந்தார் நெஞ்சத் தறம்போல நிற்கும்
களவறிந்தார் நெஞ்சில் கரவு. (288)

(அளவறிந்து வாழ்கின்றவரின் நெஞ்சில் நிற்கும் அறம் போல் களவு செய்து பழகி அறிந்தவரின் நெஞ்சில் வஞ்சம் நிற்கும்.)

அளவல்ல செய்தாங்கே வீவர் களவல்ல
மற்றைய தேற்றா தவர். (289)

(களவு செய்தல் தவிர மற்ற நல்ல வழிகளை நம்பித் தெளியாதவர், அளவு அல்லாத செயல்களைச் செய்து அப்போதே கெட்டழிவர்.)

பிறனில் விழையாமை (Adultery) என்பது திருமணமான ஆணுக்கு எதிரான குற்றம் என இந்தியத் தண்டனைச் சட்டம் கூறுகிறது. வள்ளுவர் கருத்தைக் காணும் போது வள்ளுவர் இதைப் பெருங் குற்றமாக கருதுவது தெரிகிறது. (Section 497 IPC).

எளிதென இல்லிரப்பான் எய்துமெஞ் ஞான்றும்
விளியாது நிற்கும் பழி. (145)

(இச்செயல் எளியது என எண்ணிப் பிறனுடைய மனைவியிடம் நெறிதவறிச் செல்கின்றவன் எப்போதும் அழியாமல் நிலைநிற்கும் பழியை அடைவான்.)

பகைபாவம் அச்சம் பழியென நான்கும்
இகவாவாம் இல்லிறப்பான் கண். (146)

(பகை, பாவம், அச்சம், பழி என்னும் இந்நான்கு குற்றங்களும், பிறன்மனைவியித்து நெறி தவறி நடப்பவனிடத்திலிருந்து நீங்காவாம்.)

அறனியலான் இல்வாழ்வான் என்பான் பிறனியலாள்
பெண்மை நயவா தவன். (147)

(அறத்தின் இயல்போடு பொருந்தி இல்வாழ்க்கை வாழ்பவன், பிறனுக்கு உரிமையானவளின் பெண்நலத்தை விரும்பாதவனே.)

பிறன்மனை நோக்காத பேராண்மை சான்றோர்க்கு
அறனொன்றோ ஆன்ற ஒழுக்கு. (148)

(பிறனுடைய மனைவியை விரும்ப நோக்கா பெரிய ஆண்மை சான்றோர்க்கு அறம் மட்டும் அன்று நிறைந்த ஒழுக்கமாகும்.)

நலக்குபியார் யாரெனின் நாமநீர் வைப்பின்
பிறற்குரியாள் தோள்தோயா தார். (149)

(கடல் சூழ்ந்த உலகத்தில் நன்மைக்கு உரியவர், யார் என்றால் பிறனுக்கு உரிமையானவர்களின் தோளைப் பொருந்தாதவரே ஆவர்.)

கொல்லாமையை *(Murder)* வள்ளுவர் இணையில்லாத அறமாகக் கருதுகிறார். தனது உயிர் போவதாக இருந்தாலும், தான் பிறரது உயிரைப் போக்கும் இழிந்த செயலைச் செய்யக் கூடாது என்கிறார் வள்ளுவர். வள்ளுவர் கருதுவது போல இன்றளவும் கொல்லுதல்தான் மிகப் பெரிய குற்றமாகக் கருதப்படுகிறது. *(Sec 30 IPC.)*

நல்லாறு எனப்படுவது யாதுஎனின் யாதொன்றும்
கொல்லாமை சூழும் நெறி. (324)

(நல்லவழி என்று அறநூல்களால் சொல்லப்படுவது எது என்றால், எந்த உயிரையும் கொல்லாத அறத்தைப் போற்றும் நெறியாகும்.)

தன்னுயிர் நீப்பினும் செய்யற்க தான்பிறிது
இன்னுயிர் நீக்கும் வினை. (327)

(தன் உயிர் உடலிலிருந்து நீங்கிப் போவதாக நேர்ந்தாலும், அதைத் தடுப்பதற்காகத் தான் வேறோர் உயிரை நீக்கும் செயலைச் செய்யக் கூடாது.)

நன்றாகும் ஆக்கம் பெரிதெனினும் சான்றோர்க்குக்
கொன்றாகும் ஆக்கம் கடை. (328)

(கொலையால் நன்மையாக விளையும் ஆக்கம் பெரிதாக இருந்தாலும், சான்றோர்க்குக் கொலையால் வரும் ஆக்கம் மிக இழிவானதாகும்.)

கொலைக்குச் சரியான தண்டனை தூக்கிலிடுவதுதான் என்பதை ஓரிடத்தில் வள்ளுவர் சுட்டிக்காட்டியுள்ளார் *(Sec 302 IPC)*

கொலையின் கொடியாரை வேந்தொறுத்தல் பைங்கூழ்
களைகட் டதனொடு நேர்.

(கொடியவர் சிலரைக் கொலைத்தண்டனையால் அரசன் ஒறுத்தல் பயிரைக் காப்பாற்றக் களையைக் களைவதற்கு நிகரான செயலாகும்.)

அவதூறு

இந்திய தண்டனைச் சட்டம் பிரிவு 500 (Section 500 IPC) -ன் படி ஒருவரைப்பற்றி இழிவான செய்திகளை எழுத்தாலோ, மொழியாலோ வெளிப்படுத்தினால் இரண்டாண்டு தண்டனை குற்றவாளிக்கு வழங்கப்படும் என்கிறது. இதைப் புறங்கூறுவது என்கிறார் வள்ளுவர். நமது தற்போதைய சட்டப்படி எழுத்தால் இழிவான செய்திகளைப் பரப்புவதற்கும் (Libel), மொழியால் செய்திகளைப் பரப்புவதற்கும் (Slander) தண்டனையில் வித்தியாசமுண்டு.

முன்னது கடுமையாக நோக்கக் கூடியது. பின்னது பெரிய குற்றமாகக் கருதப்படவில்லை. ஆயினும் உரிமையியல் நீதிமன்றம் இக்குற்றத்திற்குக் குற்றவாளி நட்ட ஈடு தரவேண்டியவர் என்று முடிவுசெய்யும். வள்ளுவர் இந்தப் பாகுபாட்டை அமைத்துக் கொள்ளாததற்குக் காரணம் உண்டு. அந்நாளில் எழுத்து மூலமாக அவதூறு பரவ வழியில்லாமல் இருந்தது. 'மானம்' மிக முக்கியமானது என்பதால் அதற்கு அழிவு வரக் கூடாது என்றும், எழுத்து, மொழி என்று பாகுபடுத்தாமல் வள்ளுவர் புறங்கூறுதலைக் கடிகிறார்.

மயிர்நீப்பின் வாழாக் கவரிமா அன்னார்
உயிர்நீப்பர் மானம் வரின்.   (969)

(தன் உடம்பிலிருந்து மயிர் நீங்கினால் வாழாத கவரிமானைப் போன்றவர் மானம் அழிய நேர்ந்தால் உயிரை விட்டுவிடுவார்.)

இளிவரின் வாழாத மானம் உடையார்
ஒளிதொழுது ஏத்தும் உலகு.   (970)

(தமக்கு யாதேனும் இழிவு நேர்ந்தால் உயிர் வாழாத மானம் உடையவரின் புகழை உயர்ந்தார் தொழுது ஏத்தி நிற்பார்கள்.)

மானம் கெடத்தக்க செயல்களை ஒருவன் செய்யக் கூடாது. அதே சமயத்தில் மற்றவர்களும் தங்கள் மானம் கெடும்படி நடந்து கொள்ளக் கூடாது என்பது வள்ளுவர் கருத்து. வள்ளுவர் இக் குறள்களால் புறங்கூறதல் தவறு என்றும், அதே சமயம் புறம் கூறுமளவிற்கு நடத்தையும் ஒருவருக்கு இருக்கக் கூடாது என்றும் அறிவுறுத்துகிறார்.

புறங்கூறிப் பொய்த்துயிர் வாழ்தலிற் சாதல்
அறங்கூறும் ஆக்கம் தரும்.   (183)

(புறங்கூறிப் பொய்யாக நடந்து உயிர் வாழ்தலை விட, அவ்வாறு செய்யாமல் வறுமையுற்று இறந்துவிடுதல் அறநூல்கள் சொல்லும் ஆக்கத்தைத் தரும்.)

கண்நின்று கண்ணறச் சொல்லினும் சொல்லற்க
முன் இன்று பின்நோக்காச் சொல். (184)

(எதிரே நின்று கண்ணோட்டம் இல்லாமல் கடுமையாகச் சொன்னாலும் சொல்லலாம். நேரில் இல்லாதபோது பின் விளைவை ஆராயாது சொல்லைச் சொல்லக் கூடாது.)

பிறன்பழி கூறுவான் தன்பழி யுள்ளும்
திறன்தெரிந்து கூறப்படும். (186)

(மற்றவனைப் பற்றிய புறங்கூறுகின்றவன் அவனுடைய பழிகள் பலவற்றிலும் நோக்குங்கால் ஆராய்ந்து கூறிப் பிறரால் பழிக்கப்படுவான்.)

அறன்நோக்கி ஆற்றுங்கொல் வையம் புறன்நோக்கிப்
புன்சொல் உரைப்பான் பொறை. (189)

(ஒருவன் நேரில் இல்லாதது கண்டு பழிச்சொல் கூறுவோனுடைய உடல் பாரத்தை, இவனையும் சுமப்பதே எனக்கு அறம் என்று கருதி நிலம் சுமக்கின்றதோ?)

இக்குற்றம் அறவழியில் அகல வள்ளுவர் வழியில் கூறுகிறார்.

ஏதிலார் குற்றம்போல் தம்குற்றங் காண்கிற்பின்
தீதுண்டோ மன்னும் உயிர்க்கு. (190)

(அயலாருடைய குற்றத்தைக் காண்பது போல் தம் குற்றத்தைக் காணவல்லவரானால், நிலைபெற்ற உயிர் வாழ்க்கைக்கு துன்பம் உண்டோ?)

உலக அளவிலும் தவறான செய்தி பரப்புதல் தடை செய்யப்பட்டுள்ளது.[33]

உரிமையியல் வழக்கு, குற்றவியல் வழக்கு ஆகிய இருவகையான வழக்குகளையும் தீர்ப்பதற்கு அடிப்படையாக இருப்பது சான்றுச் சட்டம் (Indian Evidence Act 1872). ஆரம்ப காலத்தில், சொத்தில் ஒருவருக்கு உரிமை இருக்கிறதா, இல்லையா என்பதையும், ஒருவர் குற்றவாளியா, இல்லையா என்பதையும் நிரூபிக்க அறிவியலுக்குப் பொருந்தாத பலமுறைகள்

பயன்பட்டதாகத் தெரிகிறது. சொத்துரிமையை நிரூபிக்க, வழக்கு நடத்துபவர்கள் போரிட வைக்கப்பட்டுள்ளனர். குற்றவாளியைக் கண்டுபிடிக்க தெய்வத்தின் துணையை நாடியும் பல நாடுகளில் வழக்குகள் நடத்தப்பட்டன. *1817*-ஆம் ஆண்டு வரை இங்கிலாந்தில் வழக்காடுபவர்கள், தங்களுக்குள் சண்டையிட்டே தீர்வு கண்டனர். கொதிக்கும் நீரில் மூழ்குதல், பழுக்கக் காய்ச்சிய இரும்பைப் பற்றுதல், கொதிக்கும் நெய்யில் கையை விடுதல் என்று பல கொடூரமான முறைகள் வழக்கத்திலிருந்தன.[34]

ஆங்கிலேயர் ஆட்சிக் காலத்தில் சர் ஹென்றி மெயின் (*Sir Henry Maine*) என்பவரால் வரைவும் (*Draft*) அவர் செய்த வரைவு இந்திய சூழ்நிலைகளுக்குப் பொருந்தவில்லை என நிராகரிக்கப் பட்ட பின்பு சர். ஜேம்ஸ் (*Sir James Fitz Stephan*) என்பவரால் சான்றுச் சட்டம் (*Indian Evidence Act*) செப்பம் செய்யப்பட்டது. இச்சட்டமானது இங்கிலாந்து சான்றுகள் சட்டத்திலிருந்து எடுக்கப்பட்ட பல கருத்துக்களைக் கொண்டிருப்பதாக கருதப்படுகிறது.

இந்தியாவில் சான்றுச் சட்டக் கூறுகள் வழக்கத்தில் இல்லையென்றும், அதனால் ஆங்கிலேயச் சான்று சட்டத்திலிருந்து கருத்துகள் எடுத்தாளப்பட்டதாகவும் இச்சட்டத்தின் முகப்புரையில் (*Preamble*) தெரிவிக்கப்பட்டுள்ளது. சான்று பகர்தல் பற்றியும், சாட்சியச் சட்டவழிமுறைகளையும் பழந் தமிழ் இலக்கியங்கள் தந்துள்ளனவா என்பதையும் சிந்திக்கும் போது கிடைக்கும் செய்திகளாவன. உதாரணத்திற்கு பெரியபுராணத்தில் (12-ஆம் நூற்றாண்டு) சட்டக்கருத்துக்கள் எந்த அளவு நடைமுறைப் படுத்தப்பட்டன என பார்க்கலாம்.

1. இன்றைய நீதிமன்றம் என்பது அந்நாளில் அறங்கூறு அவையம் எனப்பட்டது.

''சிறந்த கொள்கை அறங்கூறு- அவையம்'' - மதுரைக் காஞ்சி

''ஐம்பெருங்குழுவு மெண் பேராயமும்''- சிலப்பதிகாரம்

2. இசைவுத் தீர்ப்பாளர்கள் யாவர்? (*Arbitrators*) *Arbitration Act 1940*

சமன்செய்து சீர்தூக்குங் கோல் போல் அமைந்தொருபால்
கோடாமை சான்றோர்க் கணி (118)

''அனைத்து நூல் உணர்ந்தீர்''(பெரிய புராணம்)

3. சான்று (Evidence) உரைப்போர் யாவர்? [35]

ஐந்து அவித்தான் ஆற்றல் அகல் விசும்புளார் கோமான்
இந்திரனே சாலும் கரி. (குறள் 25)

4. ஆவணம் (Documentary Evidence) Sec 3 (2) and 100 Evidence Act

''ஆவணத்தில்'' [36] - பெரியபுராணம்
தடுத்தாட்கொண்ட புராணம்

5. வாய்மொழிச் சான்று (Oral Evidence)

''அயலார்தங்கள் காட்சியில்'' [37] - பெரியபுராணம்
தடுத்தாட்கொண்ட புராணம்

6. நீண்ட பழக்கத்தாலான நடைமுறை 24 (Custom Sec 32 (4) Indian Evidence Act

''ஆட்சியில்'' [38] பெரியபுராணம் தடுத்தாட்கொண்ட புராணம்.

பெரியபுராணத்தில் தடுத்தாட் கொண்ட புராணத்தில் சேக்கிழார் பெருமான் மிகச் சிறந்த சட்ட வல்லுநராக இருப்பதை, சேக்கிழார் அடிப்பொடி டி.என். ராமச்சந்திரன் பெரியபுராண ஆங்கில மொழியாக்கத்தின் முன்னுரையில் விளக்கியுள்ளார்.

சோழன் அனபாயனின் தலைமை அமைச்சரான சேக்கிழார் பெருமான், சட்டத்தின் மூலை முடுக்குகளைப் பற்றி அறிந்துள்ளதை சேக்கிழார் அடிப்பொடி சிறப்பாக எடுத்துக் காட்டியிருக்கிறார்.[39]

சுந்தரர் மணக்கோலத்தில் அமர்ந்திருக்கிறார். அப்போது முதிய அந்தணர் ஒருவர் தோன்றி உரத்த குரலில் ''இந்த மொழி கேண்மின் எதிர் யாவர்களும்'' என்று உத்தரவிட, திருமணத்திற்கு வந்த மற்ற பெரியவர்கள் ''எதற்காக இங்கு வந்திருக்கிறீர்கள்'' என அம்முதிய அந்தணரை வினவ,

''என்னிடையும் நின்னிடையும் நின்ற இசை வால்யான்
முன்னுடைய தோர் பெரு வழக்கினை முடித்தே
நின்னுடைய வேள்வியினை நீ முயல்தி''

என சுந்தரரை உத்தரவிட, சுந்தரர்,

''உற்ற தோர் வழக்கு என்இடை நீயுடைய துண்டேல்''

இந்த வழக்கை முடித்து விட்டுத்தான் நான் மண முடிப்பேன் என மணமகன் உறுதியளிக்கிறார்.

முதிய அந்தணர் ''முன் காலத்தில் உன் தந்தையின் தந்தை ஓலையில் எழுதித் தந்துள்ள ஆவணம் என்னிடம் உள்ளது'' என்கிறார். அதில் சுந்தரர் பாட்டனார் காலந் தொடங்கி அவர் வம்சத்தார் அனைவரும் முதிய அந்தணனின் அடிமைகள் என்றுள்ளதால், ஓர் அடிமையின் திருமணம் அந்த அடிமையின் முதலாளி அனுமதித்தால் மட்டுமே உண்டு. இந்த திருமணத்தை நான் விரும்பவில்லை என்று முதிய அந்தணர் நடைபெற உள்ள திருமணத்திற்குத் தடைபோட, சுந்தரர் ''ஓலையைக் காட்டு'' என்று கூற, அடிமைநிலையில் உள்ள சுந்தரர், தன்னிடம் ஆதாரம் கேட்க உரிமையில்லாதவர் என்கிறார் முதியவர். சுந்தரர் ஓலையை அந்தணப் பெரியவரிடமிருந்து பறித்துக் கிழித்து விடுகிறார்.

முதிய அந்தணர் சுந்தரரின் பதட்டமான நடவடிக்கையே அவரைக் குற்றவாளியாகக் காண்பிக்கின்றது என்கிறார். திருமணத்திற்காக வந்திருந்த பெரியவர்கள் திருமணத்தில் புகுந்து தடுக்கும் இப்பெரியவர் பல வழக்குகளைச் (''பழைய மன்றாடி போலும்'') சந்தித்த ஆள் என்பதை உணர்ந்தனர். (இங்கிலாந்து நீதி மன்றச் சட்டம் 1925 இன்படி கோர்ட் படிகளில் பழி கிடந்து தொடர்ந்து வழக்காடும் குணம் உடையவர்களின் வழக்கைத் தள்ளுபடி செய்யும் முறை உள்ளது.)[40]

வழக்கு தனக்கு எதிராகப் போவதை உணர்ந்த மணமக்கள் சுந்தரர் ஓலை எழுதப்பட்ட இடம் திருவெண்ணெய்நல்லூர் என்ற செய்தியைத் தனக்குச் சாதகமாகப் பயன்படுத்தி வழக்கை, இந்த இடத்தில் விசாரிக்க முடியாது என்றும் ஓலை எழுதப்பட்டதாகச் சொல்லப்படும் திருவெண்ணெய்நல்லூரில்தான் விசாரிக்கப்பட வேண்டும் என்றும் கூறுகிறார். (ஓலை எழுதப்பட்ட ஊரில்தான் விசாரிக்க வேண்டும் (*Cause of action*) என்ற சட்டக்குறிப்பு இங்கு வெளிப்படுகிறது.[41])

எப்படியும் வழக்குத் தனக்குச் சாதகமாக முடியும் என்பதை அறிந்திருந்த முதிய அந்தணர் வழக்கை திருவெண்ணெய்நல்லூரில் தொடர்ந்து நடத்த ஒப்புக் கொள்கிறார்.[42] சுந்தரரைப் பார்த்து ஏற்கனவே கிழித்த ஓலை ''படியோலை'' (*Copy of the Document*) தான் என்றும், ''மூல ஓலை'' (*Original*[44])யைக் காட்டி சுந்தரரை அடிமை என்று நிரூபிப்பேன் என்றும் சவால் விடுகிறார்.

வழக்கு திருவெண்ணெய்நல்லூரில் விசாரிக்கப்படுகிறது. கற்றறிந்த அந்தணர்கள் வழக்கை விசாரிக்கக் கூடியுள்ளனர். முதியவர் தனது வழக்கை எடுத்து வைக்கிறார். (முறைப்பாடு)[45]

டாக்டர் மு.ராஜேந்திரன் இ.ஆ.ப | 117

வழக்கு தொடங்குகிறது[46] (''அந்தணர் அவையில் மிக்கார்'') தலைமை நீதிபதி வழக்கை விசாரிக்கும் முன் ஓர் அந்தணரை மற்றோர் அந்தணர் அடிமை எனச் சொல்லும் வழக்கம் இல்லையாததால் இந்த வழக்கை ஏற்க இயலாது என ஆரம்பக்கட்ட ஆட்சேபணை தெரிவிக்கிறார். *(Preliminary Objection[47])*

முதிய அந்தணர் தனது வழக்கு பழக்கவழக்கத்திற்கு ஒவ்வாது என்றாலும்[48] சட்டப்படி நடவடிக்கை எடுக்கக் கூடிய ஒப்பந்த (வந்தவாறிசைவே அன்றோ வழக்கு வழி வந்தது) என்கிறார். நீதிமன்றம் அந்தணரின் விளக்கத்தை ஏற்று விசாரணையை ஆரம்பிக்கிறது.

சுந்தரரை ''ஏன் படி ஓலையைக் கிழித்தீர்கள்?'' என விசாரிக்க, சுந்தரர் ''அனைத்து நூல் உணர்ந்தீர்'' *(Learned Judges)* என்று நீதிபதிகளை விளித்து தாம் மெய்ப்பிக்க சான்றுகள் ஏதும் தேவையில்லை. ஏனெனில் அந்தக் கூற்றின் உண்மையை நீதிபதிகளே அறிவர் என்கிறார்.[49] சுந்தரரும் சட்டப்படி எப்படி எதிர் வழக்காடுவது எனத் தெரிந்திருக்கிறார். ஓர் அந்தணரை மற்றோர் அந்தணர் அடிமைப்படுத்த நினைப்பது ''மனத்தினாலுணர்தற் கெட்டா மாயை'' என்று உரைக்கிறார். நீதிமன்றம் சுந்தரர் கூற்றிலுள்ள வன்மையான உண்மையைப் புரிந்து கொள்கின்றது. ஆகவே வழக்குத் தொடர்ந்த முதிய அந்தணரே உண்மையை மெய்ப்பிக்க *(Onus of Proof[50])* வேண்டியவர் (''அடிமை என்ற வெவ்வுரை எம் முன்பு ஏற்ற வேண்டும்'') என்றனர். பின்பு நீதிபதிகள் ஆட்சியில், *(Proof by Precedent of Cestom from time immemorial[51])* ஆவணத்தில் *(Proof by Oral testimony of eye witnesses[52])* மற்றும் அயலார் தங்கள் காட்சியில் *(Proof by documentary evidence[53])* என உள்ள மூன்றில் ஏதாவது ஒன்றின் மூலம் முதியவர் தமது வழக்கை நிறுவ வேண்டுமென கட்டளையிட்டனர்.

நீதிபதிகள் கேள்விநிலைச் சான்று *(Hersay Evidence[54])* இல்லாமல் உடனடியாக வழக்கை நடத்த உத்தரவிட்டவுடன் வழக்குத் தொடர்ந்த முதியவர் முறைப்படி வழக்கை ஆரம்பித்து[55] சுந்தரர் தமது அடிமை என எழுதியிருக்கும் மூலவோலையை நீதிமன்றத்தினர் முன் காண்பிக்க இசைவாக இருப்பதாகத் தெரிவிக்கிறார். அவருடைய உறையிலிருந்து ''மூலஓலையை'' கரணத்தானும் *(Clerk of the Crown[56])* பெற்று உறையிலிருந்து நீக்கி அதன் ''தொன்மை நோக்கி''[57] *(Ancient document)* பின்னர் வாசிக்கிறான்.

''நான், ஆரூரன், நாவலூரைச் சேர்ந்த ஆதிசைவன் எழுதிய ஆவணமாவது,

நானும் எனது சட்டப்பூர்வமான வாரிசுகளும் வழிவழியாகப் பெருமுனி என்ற பித்தனாகிய தங்களுக்குத் தலைமுறை தலைமுறையாக அடிமைத் தொழில் செய்வோம் என்று எழுதி எனது கையெழுத்து இட்டிருக்கிறேன்.''

The Suit document which has been well preserved in an envelope, is then handed over to the clerk of the crown (கரணத்தான்) who receives it reverentially. He takes it out of the cover where it is kept rolled up. He unrolls the scroll and on examination finds it to be an ancient document (தொன்மை நோக்கி) and then read it aloud. " I Arroran, AdiSaiva of Navellor do hereby execute this deed. (அருமறை நாவல் ஆதி சைவன் ஆருரன் செய்கை) unto Perumuni of vennainalloor alais pithan (பெருமுனி வெண்ணெய் நல்லூர் பித்தனுக்கு) that I and my legal representatives'' (யானும் என்பால் வருமுறை மரபுளோரும்) do hereby bind ourselves hereafter for generations to come to render petual service tantamount to slavery to the Perumuni alais pithan (வழித் தொண்டு செய்தற்கு) by means of this bond of which I am the scribe with consent full and free in accord with the mind and deed (ஓலை இருமையால் எழுதி நேர்ந்தேன்) in witness whereof I have set my signature (இதற்கிவை என் எழுத்து)''[58]

பின்பு கையெழுத்திட்டபின் கையெழுத்தை நீதிமன்றம் சரிபார்க்கிறது.[59] அது உண்மை என புரிந்து கொள்கின்றது. பின்பு மூல ஓலையைக் கலங்கிய நிலையிலிருக்கும் சுந்தரரிடம் கொடுத்து விளக்கம் தர சந்தர்ப்பம் அளிக்கப்படுகிறது. முதிய அந்தணர் பெருமுனி என்ற பித்தன் இதை அனுமதிக்கக் கூடாதென்றும், சுந்தரர் ஆவணத்தில் உள்ள கையெழுத்தைச் சரிபார்க்க அருகதையற்றவர் என்பதால் நீதிமன்றமே கையெழுத்தை ஒப்பிட்டுப் பார்க்கலாம் என்றும் கூறுகிறார்.[60]

நீதிமன்றமே இந்த ஒப்பீடு செய்து கொள்ள வேண்டும் என்பதில் முதியவர் கவனமாக இருக்கிறார்.

மூலப்படியிலிருந்த கையெழுத்தும் ஆவணக் காப்பகத்திலிருந்த (அரண்தரு காப்பில்) சுந்தரரின் தந்தையின் தந்தை கையெழுத்தும் பெறப்பட்டு, இரு கையெழுத்துக்களும் ஒத்துப் பார்க்கப்பட்டு இரு கையெழுத்தும் ஒருவருடைய கையெழுத்துத்தான் என்று நீதிமன்றம் முடிவு செய்து வழக்கை

முதிய அந்தணருக்குச் சாதகமாக்கி, சுந்தரர் முதிய அந்தணரின் பரம்பரை அடிமை என்று தீர்ப்பளிக்கின்றனர்.

இந்த நிகழ்ச்சியால் 12-ஆம் நூற்றாண்டைச் சேர்ந்த சேக்கிழார் பெருமான் பண்டறிந்து சொன்னவையே பல நூற்றாண்டுகளுக்குப் பிறகு இயற்றப்பட்ட இந்திய சாட்சியச் சட்டம், குடிமை நடை முறைச் சட்டம் ஆகியவற்றின் முன்னோடி (*Evidence Act*) என்பது தெரிகிறது. உண்மை இவ்வாறு இருக்க, ''இந்தியாவில் சான்றுச் சட்டக் கூறுகள் வழக்கில் இல்லையென்றும், அதனால்தான் ஆங்கிலேயச் சான்றுச் சட்டத்திலிருந்து கருத்துகள் எடுத்தாளப் பட்டதாக சான்றுச் சட்ட முகப்புரையில் (*Preamble*) தெரிவிக்கப் பட்டுள்ளது முறையன்று.''

இயற்கைச் சட்ட நெறி (*Natural Justice*) கிரேக்க நாட்டில் வளர்ந்த சட்டநெறி என்றும் கிரேக்க நாட்டை உரோமானியர்கள் வென்றபோது, இயற்கைச் சட்ட நெறியை உரோமானியர்களும் ஏற்றுக் கொண்டதாகவும் மெயின் (*Henry D. Maine*) கருதுகிறார். இயற்கைச் சட்ட நெறி என்பது மனிதர்கள் அனைவரும் சமம் என்ற கொள்கையை அடிப்படையாகக் கொண்டு மனிதர்களுக்குள் வித்தியாசம் பார்க்கக்கூடாது என்ற கோட்பாட்டை உடையது. இக்கொள்கை உலகின் பல இடங்களில் பின்பற்றபடவில்லை. உதாரணமாக அமெரிக்காவில் 1870-ஆம் ஆண்டுதான் வெள்ளை நிறத்தவருக்கும் கறுப்பர்களுக்கும் சம உரிமை உண்டு என்று அரசியலமைப்புச் சட்டத் திருத்தம் கொண்டு வரப்பட்டது. அதேபோல், அமெரிக்கா, பெண்களுக்கு ஓட்டுரிமையை 1920-ஆம் ஆண்டில்தான் வழங்கியது. ஆனால் கிரேக்கர் வளர்த்ததாகச் சொல்லப்படும் இயற்கைச் சட்டநெறி என்னும் இக்கருத்து தமிழ் இலக்கியங்களில் மிகுதியாகக் காணக்கிடைக்கின்றன.

எடுத்துக்காட்டுகள்

> யாதும் ஊரே யாவரும்கேளிர்[61]
>
> பிறப்பொக்கும் எல்லா உயிர்க்கும் சிறப்பொவ்வா
> செய்தொழில் வேற்றுமை யான் (972)
>
> ''எல்லோரும் ஓர் குலம் எல்லோரும் ஓர் இனம் எல்லோரும்
> இந்நாட்டு மன்னர்''[62]

குற்றம் சாட்டப்பட்டவருக்குத் தனது கட்சியை விளக்க வாய்ப்புத்தர வேண்டும் என இயற்கைச் சட்டநெறி கூறுகிறது.

திருக்குறள் இவ்வாய்ப்பை பல நூற்றாண்டுகளுக்கு முன்பே வழங்கியுள்ளது.

> கூழும் குடியும் ஒருங்கு இழக்கும் கோல் கோடிச்
> சூழாது செய்யும் அரசு.   (554)

என்றும்,

> நாள் தொறும் நாடி முறை செய்யா மன்னவன்
> நாள் தொறும் நாடு கெடும்.   (553)

என்றும் வள்ளுவர் கூறுவதிலிருந்து குற்றம் சாட்டப்பட்டவருக்கு தன்னிலை தெரிவிக்க வாய்ப்பு வழங்கப்படல் வேண்டும் என்பதை வள்ளுவர் அறிவுறுத்தியுள்ளது தெரிகின்றது.

இன்றைய அரசு மாண்டேகு (Montesqueu[63]) கூறியது போல மூன்று அங்கங்களை உள்ளடக்கியது. ஒன்று சட்டமன்றம் (Legislative), இரண்டு நிர்வாகம் (Executive) மூன்றாவது, நீதிமன்றம் (Judiciary). முற்காலத்தில் இம் மூன்றையும் உள்ளடக்கியதுதான் அரசு என்ற அமைப்பு. இருப்பினும் 'செங்கோன்மை' கொடுங்கோன்மை, வெருவந்த செய்யாமை என்ற அதிகாரங்களில் இன்றைய அரசின் மூன்று பிரிவுகளையும் வள்ளுவர் விளக்கியிருப்பதைக் காணலாம். குற்றம் சாட்டப்பட்டவன் கூற்றைக் கேட்டு, ஆய்ந்து முடிவு வழங்கப்பட வேண்டும். இல்லையேல் நீதிபதி (அரசன்) முறை செய்யாதவன் ஆகிறான்.

அ.   "ஓர்ந்து கண்ணோடாது" "முறைகாக்கும்"

"முறை செய்யா" "குற்றங்கடிதல்" "வேந்தொறுத்தல்"
"கையிகந்த தண்டமும்"

என்பன தற்போதைய நீதிமன்றத்தையும்,

ஆ.   சட்டங்களை இயற்றும் சட்டமன்றத்தை,

"மன்னவன் கோல்"

"இயல்புளிக் கோலோச்சும்" "மன்னுதல்"

என்ற சொற்கள் மூலமும்,

இ.   மக்களின் அன்றாட வாழ்வைக் கவனிக்கும் நிர்வாகத்துறையைக் "குடிதழீஇ" "குடிபுறங்காத்து" என்ற சொற்கள் மூலமும் அறிகிறோம். ஆகவே வள்ளுவர் அரசின் மூன்று பிரிவுகளையும் முறையாக அறிந்திருக்கிறார் எனலாம்.

சட்டத்தின் ஆட்சி (*Rule of Law*)[64] என்பது சட்டக் கோட்பாடுகளில் மிக முக்கியமானது. இதை ஏ.வி. டைசி (*A.V. Dicey*) என்பவர் வரையறை செய்தார். சட்டம் தான் மனிதனை ஆளவேண்டும். எதுவும் சட்டடப்படிதான் நடக்க வேண்டும். இக்கொள்கையை ஏற்காமல், சட்டம் அரசுக்குக் கட்டுப்பட்டது என்று முதலில் கருத்து தெரிவித்த பிளாட்டோ கூட சில காலத்திற்குப் பின் தம் கருத்தை மாற்றிக் கொண்டு சட்டத்திற்கு அரசு கட்டுப்பட்டதுதான் என்று அறிவித்தார்.

சட்டத்தின் முன் அனைவரும் சமம் என்ற உயரிய ஆட்சிக் கருத்துகள் திருக்குறளில் உள்ளன.

தன்குற்றம் நீக்கிப் பிறர்குற்றம் காண்கின் பின்
என்குற்றம் ஆகும் இறைக்கு. (436)

அறன் இழுக்காது அல்லவை நீக்கி மறன்இழுக்கா
மானம் உடையது அரசு. (384)

வினை செய்வார் தம்சுற்றம் வேண்டாதார் என்றுஆங்கு
அனைவரையும் ஆராய்வது ஒற்று. (584)

அதிகாரப் பரவலாக்கத்தின் மூலம் அரசு அதிகாரத்தை மூன்றாக நீதிமன்றம், சட்டமன்றம், ஆட்சியாளர்கள் (*Judiciary, Legislature, Executive*) என்று பிரித்து, ஒன்றை ஒன்று கண்காணிக்கக்கூடிய அமைப்பு முறை தற்போது உள்ளது.[65] இதன் மூலம் ஓர் அங்கம் வழி தவறும் போது அரசின் மற்ற அங்கம் அத் தவற்றைத் தவிர்த்துச் சட்டத்தைக் காக்கிறது. அரசனே அன்று எல்லாமுமாக இருந்ததால் அனைத்தும் அவன் கையிலேயே இருந்தது.

அரசு தனது ஆளுகைக்குட்பட்ட மக்கள் அனைவரையும் உயர்வு, தாழ்வின்றி நடத்த வேண்டும் என்றாலும், இதுவரை வாய்ப்புக் கிடைக்கப்பெறாமல் சமுதாயத்தின் கீழ் நிலையில் வாடுவோரை மேம்படுத்த வேண்டும், உயர்த்த வேண்டும். இக்கருத்து உறுதிப்படுத்த தற்போது இந்திய அரசியலமைப்புச் சட்டம் உருவாக்கப்பட்டிருக்கிறது.[66]

வாய்ப்புக் கிடைக்காதவர்களை முன்னேற்ற வேலை வாய்ப்பில் தனித் தொகுதிகளை (*Reservation*)[67] அரசு ஏற்படுத்தியுள்ளது. இதை வள்ளுவர் வார்த்தைகளில் சொல்ல வேண்டுமென்றால், அரசு தனது குடிமக்களைப் பொதுவாக

நோக்காமல் ஒவ்வொரு தரப்பினரையும் அவரவர் வசதி வாய்ப்புகளையும் நோக்கி அவர்களது தேவைக்கேற்ப உதவிகளைச் செய்தல் வேண்டும். அப்பொழுதுதான் அனைவரும் பயன் பெறுவர்.

பொதுநோக்கான் வேந்தன் வரிசையா நோக்கின்
அதுநோக்கி வாழ்வார் பலர். (528)

இக்குறள் கருத்தை ஒட்டியே, தற்போது வெளிவந்து பிற்படுத்த மக்களுக்கு வேலைவாய்ப்பிற்குப் பெரிதும் உதவியாக இருக்கும் மண்டல் கமிஷனின் (Mandal Commission)[68] அறிக்கை உள்ளது. சமுதாயத்தில் இருக்கும் நலிந்த பிரிவினருக்கு அரசு அளிக்க வேண்டிய சலுகைகளை எண்ணியே, சமுதாயத்தில் உள்ள மக்களை வரிசையாக நோக்க வேண்டுமென்பது குறள் கூறும் நீதி.

நீதி வழங்கும்போது பாகுபாடில்லாமல், தனிப்பட்ட விருப்பு வெறுப்பிற்கிடமின்றி, கால விரயம் செய்யாமல் நீதி வழங்க வேண்டும். காலம் தாழ்த்தி வழங்கிய நீதி மறுக்கப்பட்ட நீதியாகும். ஆகவே அரசன் நீதி பரிபாலன முறையை வள்ளுவர் மிகவும் வற்புறுத்திக் கூறியுள்ளார்.

அ. நீதிபதி விருப்புவெறுப்பின்றி இருக்க வேண்டும்

ஓர்ந்துகண் ஓடாது இறைபுரிந்து யார்மட்டும்
தேர்ந்துசெய் வஃதே முறை. (541)

ஆ. காலதாமதமின்றி நீதி வழங்க வேண்டும்

நாள்தொறும் நாடி முறைசெய்யா மன்னவன்
நாள்தொறும் நாடு கெடும். (553)

இ. சிறந்த நீதிபதி தெய்வம் போன்றவர்

முறைசெய்து காப்பாற்றும் மன்னவன் மக்கட்கு
இறை என்று வைக்கப்படும். (388)

தமிழ்நாட்டிலுள்ள சுமார் 30,000 கல்வெட்டுக்கள் மூலம் பல அரிய சட்டச் செய்திகளைப் பெற முடிகிறது. கல்வெட்டுக்களை ''அறநெறி புகட்டும் கல்விச்சாலைகள்'' என்கிறார் கல்வெட்டறிஞர் பேராசிரியர் சி. கோவிந்தராசனார்.[69]

கல்வெட்டில் காணப்படும் சட்டச் செய்திகள்

1. காவேரிப்பாக்கம் என்ற ஊரில் கி.பி. 1010-ஆம் வருடம்

பேரரசன் ராஜராஜன் அனுப்பிய பிடிவாரண்ட் (கரணம்) ஊரார்களால் செயலாக்கம் செய்யப்படவில்லை. காரணம் அன்று பிரதமை நாளாக இருந்தது (மாதத்தில் 3 தினங்கள்-பிரதமை, பௌர்ணமி, சங்கிராந்தி நாட்களில் கைது செய்யப்படக் கூடாது என்ற வழக்கம் இருந்தது.) இன்றும் மதத்தை முன்னிலைப்படுத்தும் சில இசுலாமிய, கிறித்துவ நாடுகளில் குறிப்பிட்ட சில நாட்களில் கைது செய்வது தடை செய்யப்பட்டுள்ளது.

2. குற்றம் செய்த ஆண் நபர் கிடைக்கவில்லையென்றால் அவர்கள் வீட்டுப் பெண்களையோ குழந்தைகளையோ கைது செய்து துன்பம் தரக்கூடாது. (காவேரிப்பாக்கம் கல்வெட்டு கி.பி. 1010).

3. சேர, சோழ, பாண்டிய மன்னர்களால் தேவரடியார்களுக்குத் திருவண்ணாமலை மேலத்தெரு, கீழ்த்தெருவில் தரப்பட்ட கிராம வருவாயினைத் திருவண்ணாமலை பகுதி நிர்வாகி இராயப்பரசர் என்பவர் தர மறுத்தபோது தஞ்சை அச்சுதப்பநாயக்கர் பகுதி நிர்வாகி இராயப்பரசருக்கு உத்தரவிட்டு தேவரடியார்களுக்கு வாரிசுரிமை (*Law of Succession*) அடிப்படையில் உரிமையை பெற்றுத் தந்திருக்கிறார். (1567-ஆம் வருடம்.)

4. Land Acquisiton Act (கி.பி.1225)

நன்னிலம், அச்சுதமங்கலம் சிவாலயம் அமைக்கும் போது வீதி பெரியதாக்கப்பட்டது. அதற்குத் தேவையான இடங்களுக்கு நட்டஈடு 1199 ஆம் வருடம் வழங்கப்பட்டது.

5. 217-ஆண்டுகள் கழித்தும் கூட நட்டஈடு வட்டியுடன் தரப்பட்டது. (கி.பி.1225 திருச்சானூர் கல்வெட்டு.)

6. நிலம் கைப்பற்றப்படுதல் : (*Confiscation*) (கி.பி.1119)

முதலாம் குலோத்துங்கள் காலத்தில் (கி.பி.1119) கள்ளப் பெரம்பூர் எனும் கிராமத்தில் (அப்போதைய பெயர் தஞ்சைக் கூற்றத்து ராஜசுந்தரி சதுர்வேதிமங்கலம்) உத்தமப்பிரியன் என்பவன் கிராமப் பணத்தை மோசடி செய்ததற்காக தண்டிக்கப்பட்டு அவனது நிலம் பறிமுதல் செய்யப்பட்டது.

7. நாடு கடத்தப்படுதல் (கி.பி.1118)

தஞ்சாவூர் சிவபுரத்தில் ஆலய கடைநிலை ஊழியரை அடித்தது குறித்து விசாரணைக்கு அரசன் அனுப்பிய அழைப்பாணையை (சம்மன்) கிழித்துப்போட்டதற்காக

சோமபட்டர் என்பவரும் திருச்சிற்றம்பலப் பட்டரும் கி.பி.1118-இல் நாடு கடத்தப்பட்டனர்.

8. மேல்முறையீடு (Appeal Provisions) *(கி.பி.972)*

சுந்தரசோழர் ஆட்சிக்காலத்தில் திருப்பூந்துருத்தி எனும் ஊரில் மாதவன் என்பவர் ஊர்ப்பணத்தைத் தனக்குப் பயன்படுத்திக் கொண்டார். பொதுப் பணத்தை ஏமாற்றினால் அதிக தண்டனை தரப்படும். அதன்படி கொடுத்த அபராதத் தண்டத் தொகையைக் குற்றவாளியால் கட்ட முடியவில்லை. அதனால் மாதவனின் அண்ணன் ஜாமீன் *(பிணை ஓலை)* கொடுத்தார். இதற்கிடையில் மாதவன் இறந்து விட்டதால் அவரது அண்ணனைப் பணம் கட்டச் சொல்லி கிராமத்தார் வற்புறுத்தினர். தண்டனை அதிகம் என்று சுந்தர சோழருக்கு மேல் முறையீடு *(Appeal)* செய்ய அரசர் அபராதத் தொகையை ஓரளவு குறைத்தார்.

9. Judgement (Private Circulation only) (12th Century B.C)

கழுககுன்றத்துக் கல்வெட்டு, இரண்டாம் குலோத்துங்கன் காலத்தில் நீலவேணி என்ற பெண் தற்கொலை செய்து கொண்டாள். இதை வெளியில் தெரிவிக்க வேண்டாம் என்றும் அதே சமயம் தற்கொலையைத் தூண்டியவனுக்குத் தண்டனை பிறருக்குத் தெரியாமல் மறைவாகத் தரப்பட வேண்டும் என்றும் தீர்ப்பு ஏற்பட்டது.

இவைகளையெல்லாம் வைத்துப் பார்க்கும் பொழுது இன்றுள்ள சட்டத்தைப் போலவே பல நூற்றாண்டுக்கு முன்பும் தமிழர்கள் தங்களுக்கென்று மிகச் சிறப்பான சட்ட வரையறைகளைக் கைக்கொண்டனர் எனத் தெரிகிறது.

அடிக்குறிப்புகள்

1. புற. 312
2. Limitation Act, (X of 1959)
3. The Intend and Act must both concur to constitute the Crime P.S. Atchuthan Pillai, Criminal Law P 21'
4. "There are two necessary elements in crime, a physical element and a mental element; and no man may be found guilty of a crime and therefore legally punishable, unless in addition to having brought about a harm which the law forbids, he had at a time a legally reprehensible state of mind" மா. சண்முக சுப்பிரமணியன், குறள்கூறும் சட்ட நெறி, பக்.71
5. "Nothing is more usual than for thieves to urge distress and hunger as excuse for their thefts."
6. Rex Vs Dudley and Stephens P.S Atchuthan Pillai, Criminal lawP-96
7. In every part of this code except where a contrary intention appears from the context words which refer to acts done extend also to illegal omissions & Sec.32 IPC மா. சண்முக சுப்பிரமணியன், குறள்கூறும் சட்ட நெறி, பக். 130
8. Sec. 2 Cr.P.C.
9. Stanly wells, The oxford Shakespeare. P.445
10. மா. சண்முக சுப்பிரமணியன், குறள்கூறும் சட்ட நெறி, பக். 229
11. A.C. Kapoor, Principles of Political Science, P.204 to 215
12. P.S. Atchuthan Pillai, Criminal Law P.189
13. சாமி சிதம்பரனார், வள்ளுவர் வாழ்ந்த தமிழகம் பக்.117
14. இந்திய தண்டனைச் சட்டம் பிரிவு 302, 366, 374 (X) குற்றவியல் நடைமுறை சட்டம் 374 (1) மற்றும் இந்திய அரசியலமைப்புச் சட்டம் 72 (4)

15. "State to secure a social order for the promotion of the welfare of the people. The state shall to promote the welfare of the people by securing and protecting as effectively as it may a social order in which justice, social economic and political shall in all forms constitute the National Life". (Indian Constitution Art 38)

16. "The story of Taxation is broadly speaking the story of war" ARK Khan 'Taxation Law' P.2

17. மதுரைக்காஞ்சி 229, 230

18. "The first characteristic of a tax is compulsion with the advancement in civilisation, the necessity to compel to pay taxes becomes greater. The earliest form of taxation, according to Northcote Parkinson was closely connected to collection of protection money by gangsters and brigands...Another characteristic feature of tax is that it is an imposition made for public purposes by the State without reference to any special benefit to be conferred on the payer of the tax. It is this element which distinguishes it from other levies such as fee or a special assessment. The levy of tax is for the purposes of general revenue. When the tax is collected by the State the same becomes part of the public revenues of the State, Thus there is no quid Pro quo between the tax payer and the Public Authority" (ARK Khan "Taxation Law' Pages 2,3)

19. புற. 75

20. புற. 51

21. மணிமேகலை ஆதிரை பிச்சையிட்ட காதை 84-85

22. புற. 35

23. K.A. Nilakanda Sastri,The Cholas, P.741

24. ibid P.611

25. மநு விஞ்ஞானேசுவரியம் - வியவகாரம் கேட்கும் லட்சணம்.பக்.14

26. 354, 509 IPC and Act 51 A(e) Indian Constitution

27. "Thy desire shall be to thy husband and he shall rule"
28. எம்.சி. மேத்தா எதிர் இந்திய அரசு AIR 1988 SC 1037 மற்றும் Act 6 of 1974

    Act 44 of 1978

    Act 36 of 1977

    Act 29 of 1986
29. Offences relating to Weights and Measures (264 IPC)
30. Sec. 86, 510 IPC
31. Art 47 Indian Constitution, Nashirwar Vs State of MP AIR 1975 SC 360 and Sec 86 IPC
32. மனு விஞ்ஞானேசுவரியம் பக். 203

    Sec. 294(A) IPC, The Public Gambling Act 1867 (amended 1954) and State of Bombay Vs RMSDC A.I.R. 1957 SC 699
33. Since the Second World War, with its demonstration of the power and the dangers of modern propaganda the compaign for International Control has redoubled. The Nuremberg Judgement condemned it as an International Crime. Percy E. Corbett **The Growth of World Law** P.171
34. VD Kulshreshtha, **Landmarks in India Legal (and) Constitutional History** p.8
35. "Evidence means and includes all statements which the Court permits or requires to be made before it by witness, in relation to matters of fact under inquiry, such statements are called oral evidence."
36. "All documents produced for the inspection of the Court such documents are called documentary evidence."
37. "Oral evidence must in all cases whatever be direct: that is to say if refers to a fact which could be seen it must be the evidence of a witness who saws he say it."
38. "Cases in which statements or relevant facts by person who is dead or cannot be found etc is relevant. Statements unwritten or verbal of relevant facts made by a person

who is dead as who cannot be found or who has become incapable of giving evidence, or whose attendance cannot be produced without an amount of delay." Sec. 32(4) Indian Evidence Act.

39. T.N. Ramachandran (Translator) Periya Puranam P.X/II, X/III
40. England Judicature (Amendment) Act 1959 Sec.1 (i)
41. Sec. 20(c) CPC.
42. Sec.24 CPC
43. Sec 63 Indian Evidence Act
44. Sec 62 Indian Evidence Act and Sec 95 IPC
45. 07 R10(2) CPC
46. 07 RRI CPC
47. AIR 1935 Allahabad 310 and AIR 1953 TC 286 TO 291
48. "Every man, it is said, should be free to pursue his own interests in his own way. It is therefore conceived to be the duty of the Law to give effect to the wills of the parties as expressed in their agreement and it was asserted that as few restrictions as possible should be placed upon Freedom of Contract" This view was promulgated by Adam Smith. T.N. Ramachandran (Translator) Priya Puranam P.C XIII
49. Sec 56 of the Indian Evidence Act.
50. Sec.101 Indian Evidence Act.
51. "A case is ony an authority for what it actually decides. The only use of authorities or decided cases is the establishment of some Principle which the judge can follow out in deciding the case before him." T.N. Ramachandran (Translator) Priya Puranam P.CXIII
52. A valid custom has the force of Law. Custom is to society what Law is to State (Salmond) T.N. Ramachandran (Translator) Priya Puranam P.C XIV
53. Ch V Indian Evidence Act.

54. Chapter IV Indian Evidence Act.
55. Chapter II Indian Evidence Act.
56. Vide 18 RI CPC
57. Bench Clerk
58. T.N. Ramachandran (Translator) Priya Puranam P.C XLII, XLIII
59. Sec 90 Indian Evidence Act.
60. Vide Sec.68 Indian Evidence Act.
61. புற. 192
62. மகாகவி பாரதியார் கவிதைகள் பக்.41
63. George H. Sabine, A History of Political Theory P.513
64. VD Kulshrestitha, Landmarks in Legal & Constitutional History P.420
65. ibid. P.396
67. Art 330 Indian Constitution
68. டாக்டர் மு.மோகனராசு (ப.ஆ) திருக்குறள் சட்டவியல் களஞ்சியம் பக்.85
69. சி.கோவிந்தராசன், கல்வெட்டுக் கலைச்சொல் அகரமுதலி முகவுரை
70. குடவாயில் பாலசுப்பிரமணியம் முத்தாரம் கட்டுரைகள் (1988, 1989 ஆண்டுகள்)

சர்வதேச ஒழுக்கப் பண்புகள்

''மதத்திற்கு அடுத்தபடியாக மிக அதிகமான அளவில் தத்துவக் கருத்துகள், அறிவுரைகள், சர்ச்சைகள் காணப்படுவது சர்வதேச ஒழுக்கப்பண்பில் தான்''[1] என்று மார்கென்தோ (1904-1980) கருதுகிறார். சர்வதேச ஒழுக்கப்பண்புகள் பல நேரங்களில் கடைபிடிக்கப்பட்டதையும் மீறப்பட்டதையும் மார்கென்தோ பட்டியலிடுகிறார். உதாரணமாக வெளிநாடுகளில் 1415-ஆம் ஆண்டு முதல் 1525-ஆம் ஆண்டுகளுக்குள் அரசியல் காரணங்களுக்காக 200 கொலைகள், முயற்சி செய்யப்பட்டோ, திட்டமிடப்பட்டோ இருக்கின்றன என்றும் இந்தக் காலக்கட்டத்தில் உரோமப் பேரரசின் ஆட்சிக்குட்பட்ட பகுதிகளில் அரசு நடத்தும் விருந்துகளில் கூட விருந்தினர்கள் தங்கள் உணவைத் தாங்களே கொண்டு வந்து மற்றவர்கள் தரும் உணவை உண்ணாது சமூக வாழ்வில் ஈடுபட்ட அவலநிலையையும் காணமுடிகிறது என்கிறார். அதே போல் அமெரிக்கா உளவு நிறுவனம் (சி.ஐ.ஏ) அமெரிக்கா அரசியல் கொலைகளில் ஈடுபட்டதும் குறிப்பிடத்தக்கது. பிஸ்மார்க் முதல் ஹிட்லர் வரை ஐரோப்பிய தலைவர்கள், சர்வதேச ஒழுக்கப்பண்பை அதிகம் மதிக்கவில்லை.

ஆனால், பல நேரங்களில் சர்வதேச ஒழுக்கப் பண்புகளுக்கு அதிக முக்கியத்துவம் கொடுத்த சூழ்நிலைகளும் உள்ளன. உதாரணமாக, இரண்டாம் உலகப்போரில் தோற்று போர்க் கைதியாகிவிட்ட 50,000 ஜெர்மானியர்களை ஒட்டுமொத்தமாக கொலை செய்யவேண்டும் என்ற ரஷ்யாவின் கோரிக்கையை

அன்றைய ஆங்கிலேயப் பிரதமர் சர்ச்சில் நிராகரித்தது குறிப்பிடத்தக்கது.[2]

உலக மக்களுக்கான அறம் (Internatiional Morality) என்பது உலக மக்கள் அனைவராலும் ஏற்றுக் கொள்ளக் கூடிய கோட்பாடுகள் ஆகும். இதைக் கணிப்பது சிரமம். முதல் காரணம் உலக மக்களுக்கான அறத்தை நிர்ணயிக்கும் முன்பு தங்கள் நாடு, தங்களது முக்கியத்துவம் என்ற குறுகிய வட்டத்திலிருந்து வெளிவரக்கூடிய பரந்த மனப்பான்மை சிலருக்கு இருப்பதில்லை. இரண்டாவதாக, முடிவு எடுக்கக் கூடிய நிலையிலுள்ள தலைவர்களுக்கு உலக மக்களின் தேவை என்பது தங்கள் சொந்த நாட்டின் தேவையை விட முக்கியம் என்பதை அறியும் அளவு மனப் பக்குவமும், தைரியமும் சில நேரங்களில் இல்லாமல் போவது. இந்த தைரியம் பல அரசுகளுக்கு இல்லை என்பதை நாம் காண முடிகிறது. உதாரணமாக, கொடிய வறுமை உலகின் பல பாகங்களில் காணப்பட்டாலும் விரைந்து சென்று உதவும் மனப்பான்மை பல வசதியான நாடுகளுக்கு இல்லை.

கொள்கையளவில் 1940-ஆம் ஆண்டுகளில் அமெரிக்கா தனது மொத்த வருமானத்தில் 2 சதவிகிதத்தை (2% of the GNP) ஏழை நாடுகளுக்கு வழங்க உறுதியளித்தது. இந்த முறைக்கு மார்ஷல் திட்டம்[3] என்றும் பெயரிடப்பட்டது. இந்தத் திட்டம் அமுல்படுத்தப்பட்டதற்கு இரண்டு முக்கிய காரணங்கள் இருந்தன. ஒன்று அந்தக் காலகட்டத்தில் அமெரிக்காவின் பொருளாதாரம் நல்ல நிலையில் இருந்தது. இரண்டாவதாக வறுமையில் வாடும் மக்கள் பொதுவுடைமைக் கருத்தின் பால் ஈர்க்கப்பட்டு விடுவதைத் தவிர்க்க வேண்டும் என்றும் அமெரிக்கா விரும்பியது.

ஐரோப்பிய பொருளாதார நாடுகள் (European Economic Community) 1970-களில் இதே பணியைச் செய்து, ஏழை மக்களின் துன்பத்தில் பங்கேற்றது.[4] காலப்போக்கில் பொருளாதார உதவி மட்டுமே வறுமையை ஒழிக்காது என்றும், பொருளாதார உதவி பெறும் நாடு தன்னுடைய சுய செயல்பாட்டில் முன்னேற்றம் கண்டால் தான் உயர முடியும் என்பதையும் அனுபவ பூர்வமாக உதவி செய்யும் நாடுகள் உணர்ந்தன. உதவிபெறும் நாட்டின் செயல்பாட்டை உயர்த்துவது என்பதும் உதவி செய்யும் நாட்டின் கையிலும் இல்லை என்பது உண்மையாகும்.

உலக மக்களுக்கான அறம் என்பது முழுவதுமாக அமைக்கப்படாத ஒன்று. தனி மனித அறம், உலக மக்கள் அறம் ஆகிய இரண்டும் ஒன்றோடு ஒன்று தொடர்புடையதுதானா என்பதில் கூட அறிஞர்களுக்குள் மாறுபட்ட கருத்து உண்டு. மாக்கியவல்லி போன்ற அரசியல், சமூக சட்ட அறிஞர்கள் உலக மக்களுக்கான அறம் என்று ஒன்று இருப்பதாக ஏற்கவில்லை. காந்த் (Kant) (1724-1804 AD) போன்றவர்கள் தனி மனித அறத்தின் விரிவாக்கம்தான் உலக மக்களுக்கான அறம் என்பர். இந்த இரு மாறுபட்ட கருத்திற்கும் இடைப்பட்ட கருத்தை உடைய அறிஞர்களும் உண்டு. அவர்கள் உலக மக்களுக்கான அறம் என்று ஒன்று உண்டு என்றும், அதே சமயம் அதற்கும் தனி மனித அறத்திற்கும் வித்தியாசங்கள் உண்டு என்றும் கூறுவர்.[5]

தற்காலத்தில் நாடுகள் தங்கள் சொந்த நன்மைக்காக, உலக மக்களுக்கான அறம் என்ற போர்வையில் பல உயர்வுகளைப் பெறவும் எண்ணுகின்றன. உதாரணமாக, வெர்சேல்ஸ் உடன் படிக்கை 1918இல் கையெழுத்தானபோது, முதல் உலகப் போரில் வெற்றி பெற்ற நாடுகள் போரில் தோற்ற ஜெர்மனி மீது பல தடைகளைச் சுமத்தி இந்த ஒப்பந்தத்தைக் கையெழுத்திட வைத்தன. இந்த உடன்படிக்கை ஜெர்மனிக்குத் தலைகுனிவையும், சிறுமையையும் ஏற்படுத்தினாலும், உலக மக்களின் நன்மைக்காக இந்த ஒப்பந்தம் ஏற்பட்டது என, வென்ற நாடுகள் விளம்பரம் செய்து தங்கள் செல்வாக்கையும் பலத்தையும் உயர்த்திக் கொண்டன.

மாக்கியவெல்லி கூறிய கருத்தான உலக மக்களுக்கான அறம் என்ற ஒன்று இல்லவே இல்லை என்பதையும் முழுவதுமாக ஏற்க முடியாது. இக்கொள்கையின்படி தனித்தனி நாடுதான் முக்கியம், ஒட்டு மொத்தமான உலகம் முக்கியமில்லை என்றாகிறது. தற்போது தனி மனித வாழ்க்கையும் கூட சர்வதேச சட்டத்தால் பாதுகாக்கப்பட வேண்டிய நிலை வந்துவிட்டது. ஆரம்பத்தில் சர்வதேசச் சட்டத்தின் குறிக்கோள் நாடுகளைப் பற்றியதாக மட்டும் இருந்து, இப்போது தனி மனிதர்களும் சர்வதேசச் சட்டத்தின் குறிக்கோள் வளையத்திற்குள் வந்து விட்டனர். உதாரணமாக, இரண்டாம் உலகப் போர்க்காலத்தில் நாஜீக்கள் (Nazis) செய்த சமூகக் கொடுமைகள் குற்றமாகக் கருதப்பட்டு சர்வதேச சட்டத்தால் தண்டிக்கப்பட்டன. மனித உரிமை மீறல்கள் தற்போது மனித உரிமைக் குழுவால் விசாரிக்கப்படும் நிலைக்கும் வந்து விட்டன. தனி மனிதர்களும் சர்வதேசச் சட்டவளையத்திற்குள் வந்து விட்டதைத்தான் இவைகள் காட்டுகின்றன.

டாக்டர் மு.ராஜேந்திரன் இ.ஆ.ப | 133

அமெரிக்காவையும், இங்கிலாந்தையும் பொருத்தவரை தங்களது நாட்டின் வாய்ப்புகள் பாதிக்கப்படாத வரையில், அவை உலக அறத்தை ஆதரித்து வருகின்றன. காந்த் (Kant) உலக அறத்திற்கு அதிக முக்கியத்துவம் கொடுப்பவர். மிகப் பெரிய அளவில் இயற்கையால் சேதம் ஏற்படும் போது மற்ற நாடுகள் பாதிக்கப்பட்ட நாட்டிற்கு இன்று உதவுகின்ற பழக்கமும், வறுமையில் வாடும் மக்களுக்கு, வசதியான நாடுகள் உதவிக்கரம் நீட்டுவதும் அறிஞர் காந்த் (Kant) கொள்கைக்குத் தரப்படும் மதிப்பு எனலாம்.

மனித உரிமை என்பது உலக அறம் என்ற நிலையிலிருந்து தனி மனித அறம் என்ற நிலைக்கு வந்து விட்டது. ஆழ்கடல் பகுதியில் உள்ள வளங்கள் தனி ஒரு நாட்டிற்கு மட்டும் சொந்தமில்லை. அது உலக மக்கள் அனைவருக்கும் பொதுவான சொத்து என்பது ஐக்கிய நாடுகள் சபை நடத்திய கடல்கள் தொடர்பான கூட்டத்தில் (UN Conference on the Law of the Sea) முடிவு செய்யப்பட்டது. அண்டார்டிகாவும் (Antartica) உலக மக்களுக்குப் பொதுவானது. (Common Heritage of Mankind) என்று தெளிவுபடுத்தப்பட்டாகி விட்டது.[6]

உலகத்தின் பிரச்சனைகள் இன்று மிகப் பெரிய அளவில் வளர்ந்து வருகின்றன.

இதற்கான காரணங்கள்

1. அரசியல், கொள்கை மற்றும் பொருளாதாரக் காரணங்களுக்காக பிரச்சனைகள் பெரிதாக வளர்ந்து விடுதல்.

2. இன்றுள்ள போக்குவரத்து, தொலைபேசித் தொடர்பு காரணங்களால் சாதாரண பிரச்சனைகள் கூட பெரிதாக்கப்பட்டு விடும் வாய்ப்பு.

3. உலகப் பிரச்சனையை நாட்டுப் பிரச்சனையாகவோ, நாட்டுப் பிரச்சனையை உலகப் பிரச்சனையாகவோ உருமாறும் வாய்ப்பு.

இவைகளையும் மீறி உலக மனிதப் பண்பு வளர்ந்து கொண்டு தான் உள்ளது. உதாரணமாக, வறுமையை உலகில் ஒழிக்கும் பணிக்காக பல்வேறு அமைப்புகள் தோன்றியுள்ளதைக் (GATT, NIEO, Group 77) குறிப்பிடலாம்.

தமிழ் இலக்கியங்களில் புலவர்கள் தங்களது

வறுமையையும், மற்றவர்கள் வறுமையையும் பாடி புரவலர்களிடம் பொருள் பெற்றுள்ளனர். புரவலரிடம் பொருள் பெறும் வழியை மற்றவர்களுக்கு ஆற்றுப்படுத்தியும் உள்ளனர். ஆனால், திருவள்ளுவர் வறுமை வரும் வழியை விளக்கி, அதைத் தடுக்கவும் வழி சொல்கிறார். வான் பொய்த்தாலும், பொருளாதார அறிவு அரசனுக்கு இல்லையானாலும், நாட்டுக்கு வறுமை வரும் என்றும், சோம்பல், தூக்கம், மறதி, கள், சூது, முயற்சியின்மை ஆகியவற்றால் தனி மனிதனுக்கு வறுமை வருகின்றது என்றும் வேறுபடுத்திக் காட்டுகிறார். வறுமையைக் கண்டு, 'விதி', என்று நொந்து கொண்டு முடங்கி விடாது முயற்சி செய்து, பெரியவர்கள் துணை கொண்டு, நல்குரவு எனும் வறுமையை விரட்ட வேண்டும் என்கிறார் திருவள்ளுவர்.[7]

தனி மனித ஒழுக்கம் போலவே, பன்னாட்டு ஒழுக்கமும் சில அடிப்படைப் பண்புகளைக் கொண்டது. அவையாவன:

1. பன்னாட்டுச் சட்டங்களை மதித்தல்.
2. போர்க்காலத்தில் பொது மக்களைத் தாக்காதிருத்தல்.
3. சமய, கலாச்சார சிறுபான்மையினரைக் காத்தல்.
4. வாக்குறுதிகளைக் காத்தல்.
5. பன்னாட்டு வணிகத்தில் நேர்மை.
6. மனித உரிமைகளை மீறாதிருத்தல்.
7. இனவெறிக் கொள்கையை எதிர்த்தல்.
8. மற்ற நாடுகளின் உள் விவகாரங்களில் தலையிடாதிருத்தல்.
9. அமைதிக் காலத்தில் போர்க்கப்பல்கள் தங்களுக்குள் ஒன்றுக்கொன்று மரியாதை செலுத்திக் கொள்ளுதல்.
10. போர்க்காலத்தில் செஞ்சிலுவைப் படையின் உதவியை அனுமதித்தல்.
11. எதிராளியின் வார்த்தைகளில் நம்பிக்கை
12. நியாயமான வழிமுறைகள்.

உலகப் பொதுக்கருத்து (World Public Opinion) என்பது பன்னாட்டு ஒழுக்கப்பணியின் ஓர் அங்கமாகும். பன்னாட்டு

ஒழுக்கப்பண்பும் (International Morality) உலகப் பொதுக்கருத்தும் ஒன்றோடொன்று தொடர்புடையன. தனி மனித வாழ்க்கையில் ஒழுக்கத்தை கடைப்பிடிக்க சமுதாயம் வலியுறுத்துவது போல, எல்லா நாடுகளும் பன்னாட்டு உறவில் ஒழுக்கத்தை கடைப்பிடிக்க வேண்டும்.

மக்களாட்சி முறை அதிக வளர்ச்சியடைந்துள்ள இந்தக் காலக் கட்டத்தில் மக்கள் கருத்து (Public Opinion) பெரிதும் வளர்ந்து முக்கியத்துவம் பெற்றுள்ளது.⁸ இன வெறி தவிர்த்தல், ஏழை நாடுகளுக்கு உதவி, மனித உரிமைகள் என்ற பல கருத்துகள் நாடு, இன, மொழி எல்லைகளைக் கடந்து வெளிவந்து கொண்டிருக் கின்றன. ஆனால், ஆக்கிரமிப்புகளைப் பொருத்தவரையில் மட்டும் மக்களின் எதிர்க்கருத்து ஆக்கிரமிப்பாளர்களை ஒன்றும் பாதிக்கவில்லை என்பதைக் கடந்த வரலாறு காட்டுகிறது. அதேபோல் அணு ஆயுத வளர்ச்சியும், மக்கள் விரும்பாவிட்டாலும் மறைமுகமான முறையில் தொடர்ந்து கொண்டுதான் உள்ளன.

உலகப் பொதுக்கருத்தும், பன்னாட்டு ஒழுக்கப்பண்பும், தீமைகளைத் தடுத்து உலக அமைதிக்கான சூழல்களை உருவாக்கும். வளர்ந்து வரும் தேசிய வெறியும், உலகப் பொதுக் கருத்தை வளர்க்க முறையான அமைப்பின்மையும், சில நாடுகளில் மக்களுக்குக் கருத்துச் சுதந்திரமின்மையும், உலகப் பொதுக் கருத்தின் வளர்ச்சிக்குத் தடைக்கற்களாக உள்ளதையும் நாம் மறுக்க முடியாது.

ஆனாலும், தற்போதைய போக்குவரத்து செய்தித் தொடர்பு புரட்சியினாலும், மூன்றாவது உலகப் போர் வந்தால் உலகமே அழிந்து விடும் என்ற எச்சரிக்கை உணர்வினாலும், உலக மக்கள் பொதுக் கருத்திற்கும், பன்னாட்டு ஒழுக்கப் பண்பிற்கும் இன்று மறைமுகமான எதிர்ப்பு இருந்தாலும் எதிர்காலத்தில் பன்னாட்டு ஒழுக்கப்பண்பும், உலக மக்கள் பொதுக் கருத்தும் உலக அரங்கில் உரிய இடத்தைப் பெரும் வாய்ப்பு பெற்றுள்ளன.

உலக அறிஞர்கள் அனைவரும் ஒரு சேரப் புகழ்வதற்குக் காரணம் திருக்குறள் உலக மக்கள் அனைவருக்கும் பொதுவான உலக நீதி இலக்கியமாக இருப்பதுவே. குறள் தமிழில் எழுதப்பட்டிருந்தாலும், குறளின் எந்த இடத்திலும் தமிழன், தமிழ், தமிழ்நாடு என்ற வார்த்தைகளைப் பயன்படுத்தாமல் 'உலகு' 'உலகத்தார்' என்ற சொற்களையே வள்ளுவர் பயன்படுத்தியது காணத்தக்கது.

உலக மக்களையே தம் பாட்டுடைத் தலைவராகவும், உலகத்தைப் பாடுபொருளாகவும் கொண்ட வள்ளுவர் உலகத்திற்குப் பொருந்தும் சர்வதேச சட்டக்கருத்துக்களை வெளிப்படுத்தியிருப்பது வியப்புக்குரியதன்று. வள்ளுவர் காலத்திலும் வள்ளுவருக்கு முன்பும் பன்னாட்டு நோக்கு பரவலாகவே தமிழகத்தில் இருந்துள்ளது.

உலக மக்கள் அனைவரையும் சுற்றமாகவும் மற்ற நாடுகளையும் தமது சொந்த நாடாகவும் தமிழ்ப் பெருங்குடி மக்கள் ஏற்க வேண்டும் என்று தமிழ் சான்றோர்கள் போதனை செய்தனர். இதைத் தமிழ் இலக்கியத்தில் பல இடங்களில் காணலாம்.

'யாதும் ஊரே யாவருங் கேளிர்'[9]

'எல்லோரும் ஓர் குலம், எல்லோரும் ஓர் இனம்'[10]

ஆலத்துக்கிழார் என்னும் புலவர் சோழன் குளமுற்றத்துத் துஞ்சிய கிள்ளிவளவனிடம் செய்நன்றிப் பண்பின் சிறப்பினை வலியுறுத்திய புலவர் ஆவார். 'உலகமே மாறுவதாக இருந்தாலும், ஒருவர் செய்த உதவியை மறந்து செய்நன்றி கொன்றவர்களுக்கு உயர்வில்லை' என்று அறநூல் ஒன்று ஏற்கனவே கூறியிருப்பதாகத் தெரிவிக்கிறார்.

'நிலம் புடை பெயர்வதாயினும் ஒருவன் செய்தி கொன்றோர்க்கு உய்தி இல் என அறம்பாடிற்றே'[11]

இங்கு அறம் என்பது திருக்குறளே. உலகமே நிலை குலைவதாக இருந்தாலும், சொன்ன சொல்லைக் காப்பாற்றும் சிறப்புடையவனாக பாண்டியன் ஒள்வாள் பெரும் பெயர்வழுதி விளங்க வேண்டும் என்பதைப் புலவர் இரும்பிடர்த்தலையார்[12] 'நிலம் புடை பெயரிலும் நின் சொல் பெயராய்' என்கிறார்.

நாட்டுணர்ச்சி (*Nationality*)[13] என்ற சொல் நாட்டினம், நாட்டுப்பற்று, இன உணர்ச்சி என்ற பல வகைகளில் அறியப்படுகிறது. ஒரு குறிப்பிட்ட மக்கள் தொகுதியினர் தமது பொதுவான வரலாற்றின் அடிப்படையில் பெற்ற எண்ணங்களாலும், உணர்ச்சிகளினாலும், பிணைக்கப்பட்டு, பொதுவான பற்றுறுதியுடன் காணப்படுவார்களானால் அவர்களைப் பிணைக்கும் ஆற்றலை நாட்டுணர்ச்சி எனலாம்.

அவர்களிடையே ஒரு பொதுநல உணர்ச்சி இருக்குமானால்

அது நாட்டுணர்ச்சியை இன்னும் வலுப்படுத்தும். அவர்களுக்கு என்று நிலப்பரப்போ, இனமோ, மதமோ, மொழியோ இருக்குமானால் அவர்களது நாட்டுணர்ச்சி இன்னும் வலிமை பெறும். ஆனால் இவற்றுள் ஒன்றோ பலவோ இல்லையானாலும் கூட, நாட்டுணர்ச்சி மறைந்து விடாது. இன்று பல நாடுகளில் மக்கள் பல்வேறு இனத்தைச் சேர்ந்தவராக இருக்கின்றனர். அதாவது நாட்டு மக்களிடையே இனக் கலப்பு ஏற்பட்டுள்ளது. இந்தியா போன்ற நாடுகளில் பல்வேறு மதங்கள் நிலவுகின்றன. இந்தியா, கனடா, சுவிட்சர்லாந்து போன்ற நாடுகளில் மக்கள் பல்வேறு மொழிகளைப் பேசுகின்றனர். இருந்தாலும் நாட்டுணர்ச்சி உண்டு.[14]

நாட்டுணர்ச்சியை விவரிக்கும் விதமாகப் பல குறள்களைப் படைச் செருக்கு என்னும் அதிகாரத்தில் வள்ளுவர் தந்துள்ளார்.

என்னைமுன் நில்லன்மின் தெவ்வீர் பலர்என்னை
முன்னின்று கல்நின் றவர். (771)

(பகைவரே என்னுடைய தலைவன் முன் எதிர்த்து நிற்காதீர்கள். என்னுடைய தலைவன் முன் எதிர்த்து நின்று மடிந்து கல்வடிவாய் நின்றவர் பலர்.)

விழுப்புண் படாதநாள் எல்லாம் வழுக்கினுள்
வைக்கும்தன் நாளை எடுத்து. (776)

(வீரன் கழிந்த நாட்களைக் கணக்கிட்டு (தன் நாட்டிற்காக) விழுப்புண் படாத நாட்களை எல்லாம் பயன்படாமல் தவறிய நாட்களுக்குள் சேர்ப்பான்.)

இழைத்தது இகவாமைச் சாவாரை யாரே
பிழைத்தது ஒருங்கிற் பவர். (779)

(தாம் உரைத்த சூள் தவறாதபடி போர் செய்து (தம்முடைய நாட்டிற்காக) சகா வல்லவரை அவர் செய்த பிழைக்காகத் தண்டிக்க வல்லவர் யார்?)

புரந்தார்கண் நீர்மல்கச் சாகிற்பின் சாக்காடு
இரந்துகோள் தக்கது உடைத்து. (780)

(தம்மைக் காத்த (நாட்டுத்) தலைவருடைய கண்கள் நீர் பெருகுமாறு சாகப்பெற்றால், சாவு இரந்தாவது பெற்றுக் கொள்ளத்தக்க பெருமை உடையதாகும்.)

பன்னாட்டு அரசியலில் ஒவ்வொரு நாடும் அதன்

ஆற்றலுக்கேற்ப (Power) தனது இடத்தைப் பெறுகின்றது. ஆற்றல் என்பது பெரும்பாலும் பலத்தைக் குறிக்கும். ஒரு நாடு பண்பாட்டில் சிறந்துள்ளதையோ, அந்நாட்டு இலக்கிய சிறப்புகளையோ கருத்தில் கொள்ளாமல் அதன் படைபலத்தை மட்டுமே வைத்து அதன் ஆற்றல் நிர்ணயிக்கப்படுவதாக அமெரிக்கா நூலாசிரியர் என்.ஜே.ஸ்பைக்மன் கூறுகிறார். அமெரிக்கா, சீனா, ருஷ்யா போன்ற நாடுகளுக்கு உலக அரங்கில் மரியாதை கிடைப்பதற்குப் பெரிதும் காரணம் அந்நாடுகளின் படை வலிமையே ஆகும். இதையும் அன்றே உணர்ந்த வள்ளுவர் 'படைமாட்சி' 'படைச் செருக்கு' என்ற அதிகாரங்களைப் படைத்துள்ளார். படைமாட்சியில் அரசனுடைய செல்வாக்கை உயர்த்தப் படை பலம் பயன்படுவதைச் சுட்டிக் காட்டிய வள்ளுவர் 'படைச்செருக்கு' எனும் அதிகாரத்தில் பகைவர்க்கு உதவுவதை 'பேராண்மை' என்கிறார். ஆண்மைக்கு 'படைமாட்சி' அதிகாரத்தில் இலக்கணத்தையும், பேராண்மைக்கு இலக்கணம் அடுத்த 'படைச்செருக்கு' அதிகாரத்திலும் வள்ளுவர் வகுத்திருப்பது போற்றுதலுக்குரியது. 'ஆண்மை'யின் இலக்கணம்,

உறுப்பமைந்து ஊறஞ்சா வெல்படை வேந்தன்
வெறுக்கையு ளெல்லாம் தலை. (761)

(எல்லா உறுப்புகளும் நிறைந்ததாய் இடையூறுகளுக்கு அஞ்சாததாய் உள்ள வெற்றி தரும் படை அரசனுடைய செல்வங்கள் எல்லாவற்றிலும் சிறந்ததாகும்).

ஒலித்தக்கால் என்னாம் உவரி எலிப்பகை
நாகம் உயிர்ப்பக் கெடும். (763)

(எலியாகிய பகை கூடி கடல் போல் ஒலித்தாலும் என்ன தீங்கு ஏற்படும்? பாம்பு மூச்சுவிட்ட அளவில் அவை கெட்டழியும்.)

அழிவின்று அறைபோகா தாகி வழிவந்த
வன்க ணதுவே படை. (764)

(போர்முனையில்) அழிவு இல்லாததாய் (பகைவருடைய) வஞ்சனைக்கு இரையாகாததாய் தொன்று தொட்டு வந்த அஞ்சாமை உடையது படை ஆகும்.)

கூற்றுடன்று மேல்வரினும் கூடி எதிர்நிற்கும்
ஆற்ற லதுவே படை. (765)

(எமனே சினங்கொண்டு தன் மேல் எதிர்த்து வந்தாலும், ஒன்றாகத் திரண்டு எதிர்த்து நிற்கும் ஆற்றலுடையதே படையாகும்.)

மறமானம் மாண்ட வழிச்செலவு தேற்றம்
எனநான்கே ஏமம் படைக்கு. (766)

(வீரம், மானம், சிறந்தவழியில் நடக்கும் நடத்தை தலைவரால் நம்பித் தெளியப்படுதல் ஆகிய நான்கு பண்புகளும் படைக்குச் சிறந்தவையாகும்.)

தார்தாங்கிச் செல்வது தானை தலைவந்த
போர்தாங்கும் தன்மை அறிந்து. (767)

(தன்மேல் எதிர்த்து வந்த பகைவரின் போரைத் தாங்கி வெல்லுந்தன்மை அறிந்து அவருடைய தூசிப் படையை எதிர்த்துச் செல்ல வல்லதே படையாகும்.)

அடற்றதகையும் ஆற்றலும் இல்லெனினும் தானை
படைத்தகையால் பாடு பெறும். (768)

(போர் செய்யும் வீரமும், (எதிர்ப்பைத் தாங்கும்) ஆற்றலும் இல்லையானாலும், படை தன்னுடைய அணி வகுப்பால் பெருமை பெறும்.)

சிறுமையும் செல்லாத் துனியும் வறுமையும்
இல்லாயின் வெல்லும் படை. (769)

(தன்னளவு சிறியதாக தேய்தலும், தலைவரிடம் நீங்காத வெறுப்பும் வறுமையும் இல்லாதிருக்குமானால் அத்தகைய படை வெற்றிபெறும்.)

நிலைமக்கள் சால உடைத்தெனினும் தானை
தலைமக்கள் இல்வழி இல். (770)

(நெடுங்காலமாக நிலைத்திருக்கும் வீரர் பலரை உடையதே ஆனாலும் தலைமை தாங்கும் தலைவர் இல்லாத போது படைக்குப் பெருமை இல்லையாகும்.)

'பேராண்மை'யின் இலக்கணம்

பேராண்மை என்ப தறுகண்ஒன்று உற்றக்கால்
ஊராண்மை மற்றதன் எஃகு. (773)

(பகைவரை எதிர்க்கும் வீரத்தை மிக்க ஆண்மை என்று கூறுவர். ஒரு துன்பம் வந்த போது பகைவர்க்கும் உதவி செய்தலை அந்த ஆண்மையின் கூர்மை என்று கூறுவர்.)

ஒரு நாட்டின் இயற்கையமைப்பு என்பது நிலப்பரப்பு,

அமைந்த இடம், எல்லைகள், தட்பவெப்பம் ஆகியவைகளைக் குறிக்கும். அந்த நாட்டின் ஆற்றலைக் கூட்டவோ, குறைக்கவோ இவைகள் வழிகோலுகின்றன. சிறிய நிலப்பரப்புள்ள நாடுகள் பலமின்றியும் பெரிய நிலப்பரப்புள்ள நாடுகள் பலமுள்ளதாகவும் இருப்பதைக் காண்கிறோம். இதற்குச் சில விதிவிலக்குகளும் உள்ளன. இன்றைய தமிழ்நாட்டின் அளவே நிலப்பரப்புள்ள இங்கிலாந்து, ஒரு காலத்தில் உலகத்தின் பெரும் பகுதியைக் கைப்பற்றியிருந்தது. ஜப்பான், ரஷ்யாவை விடச் சிறிய நாடாக இருந்தாலும், ரஷ்ய - ஜப்பானியப் போரில் (1905) ஜப்பான் பெரிய நாடான ரஷ்யாவைத் தோற்கடித்தது. இருப்பினும், பொதுவாக மக்கள் தொகை, இயற்கை வளங்கள், நிலப்பரப்பு, தொழில் நுட்பம், பொருளாதாரம், சிறந்த கொள்கை, கட்டுப்பாடு, சிறந்த தலைமை ஆகியவை ஒரு நாட்டை உயர்த்தும். இம்மாதிரிச் சிறப்புகள் இல்லாத மற்ற நாடுகள் தாழ்வுறும். இப்படி வெளிநாட்டு சர்வதேச சட்டவியல் அறிஞர்கள் கருத்து தெரிவித்திருக்கிறார்கள்[15]. இது குறித்து வள்ளுவம் விளம்பும் உண்மைகள் நோக்கத்தக்கன.

பொருளாதாரம், மக்கள் தொகை, தொழில் நுட்பம்

தள்ளா விளையுளும் தக்காரும் தாழ்விலாச்
செல்வரும் சேர்வது நாடு. (731)

(குறையாத விளைபொருளும் தக்க அறிஞரும், கேடில்லாத செல்வம்உடையவரும் கூடிப் பொருந்தியுள்ள நாடே நாடாகும்.)

பெரும்பொருளால் பெட்டக்க ஆகி அருங்கேட்டான்
ஆற்ற விளைவது நாடு. (732)

(மிக்க பொருள் வளம் உடையதாய், எல்லாரும் விரும்பத்தக்கதாய், கேடு இல்லாததாய், மிகுதியாக விளைபொருள் தருவதே நாடாகும்.)

உறுபசியும் ஓவாப் பிணியும் செறுபகையும்
சேரா தியல்வது நாடு. (734)

(மிக்க பசியும், ஓயாத நோயும் (வெளியே இருந்து வந்து தாக்கி) அழிவு செய்யும் பகையும் தன்னிடம் சேராமல் நல்ல வழியில் நடைபெறுவதே நாடாகும்.)

கட்டுப்பாடு

பொறையொருங்கு மேல்வருங்கால் தாங்கி அருங்கேட்டால்
இறையொருங்கு நேர்வது நாடு. (733)

(மற்ற நாட்டு மக்கள் குடியேறுவதால் சுமை ஒரு சேரத் தன்மேல் வரும்போது தாங்கி, அரசனுக்கு இறைப்பொருள் முழுவதும் தரவல்லது நாடாகும்.)

பல்குழுவும் பாழ்செய்யும் உட்பகையும் வேந்தலைக்கும்
கொல்குறும்பும் இல்லது நாடு. (735)

(பலவகையாக மாறுபடும் கூட்டங்களும், உடனிருந்தே அழிவு செய்யும் பகையும் அரசனை வருத்துகின்ற கொலைத் தொழில் பொருந்திய குறுநில மன்னரும் இல்லாதது நாடு.)

இயற்கை வளங்கள்:

இருபுனலும் வாய்ந்த மலையும் வருபுனலும்
வல்லரணும் நாட்டிற்கு உறுப்பு. (737)

(ஊற்றும், மழையுமாகிய இருவகை நீர் வளமும், தக்கவாறு அமைந்த மலையும் அந்த மலையிலிருந்து ஆறாக நீர் வளமும், வலிய அரணும் நாட்டிற்கு உறுப்புகளாம்.)

பணியின்மை செல்வம் விளைவின்பம் ஏமம்
அணியென்ப நாட்டிற்கிவ் வைந்து. (738)

(நோயில்லாதிருத்தல், செல்வம், விளைபொருள், வளம், இன்ப வாழ்வு, நல்ல காலம் ஆகிய இந்த ஐந்தும் நாட்டிற்கு அழகு என்று கூறுவர்.)

நாடென்ப நாடா வளத்தன நாடல்ல
நாட வளந்தரு நாடு. (739)

(முயற்சி செய்து தேடாமலே தரும் வளத்தை உடைய நாடுகளைச் சிறந்த நாடுகள் என்று கூறுவர். தேடி முயன்றால் வளம் தரும் நாடுகள் சிறந்த நாடுகள் அல்ல.)

சிறந்த தலைமை:

ஆங்கமை வெய்தியக் கண்ணும் பயமின்றே
வேந்தமை வில்லாத நாடு. (740)

நல்ல அரசனில்லாத நாடு, மேற்சொன்ன நன்மைகள் எல்லாம் அமைந்திருந்த போதிலும் அவற்றால் பலன் இல்லாமற் போகும். வெளிநாட்டு சர்வதேச சட்ட அறிஞர்கள் என்.ஜே. ஸ்பைக்மன், பேராசிரியர் ஷலைசர், காந்த், ஃபிரடெரிக் ராட்ஸல், டாக்டர் கார்ல் ஹாஷாஃபர், அலன்மெ பேட்மேன், மார்கெந்தா, பிரடெரிக்

ஹூமன் என்று பலர் கூறிய அரசின் ஆற்றல்களின் கூறுகள் அனைத்தையும் உள்ளடக்கி வள்ளுவர் குறிப்பிடுகிறார்.

மனித உரிமைகள் (*Human Rights*) என்பது மனித குலத்திற்கு, தாங்கள் மனிதர்கள் என்ற ஒரே காரணத்திற்காகக் கிடைத்த உரிமைகள். இவைகள் எந்தக் காலத்திலும் யாராலும் மீறக்கூடாத உரிமைகளாகும். ஐக்கிய நாடுகள் சபையின் கோட்பாடுகளில் இது முக்கிய இடம் வகிக்கிறது. "அடிப்படை மனித உரிமையிலும், மாண்பிலும், வித்தியாசமின்றி ஒரே மாதிரியான நம்பிக்கையை ஐ.நா. வைத்துள்ளதாக சட்ட முகப்புரைத் தெரிவிக்கிறது.[16]

கோட்பாடு 13 (*Art 13*) இன்படி உலக அரங்கில் சமூக பொருளாதார கலாச்சார, மனித உரிமை பிரச்சனைகளை மத, இன, மொழி, பால் விருப்பு வெறுப்பின்றி தீர்க்கப்பட வேண்டும் என்று தெரிவிக்கிறது. மனித உரிமைக்குக் குரல் கொடுக்க ஐ.நா. சங்க அமைப்பு மீண்டும் மீண்டும் உறுதி கொடுத்துள்ளது. ஏனென்றால் மனிதனின் ஆற்றல் (தன்னைக் கட்டுப்படுத்தும் ஆற்றலைத் தவிர), மற்ற வகைகளில்தான் பெரிதும் வளர்ந்துள்ளது.

ஐ.நா. சபையின் மனித உரிமைக் கோட்பாடுகளுக்குச் செயலாக்கம் தரும் வகையில் பிப்ரவரி மாதம் **1946**-ஆம் ஆண்டு மனித உரிமை இயக்கமும் (*Human Rights Commission*), அகில உலக மனித உரிமை பறைசாற்றுதலும் (*The Universal Declaration of Human Rights*) 1948 டிசம்பர் 10ஆம் தேதி ஐக்கிய நாடுகள் சபையின் பொதுக்குழுவால் அறிவிக்கப்பட்டபின், மனித உரிமை மீறல்கள் ஊன்றிக் கவனிக்கப்பட்டன. ''மனிதர்கள் பிறக்கும் போது எல்லோரும் ஒரே மாதிரியான மரியாதையுடனும் உரிமையுடனும் பிறக்கின்றனர். எனவே மனிதர்களுக்குள் பாகுபாடின்றி அனைவரும் சகோதரர்கள் போல் நடந்துகொள்ள வேண்டும்'' என முதல் கோட்பாடு தெரிவிக்கிறது.

அடிப்படை மனித உரிமைகளோடு, உயிர்வாழ, சுதந்திரமாக வாழ (கோட்பாடு 3), யாரொருவருக்கும் அடிமையாக இல்லாமல் இருக்க (கோட்பாடு 4), பிறரால் துன்புறுத்தப்படாமல் இருக்க (கோட்பாடு 5), சட்டத்திற்கு முன் அனைவரும் சமமாக நடத்தப்பட (கோட்பாடு 6 முதல் 11 வரை), வெளிநாட்டிலிருந்து சொந்த நாட்டிற்குத் திரும்பும் உரிமை பெற்று விளங்க (கோட்பாடு 13), வெளிநாட்டில் அடைக்கலம் கோரும் உரிமை பெற்று விளங்க (கோட்பாடு 14), நாட்டினம் எனக் கோரும் உரிமையோடு திகழ

(கோட்பாடு 15), சொந்தமாக சொத்துக்கள் வாங்கும் உரிமை பெற்று வாழ (கோட்பாடு 17), சிந்தனை, மத, மனச்சாட்சி சுதந்திரம் பெற்று விளங்க (கோட்பாடு 18), கருத்துச் சுதந்திரம் பெற்று இயங்க (கோட்பாடு 19) அமைதியான முறையில் சங்கம், கூட்டம் நடத்தும் உரிமை பெற்று இயங்க (கோட்பாடு 20, 21) மனித உரிமைகள் வழங்கப்பட்டு அரசியல் அடிப்படையில் ஏற்கப்பட்டுள்ளன.

பொருளாதார, கலாச்சார உரிமை என்பது சமூகப் பாதுகாப்பு உரிமை, வேலை செய்யும் உரிமை, தன் விருப்பத்திற்கேற்ப வேலை தேடும் உரிமை, கல்வி கற்கும் உரிமை, கலையை ரசிக்கவும் விஞ்ஞான வளர்ச்சியில் பங்கெடுத்துக் கொள்ளும் உரிமையுமாகும்.

கோட்பாடு 29 தனிமனிதனின் சமுதாயத்திற்கு ஆற்ற வேண்டிய கடமைகளைப் பற்றிக் கூறுகிறது.

மனித உரிமைக் கோட்பாடுத் தீர்மானம் ஐக்கிய நாடுகள் சபையில் ஓட்டுக்கு விடப்பட்ட பொழுது ஒரு நாடு கூட வெளிப்படையாக எதிர்ப்புத் தெரிவிக்கவில்லை.[17] (சோவியத் ரஷ்யா, யுகோஸ்லேவியா, சௌதி அரேபியா, தென்னாப்பிரிக்கா போன்ற 8 நாடுகள் மட்டும் ஓட்டெடுப்பில் கலந்து கொள்ளவில்லை.) கோஸ்டா ரிக்கா (Costa Rica) மட்டும் கையெழுத்திடவில்லை. பெரும்பான்மை நாடுகள் வெளிப் படையாக மனித உரிமையை எதிர்க்கக்கூடாது என்று நினைப்பதே இன்றைய காலக்கட்டத்தில், இக்கோட்பாட்டின் மீது அனைத்து நாடுகளுக்குமுள்ள ஈடுபாட்டைக் காண்பிக்கிறது.

மனிதாபிமான காரணத்திற்காக, மனித உரிமை மீறல்களைத் தடுக்க ஒரு நாட்டின் மீது படையெடுக்கலாம் என ஹியூகோ குரோஷியஸ் கூறுகிறார். ஆனால் ஐக்கிய நாடுகள் சபையின் கோட்பாடு 2(4) இது மாதிரியான தலையீடுகளைத் தடை செய்துள்ளது.

மனித உரிமை மீறல்களைத் தடுக்க மீறல்களை நேரடியாக மனித உரிமை இயக்கத்திற்குப் புகாராக அனுப்பலாம் என்றும், விசாரணையில் யாராவது பாதிக்கப்பட்டதாகத் தெரிந்தால், அவர்களுக்குப் பொருளாதார உதவி செய்ய ஓர் அமைப்பும் (UN Fund for Human Rights) 1991-ஆம் வருடம் டிசம்பர் மாதம் 18ஆம் தேதி தோற்றுவிக்கப்பட்டுள்ளது.

பொதுவாக உலக மக்கள் எதிர்பார்க்கும் உரிமைகளாவன

அ. அடிமை முறை ஒழிப்பு

ஆ. நாடில்லாதோருக்கு ஆதரவு

இ. எல்லாவகையான பாகுபாடுகளையும் *(Discrimination)* ஒழித்தல்

ஈ. பெண்களுக்குச் சம உரிமை

மனித உரிமைகளைப் பற்றி வள்ளுவர் கூறியவற்றைக் காண்போம்.

கல்வி (கோட்பாடு 19)

எண்ணென்ப ஏனை எழுத்தென்ப இவ்விரண்டும்
கண்ணென்ப வாழும் உயிர்க்கு (392)

பண்டைய தமிழகத்தில் கல்வி அனைவருக்கும் தரப்பட்டிருக்கிறது. அரசர்களும், வணிகர்களும், பெண்பாற் புலவர்களும் எழுதிய பாடல்கள் புறநானூற்றில் உள்ளன. திருக்குறள் ஆசிரியர் நெசவுத் தொழில் மேற்கொண்ட தொழிலாளிதான். பெண்களுக்குக் கல்வி கூடாது என்ற நிலை வட இந்திய இலக்கியங்களிலும், மேனாட்டு இலக்கியங்களிலும் காணக் கிடைக்கின்றன. இங்கிலாந்தில் 18-ஆம் நூற்றாண்டுவரை பெண் எழுத்தாளர்கள், ஆண்கள் புனைப்பெயரில்தான் வாசகர்களிடம் அறிமுகமாகியிருந்தனர். ஆனால் புறநானூற்றுக் காலத்திலேயே அவ்வையார், ஒக்கூர் மாசாத்தியார், ஆதிமந்தியார், காக்கைப்பாடினியார் என்ற பெண்பால் புலவர்கள் இருந்துள்ளனர்.

அடிமைத்தனத்தை ஒழித்தல் 18 (கோட்பாடு 4)

சட்டத்திற்கு முன் அனைவரும் சமம் (கோட்பாடு 6 முதல் 11 வரை)

பிறப்பொக்கும் எல்லா உயிர்க்கும் சிறப்பொவ்வா
செய்தொழில் வேற்றுமை யான் (972)

மக்கள் அனைவரும் சமம் என்பதை அரிஸ்டாட்டில் ஏற்றுக் கொள்ளவில்லை. அடிமை வியாபாரத்தை நியாயப்படுத்தி அரிஸ்டாட்டில் எழுதியுள்ளார். அமெரிக்காவில் 1865-ஆம் ஆண்டு வரை அடிமைப்படுத்தும் வழக்கம் இருந்தது. இங்கிலாந்தில்

17-ஆம் நூற்றாண்டுவரை அடிமைமுறை இருந்தது.[19] 1806-இல் தான் அது தடை செய்யப்பட்டது. ஆனால் சங்க இலக்கியங்களில் அடிமைப் படுத்தல் பற்றி எந்தச் செய்தியும் இல்லை என்பது குறிப்பிடத்தக்கது. அடிமை முறையைப் பற்றியோ அல்லது மேற்கத்திய நாடுகளின் அறிஞர்களும் சமூகத்தைப் பிறப்பின் அடிப்படையில் பாகுபடுத்தியதையோ வள்ளுவர் பேசாது விட்டது போற்றுதலுக்குரியது.[20] அதே போன்று பிளாட்டோவின் மேன்மை நாட்டில் சிறப்பினத்தில் வந்தவர்கள் (Guardians) எத்தனை முறை வேண்டுமானாலும் மணம் செய்து கொள்ளலாம் என்றும், திறமையில்லாத பெற்றோருக்குப் பிறந்த குழந்தைகள் நோய்வாய்ப்பட்டால் வெளியில் தெரியாவண்ணம் அக்குழந்தைகளை அழித்துவிடவேண்டும் என்றும் பிளாட்டோ கூறுகிறார். இக்கருத்துக்களெல்லாம் தற்போது மதிப்பிழந்து விட்டன. ஆனால் வள்ளுவர் கூறிய சமூகக் கருத்துக்கள் இன்றும் மதிப்புடன் உள்ளன.

பெண்ணிற் பெருந்தக்க யாவுள கற்பென்னும்
திண்மையுண் டாகப் பெறின். (54)

பிறன்மனை நோக்காத பேராண்மை சான்றோர்க்கு
அறனொன்றோ ஆன்ற ஒழுங்கு. (148)

பேசுவதற்கும் கருத்து தெரிவிப்பதற்குமான உரிமை (கோட்பாடு19)

இடிப்பாரை இல்லாத ஏமரா மன்னன்
கெடுப்பா ரிலானுங் கெடும். (448)

செவிகைப்பச் சொல்பொறுக்கும் பண்புடை வேந்தன்
கவிகைக்கீழ்த் தங்கும் உலகு. (389)

வில்லே ருழவர் பகைகொளினும் கொள்ளற்க
சொல்லே ருழவர் பகை. (872)

பல நாட்டின் அரசியல் சட்டங்கள் தற்போது தங்களது மக்களுக்குப் பேச்சுரிமையைக் கொடுத்திருக்கின்றன. ஆனால் அரசர்களே தெய்வங்கள் என எண்ணியிருந்த ஒரு காலத்தில், சாதாரணமாக யாரும் நினைத்துக்கூட பார்க்க முடியாத அந்த நேரத்தில், இன்று நாம் பெரிதாக மதிக்கும் பேச்சுச் சுதந்திரத்தை வள்ளுவர் அளித்திருப்பது குறிப்பிடத்தக்கது.

பொருளாதார, சமூக கலாச்சார உரிமை (கோட்பாடு 22)

அற்றார்குஒன்று ஆற்றாதான் செல்வம் மிகநலம்
பெற்றாள் தமியள்மூத் தற்று. (1007)

நச்சப் படாதவன் செல்வம் நடுவூருள்
நச்சு மரம்பழுத் தற்று. (1008)

அன்பொரீஇத் தற்செற்று அறம்நோக்காது ஈட்டிய
ஒண்பொருள் கொள்வார் பிறர். (1009)

பொருளானாம் எல்லாமென்று ஈயாது இவறும்
மருளானாம் மாணாப் பிறப்பு. (1002)

வைத்தான்வாய் சான்ற பெரும்பொருள் அஃதுண்ணான்
செத்தான் செயக்கிடந்தது இல். (1001)

வேலை செய்யும் உரிமை (கோட்பாடு 23)

தெண்ணீர் அடுபுற்கை யாயினும் தாள்தந்தது
உண்ணலின் ஊங்கு இனியது இல். (1065)

மற்றவர்களுடைய உரிமைகளை மீறாது தன்னுயிர்போல் அனைவரையும் பாதுகாப்போர் எந்தக்காலத்திலும் அஞ்ச வேண்டியதில்லை என்பதை,

மன்னுயிர் ஓம்ப அருளாள்வாற்கு இல்லென்ப
தன்உயிர் அஞ்சும் வினை. (244)

என்கிறார் வள்ளுவர்.

(தன்னுயிர் போலவே எல்லோரையும் பரிந்து பார்த்து நடப்பார்க்கு எக்காலத்திலும் வினையில்லை)

இதே கருத்தை ''இன்னா செய்யாமை'' என்ற அதிகாரத்திலும் ''தீவினையச்சம்'' என்ற அதிகாரத்திலும் வள்ளுவர் வலுவுடன் *கூறியிருக்கிறார்.*

அறிவினான் ஆகுவ துண்டோ பிறிதின்நோய்
தன்நோய்போல் போற்றாக் கடை. (315)

இன்னா எனத்தான் உணர்ந்தவை துன்னாமை
வேண்டும் பிறன்கண் செயல். (316)

எனைத்தானும் எஞ்ஞான்றும் யார்க்கும் மனத்தானம்
மாணாசெய் யாமை தலை. (317)

தன்னுயிர்க்கு இன்னாமை தானறிவான் என்கொலோ
மன்னுயிர்க்கு இன்னா செயல். (318)

மறந்தும் பிறன்கேடு சூழற்க சூழின்
அறஞ்சூழும் சூழ்ந்தவன் கேடு. (204)

தீயவை செய்தார் கெடுதல் நிழல்தன்னை
வீயாது அடிஉறைந் தற்று. (208)

அரும்கேடன் என்பது அறிய மருங்கோடித்
தீவினை செய்யான் எனின். (210)

சொத்துக்களை வாங்கி அனுபவிக்கும் உரிமை (கோட்பாடு 17)

நடுவின்றி நன்பொருள் வெஃகின் குடிபொன்றிக்
குற்றமும் ஆங்கே தரும். (171)

படுபயன் வெஃகிப் பழிப்படுவ செய்யார்
நடுவன்மை நாணு பவர். (172)

இலமென்று வெஃகுதல் செய்யார் புலம்வென்ற
புன்மையில் காட்சி யவர். (174)

வேண்டற்க வெஃகியாம் ஆக்கம் விளைவயின்
மாண்டற்கரிதாம் பயன். (177)

அஃகாமை செல்வதற்கு யாதெனின் வெஃகாமை
வேண்டும் பிறன்கைப் பொருள். (178)

இறல்ஈனும் எண்ணாது வெஃகின் விறல்ஈனும்
வேண்டாமை என்னும் செருக்கு. (180)

நியூரம்பர்க் விசாரணையின் அடிப்படையில் (Nuremberg Trial 1.10.1946) இரண்டாம் உலகப் போரினைத் தேவையற்ற முறையில் ஆரம்பித்து நடத்திய ஜெர்மனி, இத்தாலி நாட்டுத் தளபதிகள் தண்டிக்கப்பட்டனர். அவர்கள் உலக சமாதானத்திற்கு எதிராக சதி செய்ததற்காகவும், போர்க்காலக் குற்றங்களுக்காகவும், மனித சமுதாயத்திற்குத் தீங்கு செய்ததற்காகவும் (Crimes against Humanity) தண்டிக்கப்பட்டனர். ஹிட்லர் ஆணையின்படிதான் இக்குற்றங்கள் நிகழ்ந்தன என்றும், அதனால், தங்களைத் தண்டிக்கக்கூடாது[21] என்றும் தளபதிகள் வாதிட்டபோது நீதிமன்றம் ஏற்றுக் கொள்ள மறுத்துவிட்டது. நீதிமன்றம் கூறிய ஆணையைப் போலவே

வள்ளுவர் தெரிந்து வினையாடல், இடனறிதல் அதிகாரங்களில் விளக்கியுள்ளார்.

உலகம் முழுவதிலும் போதைப் பழக்கம் அடியோடு ஒழிக்கப்பட வேண்டும் என்பதில் மனித உரிமைக் குழு தீவிரமாகவுள்ளது. வள்ளுவர் போதைப் பழக்கத்திற்கு எதிராகக் கூறியுள்ள கருத்துக்கள் ஒப்புநோக்கத்தக்கன.

ஈன்றாள் முகத்தேயும் இன்னாதால் என்மற்றுச்
சான்றோர் முகத்துக் களி. (923)

துஞ்சினார் செத்தாரின் வேறல்லர் எஞ்ஞான்றும்
நஞ்சுண்பார் கள்ளுண் பவர். (926)

களித்தானைக் காரணம் காட்டுதல் கீழ்நீர்க்
குளித்தானை தீத்துரிஇ யற்று. (929)

கள்ளுண்ணாப் போழ்தில் களித்தானைக் காணுங்கால்
உள்ளான்கொல் உண்டதன் சோர்வு. (930)

குற்றவாளிகளுக்குக் கொலைத் தண்டனையைக் கைவிட்டு விட்டு வேறு மாதிரியான தண்டனை தந்து விடுவது என்பது இன்றைய மனித உரிமைக் கழகத்தின் கோரிக்கை[22].

கடுமொழியும் கையிகந்த தண்டமும் வேந்தன்
அடுமுரண் தேய்க்கும் அரம். (567)

கடிதோச்சி மெல்ல எறிக நெடிதாக்கம்
நீங்காமை வேண்டு பவர். (562)

வள்ளுவர் கடுமையான தண்டனையைக் கைவிடும்படி அரசுக்கு அறிவுறுத்துகிறார். இதே கருத்தை ஐக்கிய நாடுகள் சபை 1975-ஆம் ஆண்டு தெரிவித்துள்ளது.[23]

வயதான பெரியவர்கள் எண்ணிக்கை உலகில் அதிகமாகிக் கொண்டு வருகிறது. இறப்பைத் தடுக்க பல மருத்துவ கண்டுபிடிப்புகள் வந்துள்ள இந்நாளில் பெரியவர்களின் எண்ணிக்கை பெருகி வருகிறது. இது தொடர்பாக உலக அளவில் கூட்டம் (*World Assembly on Aging*) நடத்தி, முதியோர் சமுதாய நீரோட்டத்திலிருந்து வெளியேற்றப்படாமல் தொடர்ந்து பாதுகாக்கப்பட வேண்டியவர்கள் என்று கூறப்பட்டது. வள்ளுவர் இது பற்றித் தீர்க்க தரிசனமாகக் கூறியது என்னவெனில்

வயதானவர்களை உதாசீனப்படுத்தும் ஒருவன் தனக்கும் ஒரு காலத்தில் வயோதிகம் வரும் என்று நினைக்க வேண்டும் என்பது,

வலியார்முன் தன்னை நினைக்கதான் தன்னின்
மெலியார்மேல் செல்லும் இடத்து.   (250)

அருளில்லார்க்கு அவ்வுலகம் இல்லை பொருளில்லார்க்கு
இவ்வுலகம் இல்லாகி யாங்கு.   (247)

மிகுதியான் மிக்கவை செய்தாரைத் தாம்தம்
தகுதியான் வென்று விடல்.   (158)

அன்பகத் தில்லா உயிர்வாழ்க்கை வன்பாற்கண்
வற்றல் மரந்தளிர்த் தற்று.   (78)

அன்பின் வழியது உயிர்நிலை அஃதில்லார்க்கு
என்புதோல் போர்த்த உடம்பு.   (80)

மகன் தந்தைக்கு ஆற்றும் உதவி இவன்தந்தை
என்னோற்றான் கொல்எனுஞ் சொல்.   (70)

தென்புலத்தார் தெய்வம் விருந்தொக்கல் தானென்றாங்கு
ஐம்புலத்தாறு ஓம்பல் தலை.   (43)

அந்தணர் என்போர் அறவோர்மற் றெவ்வுயிர்க்கும்
செந்தண்மை பூண்டொழுக லான்.   (30)

நிறவேற்றுமைக் கொள்கை (Apartheid) என்பது இன்றைய காலம் வரை தென்னாப்பிரிக்காவில் பின்பற்றப்பட்டது. இரண்டாயிரம் ஆண்டுகளுக்கு முன்பே நிறத்தை வைத்து மக்களைப் பிரிக்கக்கூடாது என்று வள்ளுவர் கூறியுள்ளார்.

பிறப்பொக்கும் எல்லா உயிர்க்கும் சிறப்பொவ்வா
செய்தொழில் வேற்றுமை யான்.   (972)

குணத்தில்தான் மக்கள் மாறுபடுவார்களேயன்றி தோற்றத்தால் அனைவரும் ஒன்றுதான் என்ற சமநீதிக் கொள்கையை வள்ளுவர் கைக்கொண்டுள்ளார்.

மக்களே போல்வர் கயவர் அவரன்ன
ஒப்பாரி யாம்கண்டது இல்.   (1071)

ஐக்கிய நாடுகள் அளவில் குற்றத்தடுப்புக் கொள்கை (UN action on Crime Prevention Point[24]) ஏற்றுக் கொள்ளப்பட்டு குற்றங்களின் எண்ணிக்கையையும், குற்றங்களின் தீவிரத்தையும் குறைக்க முயற்சி

எடுக்கும் இன்றைய நிலையில் திருக்குறள் கருத்துக்கள் வழிகாட்டியாக உள்ளன. குற்றம் செய்பவர்கள் 'கயமை'க் குணம் உடையவர்களாக இருப்பதால், கயமை என்ற அதிகாரத்தைப் பொருளதிகாரத்தின் இறுதியில் வைத்தார். திருக்குறளில் வைப்புமுறைச் சிறப்பாகக் கையாளப்பட்டிருக்கும். உதாரணமாக, வாழ்க்கைத்துணை நலத்திற்கு அடுத்ததாக மக்கட்பேறு, அன்புடைமை, விருந்தோம்பல், இனியவை கூறல் என்று அமைக்கப்பட்டிருக்கும். அறத்துப்பாலில் 'ஊழை' இறுதியாக வைத்ததுபோல் பொருள் அதிகாரத்தின் இறுதியில் 'கயமை'யை வள்ளுவர் வைத்துள்ளார். இக்கயவர்களைப் பற்றிச் சில பயனுள்ள முக்கியமான தகவல்கள் குறட்பாக்களில் கிடைக்கின்றன.

நன்றறி வாரின் கயவர்திருவுடையர்
நெஞ்சத்து அவலம் இலர். (1072)

நன்மைகளை அறிவார் பாவம் வருவதற்கு அஞ்சதலாற் கவலையுளர், கயவர் பாவத்திற்கு அஞ்சாமையாற் செல்வ முடையவர் நெஞ்சிற் கவலையில்லை என்றது (உ.வே.சா. உரை)

அச்சம் கீழ்களது ஆசாரம் எச்சம்
அவாஉண்டேல் உண்டாம் சிறிது. (1075)

கயவர்களுக்கு பயம் உண்டாகில் வணங்குவர், பிரயோசனம் உண்டாகிலும் வணங்குவர்(பரிதி)

அறைபறை அன்னர் கயவர்தாம் கேட்ட
மறைபிறர்க்கு உய்த்துரைக்க லான். (1076)

ஈர்ங்கை விதிரார் கயவர் கொடிறுடைக்கும்
கூன்கையரல்லா தவர்க்கு. (1077)

உடுப்பதூஉம் உண்பதூஉம் காணின் பிறர்மேல்
வடுக்காண வற்றாகும் கீழ். (1079)

எற்றிற் குரியர் கயவரொன்று உற்றக்கால்
விற்றற்கு உரியர் விரைந்து. (1080)

பொருளதிகாரத்தில் 'கயமையில்' குற்றம் செய்பவர்களுடைய இயல்பைப் பற்றிச் சொன்ன வள்ளுவர் அவர்களைத் திருத்தும் வழியை அறத்துப்பாலில் தெரிவிக்கிறார்.

இன்னாசெய் தாரை ஒறுத்தல் அவர்நாண
நன்னயம் செய்து விடல். (314)

தன்னுயிர்க்கு இன்னாமை தானறிவான் என்கொலோ
மன்னுயிர்க்கு இன்னா செயல்.   (318)

நோய்எல்லாம் நோய்செய்தார் மேலவாம் நோய்செய்யார்
நோயின்மை வேண்டு பவர்.   (320)

கறுத்துஇன்னா செய்தவக் கண்ணும் மறுத்துஇன்னா
செய்யாமை மாசற்றார் கோள்.   (312)

மனித உரிமை மீறல்களுக்கு இன்று உலக அளவில் எதிர்மறை விளம்பரம் தரும் என்பதால் அரசுகள் மனித உரிமை மீறலை வெளிப்படையாக அனுமதிப்பதில்லை.

பெருமைக்கும் ஏனைச் சிறுமைக்கும் தத்தம்
கருமமே கட்டளைக் கல்.   (505)

திருமணம் செய்து கொள்ளவும் குடும்பம் அமைத்துக் கொள்ளவும் உரிமை கோட்பாடு16):

சங்க இலக்கியத்தில் களவு நிலையின்போதும், கற்பு நிலையிலும் மத, இன, மொழி வித்தியாசங்களின்றி திருமணங்கள் நடந்துள்ளன. குறுந்தொகையிலும் திருக்குறளிலும் இதற்கான ஆதாரங்கள் உள்ளன.

கூட்டுப் பாதுகாப்பு

நாடுகள் தங்களைப் பிற நாடுகளின் தாக்குதலிலிருந்து காத்துக் கொள்ள தங்களுக்குள் கூட்டுப் பாதுகாப்பு (Collective Security[25]) முறையைக் கடைப்பிடிக்கின்றன. இந்த ஒற்றுமையால் எதிரிகளிட மிருந்து நாடுகள் தங்களைக் காத்துக் கொள்கின்றன. போரைத் தவிர்க்கவும், செல்வாக்குச் சமநிலையை (Balance of Power[26]) நிலைநாட்டுவதற்கும் தங்களுக்குள் ஒரு தலைமையின் கீழோ அல்லது கூட்டுத்தலைமையின் கீழோ தங்களது ஆற்றல்களை ஒருங்கிணைத்து, அதன் பயனாகக் கிடைக்கும் பயன்பாடுகளை நாடுகள் பகிர்ந்து கொள்கின்றன. ஜெர்மனி ஆஸ்திரியாவுடனும், இத்தாலியுடனும் 1882-ஆம் ஆண்டு செய்து கொண்ட ஒப்பந்தமும் வட அட்லாண்டிக் உடன்படிக்கை (NATO), தென் கிழக்கு ஆசிய உடன்படிக்கை (SEATO), அமெரிக்க அரசுகளின் கூட்டமைப்பு (OAS) போன்ற அமைப்புகளும் பொதுவுடமை நாடுகளுக்கு எதிராக அமெரிக்காவாலும், முதலாளித்துவ நாடுகளுக்கு எதிராக ரஷ்ய நாட்டாலும் கூட்டுப்பாதுகாப்பு முறை கடைப்பிடிக்கப்படுகின்றன. ஐ.நா. சங்க கூட்டுப் பாதுகாப்பு குறிக்கோளுக்கு இது மாதிரியான

ஏற்பாடுகள் முரணாக இருப்பதாக மேம்போக்காகத் தெரிந்தாலும், இம்மாதிரியான பிராந்திய கொள்கையுடன் கூடிய அமைப்புகளை ஐ.நா. சங்கத்தின் விதிகள், *51,52,53,54* அனுமதிக்கின்றன.

வலியறிதல், பெரியாரைத் துணைக்கோடல், சிற்றினம் சேராமை என்ற அதிகாரங்களில் கூட்டுப்பாதுகாப்பு முறையைத் திருவள்ளுவர் விளக்குகிறார்.

தக்கா ரினத்தனாய்த் தானொழுக வல்லானைச்
செற்றார் செயக்கிடந்த தில். (446)

(தக்க பெரியாரின் கூட்டத்தில் உள்ளவனாய் நடக்க வல்ல ஒருவனுக்கு, அவனுடைய பகைவர் செய்யக்கூடிய தீங்கு ஒன்றும் இல்லை.)

உற்ற நோய் நீக்கி உறாஅமை முற்காக்கும்
பெற்றியார்ப் பேணிக் கொளல். (442)

(வந்துள்ள துன்பத்தை நீக்கி இனித் துன்பம் வராதபடி முன்னதாகவே காக்க வல்ல தன்மையுடையவரைப் போற்றி நட்புக் கொள்ள வேண்டும்.)

அரியவற்று ளெல்லாம் அரிதே பெரியாரைப்
பேணி தமராக் கொளல். (443)

(பெரியாரைப் போற்றித் தமக்குச் சுற்றத்தாராக்கிக் கொள்ளுதல், பெறத்தக்க அரிய பேறுகள் எல்லாவற்றிலும் அருமையானதாகும்.)

முதலிலார்க்கு ஊதியம் இல்லை மதலையாஞ்
சார்பிலார்க்கு இல்லை நிலை. (449)

(முதல் இல்லாத வணிகர்க்கு அதனால் வரும் ஊதியம் இல்லை. அது போல தம்மைத் தாங்கிக் காப்பாற்றும் துணை இல்லாதவர்க்கு நிலை வேறு இல்லை.)

பல்லார்பகை கொளலின் பத்தடுத்த தீமைத்தே
நல்லார் தொடர்கை விடல். (450)

(நல்லவராகிய பெரியாரின் தொடர்பைக் கைவிடுதல், பலருடைய பகையைத் தேடிக் கொள்வதை விடப் பத்து மடங்கு தீமை உடையதாகும்.)

> வருமுன்னர்க் காவாதான் வாழ்க்கை எரிமுன்னர்
> வைத்தூறு போலக் கெடும். (435)

(குற்றம் நேர்வதற்கு முன்னமே வராமல் காத்துக் கொள்ளாதவனுடைய வாழ்க்கை, நெருப்பின் முன் நின்ற வைக்கோல் போர் போல் அழிந்து விடும்.)

> நல்லினத்தின் ஊங்கும் துணையில்லை தீயினத்தின்
> அல்லற் படுப்பதூஉம் இல். (460)

(நல்ல இனத்தை விடச் சிறந்ததாகிய துணையும் உலகத்தில் இல்லை. தீய இனத்தை விடத் துன்பப்படுத்தும் பகையும் இல்லை.)

ஏகாதிபத்தியம் (Imperialism[27]) என்பது மனித வாழ்வில் தொன்றுதொட்டு நிலவி வருகிறது. மற்ற நாடுகளில் குடியேறி, அங்கு குடியேற்றங்களை அமைத்துத் தமது ஆளுமையின் எல்லையை விரிவுபடுத்துவது ஏகாதிபத்தியம் ஆகும். இதன் மூலம் தமது அரசியல் கருத்துக்களைக் குடியேறிய நாடுகள் மீது திணிப்பதை ஏகாதிபத்திய நாடுகள் குறிக்கோளாகக் கொண்டன.

இதன் அடுத்த கட்டமாக குடியேற்ற நாட்டுக் கொள்கை (Colonialism[28]) என்பதும் ஏகாதிபத்தியத்தைக் குறித்தாலும், குடியேற்ற நாட்டுக் கொள்கை என்பது பொருளாதாரம் சம்பந்தப்பட்டது. ஏகாதிபத்தியக் கொள்கையையும் குடியேற்ற நாட்டுக் கொள்கையும் கைக்கொண்ட சில ஐரோப்பிய நாடுகள் ஆசிய, ஆப்பிரிக்க நாடுகளை வேட்டைக் காடாக்கிவிட்டன. இந்த நூற்றாண்டின் இறுதிக் காலங்களில்தான் பல ஆசிய, ஆப்பிரிக்க, இலத்தின் அமெரிக்கா நாடுகள் சுரண்டல்களிலிருந்து விடுபட்டு சுதந்திர நாடுகளாயின.

வலிமையான நாடுகள் வலிமை குன்றிய நாடுகள் மீது ஆட்சியைத் திணிக்கும்போது ஏற்படும் முதல் விளைவு குடியேற்ற நாடுகள் தங்களது இறைமை அதிகாரத்தை (Sovereignty) இழந்து தம்மை வென்ற நாடுகளுக்கு அடிமையாகின்றன. வள்ளுவர் வினை செயல்வகை அதிகாரத்தின் இறுதிக் குறளில்,

> உறைசிறியார் உள்நடுங்கல் அஞ்சிக் குறைபெறின்
> கொள்வர் பெரியார்ப் பணிந்து. (680)

(வலிமை குறைந்தவர், தம்மைச் சார்ந்துள்ளவர், நடுங்குவதற்குத் தாம் அஞ்சி, வேண்டியது கிடைக்குமானால் வலிமை மிக்கவரைப் பணிந்தும் ஏற்றுக் கொள்வர்) என்று கூறுகிறார்.

ஏகாதிபத்திய நாடுகள் வலிமை குன்றிய நாடுகளைக் கைப்பற்றி தமது நாட்டுடன் இணைத்து தமது சட்டங்களையும் நடைமுறைகளையும் திணிக்கின்றன. இதற்கு உதாரணம் ஆங்கிலேயர்கள் இந்தியாவில் தங்களது கல்விமுறையையும், நீதி பரிபாலன முறையையும் திணித்தது.

அரசியல், பொருளாதாரச் சுரண்டலுக்குப் பின் ஆதிக்க நாடுகள் மக்களின் பண்பாட்டு மேலாண்மை எத்தனிக்கும். இதன் மூலம் குடியேற்ற நாட்டு மக்களின் பண்பாட்டைக் குலைத்து தங்களது பண்பாட்டைப் பரப்புவர். மதத்தைப் பரப்புவதும் இதனோடு சேர்ந்ததுதான். இதற்கு இந்திய மன்னர்களும் விதிவிலக்கில்லை. இந்தியப் பேரரசர்கள் அண்டை நாடுகளில் தங்களது சிறப்பான கடற்படையின் உதவியால் ஆட்சியை அமைத்து அரசியல், பொருளாதார, பண்பாட்டு ஆளுமையும் செய்துள்ளனர். புத்த மதம் பரவியது கூட இந்த வகையில்தான்.

16-ஆம் நூற்றாண்டில் ஏற்பட்ட தொழில் புரட்சியின் (*Industrial Revolution*[29]) காரணமாக ஐரோப்பிய நாடுகளில் தொழில்கள் பெருகி, விற்பனை செய்ய இடம் தேவைப்பட்டதால் மிகப் பெரிய அளவில் சுதந்திர நாடுகளை அடிமைப்படுத்தும் செயல் தொடங்கியது. அடிமை நாடுகளிலிருந்து மூலப் பொருட்களைக் குறைந்த விலைக்குப் பெற்றனர். அமெரிக்கா மட்டும் ஏற்கனவே உள்ள தனது பதின்மூன்று குடியேற்ற நாடுகளைத் தவிர்த்து மற்ற பகுதிகளில் ஆர்வம் காட்டவில்லை. அமெரிக்காவில் 1823-இல் வெளியான மன்றோ கொள்கை (*Manroe Doctrine*[30]) எந்த ஒரு ஐரோப்பிய நாடும் அமெரிக்காவில் தலையிடக்கூடாது. இது ஒரு நாடு இன்னொரு நாட்டு விவகாரத்தில் தலையிடக் கூடாது என்ற நிலையை ஏற்படுத்தியது. பின்னர் ரூஸ்வெல்டின் காலத்தில் அமெரிக்கா தனது கொள்கையை மாற்றி பெருந்தடிக் கொள்கையை (*Big stick Diplomacy*) ஏற்றுக் கொண்டு 1946-ஆம் ஆண்டு பிலிப்பைன்ஸ் நாட்டை விட்டு வெளியேறும்வரை அமெரிக்காவும் ஏகாதிபத்தியக் கொள்கையைக் கைக்கொண்டிருந்தது.

இன்று ஏகாதிபத்தியக் கொள்கை ஒரு முற்போக்கு எண்ணமாகக் கருதப்படுவதில்லை. அடங்கிக் கிடந்த மக்களுக்குச் சுதந்திர உணர்வு பெருகியதும் இதன் முக்கிய காரணமாகும்.

வலியார்க்கு மாறேற்றல் ஓம்புக ஓம்பா
மெலியார்மேல் மேல் பகை. (861)

(தம்மைவிட வலியவர்க்கு மாறுபட்டு எதிர்த்தலை விட்டுவிட வேண்டும். தம்மை விட மெலியவர் மேல் பகை கொள்வதைத் தேவைப்பட்டால் ஏற்றுக் கொள்ளவேண்டும்.) என்ற பகைமாட்சி அதிகாரத்திலுள்ள குறள் வள்ளுவர் ஏகாதிபத்தியக் கொள்கை உடையவர் என்பதற்கான அடையாளம் அன்று. அடுத்த ‘அதிகாரமான’ பகைத்திறம் தெளிதலில் ஏகாதிபத்தியக் கொள்கையைக் கண்டிக்கிறார்.

பகைஎன்னும் பண்பிலதனை ஒருவன்
நகையேயும் வேண்டல்பாற்று அன்று. (871)

(பகை என்று சொல்லப்படும் பண்பு இல்லாத தீமையை ஒருவன் சிரித்துப் பொழுதுபோக்கும் விளையாட்டாகவும் விரும்புதலாகாது.)

ஏகாதிபத்தியக் கொள்கை, காலத்திற்கு ஒவ்வாத பழைமைக் கொள்கையாக மாறுவதற்குப் பல சமூகப் புரட்சியாளர்கள் தங்களது எழுத்தாற்றலின் மூலம் வித்திட்டனர். ரூஸோ, ஹாப்ஸ், மகாத்மா காந்தி போன்ற அறிஞர்களின் எழுத்தால், செயலால், சமத்துவ, சுதந்திர, சகோதரத்துவ, மக்களாட்சிக் கருத்துக்கள் வலுப்பெற்றன. ஏகாதிபத்திய அரசாங்கங்கள் சமூகப் புரட்சியாளர்கள் மீது கட்டவிழ்த்துவிட்ட அடக்குமுறைகள், அக்கொள்கைகளுக்கு மேலும் வலுவூட்டின. கொள்கையாளருடன் மோதலைத் தவிர்க்குமாறு வள்ளுவர் கூறும் அறிவுரை பின்பற்றத்தக்கது.

வில்லேருழவர் பகைகொளினும் கொள்ளற்க
சொல்லே ருழவர் பகை. (872)

(வில்லை ஏராக உடைய உழவராகிய வீரருடன் பகை கொண்ட போதிலும் சொல்லை ஆயுதமாக உடைய உழவராகிய அறிஞருடன் பகை கொள்ளக் கூடாது.)

ஏந்திய கொள்கையார் சீறின் இடைமுரிந்து
வேந்தனும் வேந்து கெடும். (899)

(உயர்ந்த கொள்கையுடைய பெரியார் சீறினால் நாட்டை ஆளும் அரசனும் இடை நடுவே முரிந்து அரசு இழந்து கெடுவான்.)

எரியால் சுடப்படினும் உய்வுஉண்டாம் உய்யார்
பெரியார்ப் பிழைத்துஒழுகு வார். (896)

பெரியாரைப் பேணாது ஒழுகின் பெரியாரால்
பேரா இடும்பை தரும். (892)

கெடல்வேண்டின் கேளாது செய்க அடல்வேண்டின்
ஆற்று பவர்கண் இழுக்கு.   (893)

குன்றுஅன்னார் குன்ற மதிப்பின் குடியொடு
நின்றுஅன்னார் மாய்வர் நிலத்து.   (898)

கடல், ஆறு, அண்டார்டிகா போன்றவைகள் மக்களின் பொதுச் சொத்துக்கள் (Common Heritage of Mankind) என்று சர்வதேசச் சட்டம் கூறுகிறது. இரண்டாம் ராஜராஜன், எதிரி அரசன் காவிரியின் போக்கைத் திசை திருப்பியதற்காக அவன் மீது படையெடுத்து, அவனை வென்று பொது உரிமையை வலியுறுத்தியுள்ளான்.

பொதுச் சொத்துக்கள், மனித இனத்திற்கே உரியன. ஒரு பகுதி மக்களைக் கலந்து ஆலோசிக்காமல் தன்னிச்சையாக பலமுள்ள எந்த நாடும் செயல்படக்கூடாது என்பதைக் கடல் சட்டம் (Law of the Sea) கூறுகிறது. அண்டார்டிகா உடன்படிக்கை 1959 இல் கையெழுத்திடப் பட்டது. அதில் அண்டார்டிகா அமைதியான காரணங்களுக்காக மட்டுமே பயன்படுத்தப்படவேண்டும் (Antartica shall be used for peaceful purposes only) என்று ஏற்றுக் கொள்ளப்பட்டது. ஆரம்பத்தில் 12 நாடுகள் மட்டுமே அண்டார்டிகாவை பயன்படுத்த உரிமை படைத்தவை என்ற உடன்படிக்கை பின்னாளில் கைவிடப்பட்டது.

16-ஆம் நூற்றாண்டின் ஆரம்பத்தில் வெனிஸ் ஏட்ரியாட்ரிக் கடலையும், இங்கிலாந்து வடக்குக் கடலையும் தங்களின் முழு அதிகாரத்திற்கு கட்டுப்பட்டவை என எண்ணத்தலைப்பட்டன. போர்ச்சுகல் இந்தியப் பெருங்கடலையும், ஸ்பெயின் பசிபிக் பெருங்கடலையும் போப் ஆறாம் அலெக்சாண்டர் 1493-ஆம் ஆண்டு கொடுத்த கட்டளையின் (Bulls of pope Alexander VI of 1493) படி தங்களுக்குத் தருமாறு கேட்டதைப் புதிய சர்வதேச சட்டங்கள் நிராகரித்தன.

வள்ளுவரின் 'ஒப்புரவறிதல்' அதிகாரக் கருத்து இங்கு நோக்கத்தக்கது.

ஊருணி நீர்நிறைந் தற்றே உலகவாம்
பேரறி வாளன் திரு.   (215)

காக்கை கரவா கரைந்துண்ணும் ஆக்கமும்
அன்னநீ ரார்க்கே உள.   (527)

வறுமையானது அறிவைக் (532) கெடுத்து, பழைமையான

குடிப்பண்மைக் (1043) கெடுத்து, சோர்வை உண்டாக்கி அன்பான தாயால் கூட புறக்கணிக்கத் தக்கதாய் (1047) நெருப்பை விடக் கொடியதாய் இருப்பதால், வறுமையை ஒழிப்பதற்கு வள்ளுவர் விரும்புகிறார். வள்ளுவரின் அதிகார அமைப்பு இங்கு கவனிக்கத் தக்கது. உழவுக்கு அடுத்ததாக நல்குரவை வள்ளுவர் வைத்ததற்குக் காரணம் உழவுத் தொழில் சரிவரச் செய்யப்படவில்லை என்றால் நிலமகள் தன்னுள் சிரித்து (1040) பிணங்கிக் கொண்டு (1039) விடுவாள் என்கிறார்.

உண்மையான உயர் குடியில் பிறந்தவர்களுக்கு முகமலர்ச்சி, இனிய சொல், பிறரை இகழ்ந்து கூறாமை ஆகிய நற்பண்புகளுடன் ஈகையும் சேர்ந்திருக்க வேண்டும் (953) என்று வள்ளுவர் கருதுகிறார். ஆகவே நல்குரவை அகற்ற வள்ளுவர் கூறும் கருத்து ஆராயத்தக்கது.

இகழ்ந்தெள்ளா தீவாரைக் காணின் மகிழ்ந்துள்ளம்
உள்ளுள் உவப்ப துடைத்து. (1057)

ஈவார்கண் என்உண்டாம் தோற்றம் இரந்துகோள்
மேவார் இலாஅக் கடை. (1059)

இரக்க இரத்தக்கார்க் காணின் கரப்பின்
அவர்பழி தம்பழி அன்று. (1051)

முடியாதவர்களுக்கு 'இரவு' அதிகாரத்தில் ஆதரவு காட்டச் சொன்ன வள்ளுவர் முயலாதவர்களுக்கு 'இரவச்சத்தில்' வறுமைத் துன்பத்தைத் தீர்க்க இரப்பது சிறந்த வழியில்லை (1063) என்று அறிவுறுத்துகிறார்.

வள்ளுவரின் வறுமை ஒழிப்புக் கொள்கை தற்போது ஐக்கிய நாடுகளின் குழந்தைக் கல்வி நிறுவனமாகவும் (UNICEF), அமெரிக்காவின் வறுமை ஒழிப்பு உதவித்தொகையளிப்பாகவும் (CARE) பரிணாமம் பெற்றுள்ளன.

நல்குரவு (வறுமை), இரவு அதிகாரங்களில் தனது காலத்திய பொருளாதார ஏற்றத்தாழ்வுடைய சமுதாயத்தைப் பேசிய வள்ளுவர், இவ்விரண்டு அதிகாரங்களுக்குப் பின்வரும் அதிகாரமான, இரவச்சம் என்னும் அதிகாரத்தில் ஏற்றத்தாழ்வற்ற சமுதாயத்தைக் குறிப்படுகிறார்.[31]

குழந்தைகளின் வறுமையைப் போக்க இன்று பல அமைப்புகள் (UNESCO. UNICEF) உள்ளன. இவைகளின் நோக்கம் உலகில் பசிப்பிணியைப் போக்கவேண்டும் என்பது. வறுமையின்

கொடுமை புலவர்களால் அதிகம் எடுத்துச் சொல்லப்பட்டது என்றாலும், வறுமை ஒழிப்பதற்கு வழி சொன்னவர்கள் ஒரு சிலரே. வள்ளுவர் கூறிய வழியில் இன்று உலக நிறுவனங்கள் நடந்து வறுமைப்பிணியைப் போக்க முயல்வது நோக்கத்தக்கது.

> பகுத்துண்டு பல்லுயிர் ஓம்புதல் நூலோர்
> தொகுத்தவற்றுள் எல்லாம் தலை.   (322)

> ஆற்றுவார் ஆற்றல் பசியாற்றல் அப்பசியை
> மாற்றுவார் ஆற்றலின் பின்.   (225)

> ஈத்துவக்கும் இன்பம் அறியார்கொல் தாமுடைமை
> வைத்திருக்கும் வன்க ணவர்.   (228)

> இரத்தலின் இன்னாது மன்ற நிரம்பிய
> தாமே தமியர் உணல்.   (229)

> சாதலின் இன்னாத தில்லை இனிததூஉம்
> ஈதல் இயையாக் கடை.   (230)

> வறியார்க்கொன் றீவதே ஈகைமற் றெல்லாம்
> குறியெதிர்ப்பை நீர துடைத்து.   (221)

> இலனென்னும் எவ்வம் உரையாமை ஈதல்
> குலனுடையான் கண்ணே உள.   (223)

எனினும் இரத்தலை வாழ்க்கை முறையாகக் கொள்ளக்கூடாது என்றும் வள்ளுவர் கூறுகிறார். வள்ளுவர் கருத்துப்படி முயலாதவர்களுக்கு உதவக்கூடாது. முடியாதவர்களுக்கு உதவ வேண்டும். இரந்துதான் உயிர் வாழ வேண்டும் என்ற நிலை யாருக்கும் இருக்கக்கூடாது.

> இரந்தும் உயிர்வாழ்தல் வேண்டின் பரந்து
> கெடுக உலகியற்றி யான்.   (1062)

தமிழகத்தின் குறுநில மன்னர்கள் பலர் ஆட்சி செய்தாலும், சங்க காலத்திலிருந்து சேர, சோழ, பாண்டியர் என்ற மூன்று தமிழ் அரச மரபினரே பேரரசர்களாகத் திகழ்ந்துள்ளனர். குறுநில மன்னர்கள் இந்த மூவேந்தர்களுக்கும் கட்டுப்பட்டவர்களாக இருந்து வந்துள்ளனர். மூவேந்தர்களுக்குள் மாறுபட்டு போரிட்டதாகப் பல குறிப்புகள் இருந்தாலும், அவர்கள் நட்புறவோடு சில காலக் கட்டங்களில் இருந்தமைக்கும் சான்றுகள் உள்ளன. பாண்டியன் பெருவழுதியையும் சோழன் பெருந்

திருமாவளவனையும் 'இன்றே போல்க நும் புணர்ச்சி' [32] என்று காரிக் கண்ணனாரும், பாண்டியன் உக்கிரப் பெருவழுதியையும் சோழன் பெருநற்கிள்ளியையும் ஔவையார் பாராட்டியதும் அந்நாளைய அரசர்களுக்குள் ஒற்றுமையுணர்வும், நெருங்கிய தொடர்பும் இருந்ததைக் காண்பிக்கின்றது.

மூவேந்தர் என்ற தமிழ் மரபு தொல்காப்பியத்தின் 'வண்புகழ் மூவர் தண் பொழில் வரைப்பு'[33] என்ற வரிகளிலும், பொருநராற்றுப்படையில்,

> 'பீடு கெழு திருவின் பெரும் பெயர் நோன்றாள்
> முரசு முழங்குதானை மூவிருங்கூடி
> அரசவை இருந்த தோற்றம் போல'[34]

என்றும், மற்றொரு பொருநராற்றுப்படை பாடலில்,

> 'மலர் தலை யுலகத்து மன்னுயிர் காக்கும்
> முரசு முழங்குதானை மூவருள்ளும்'[35]

என்றும் அறியப்படுகின்றன.

சங்கப்பாடல்களில் ஏறக்குறைய 28 சேர, 16 பாண்டிய, 17 சோழ மன்னர்களைப் பற்றிய குறிப்புகள் கிடைக்கின்றன. இவர்களில் சிலர் குறுநில மன்னர்களாகவும் இருக்கலாம்.

துஞ்சிய, மாய்ந்த என்ற அடைமொழி கொண்ட வேந்தர்கள் மூன்று மரபினருள்ளும் உள்ளனர். துஞ்சிய என்பதற்கு முதுமை, நோய் அல்லது போர் காரணமாக இறப்பு வரப்பெற்றவர் எனப் பொருள் கொள்ளப்படுகிறது 'மாய்தல்' என்பது கடல் சாவு, கடல் போர் அல்லது அது குறித்த செலவின் போது நேர்ந்த விபத்து தொடர்பாக இறந்தவர் எனத் தெரிகிறது. (உ.ம்) கடலுள் மாய்ந்த இளம்பெருவழுதி. இதே போன்று 'எறிந்த' என்ற அடைமொழி கொண்ட அரசர்கள் போரில் பகைவரை வென்று அவர்தம் ஊர்களை அழித்த சிறப்புடையவர்கள் எனக் கருதப்படுகின்றனர். 'கடந்த' என்ற அடைமொழி கொண்டு ஆரியப்படையினரையும் காணப்பேர் கோட்டையையும் வென்ற அரசர்களையும், 'ஒட்டிய' என்ற சொல்லாட்சியில் பின் ஓடச்செய்தவன் என்றும், 'தந்த' என்ற சொல்லில் கைப்பற்றியதையும், 'எறிய' என்ற சொல்லில் வென்ற ஊரில் முடி சூட்டிக் கொண்ட செய்தியையும் கொண்டு தமிழரின் வீர மரபினை அறியலாம்.

தமிழ் அரசர்கள், மகன் தந்தைக்குப் பின்னும், தம்பி அண்ணனுக்குப் பின்னும் ஆட்சி செய்யும் வாரிசுரிமையைப் பின்பற்றியுள்ளனர்.

'பரந்துபடு நல்லிசை எய்தி மற்று நீ
உயர்ந்தோர் உலகம் எய்திப் பின்னும்
ஒழிந்ததாயம் அவர்க்குரித்தன்றே'[36]

எதிரிகள், வெளியிலிருந்து வந்து போர் தொடுத்தாலும், வணிகராய் வந்து தங்கிப் பின் உள்நாட்டில் குழப்பங்கள் ஏற்படுத்தினாலும், அவர்களை ஒடுக்கும் பேராண்மையை நெடுஞ்சேரலாதன் பெற்றிருந்தார் என்பதை,

'பேரிசை மரபின் ஆரியர் வணக்கி
நயனில் வன்சொல் யவனர்ப் பணித்து
நெய்தலைப் பெய்து கையிற் கொள்இ
அருவிலை நன்கலம் வயிரமொடு கொண்டு'[37]

என்ற பதிற்றுப்பத்து பாடலில் காண்கிறோம். இதில், போரில் தோற்ற யவனர்களைக் கையைக் கட்டி தலையில் நெய் பெய்த நிகழ்ச்சி கூறப்பட்டுள்ளது. யவனர் நாட்டில் தோற்ற அரசர்கள் தலையில் நெய் பெய்யும் வழக்கம் இருந்திருக்கிறது. நெடுஞ்சேரலாதன் தவறு செய்த யவனர்களுக்கு அதே தண்டனையைத் தந்துள்ளான்.

செங்குட்டுவனுடைய முன்னோருள் ஒருவன் வெளிநாடாகிய யவனர் நாட்டைக் கைப்பற்றியுள்ளான் என்ற செய்தியை வன்சொல் யவனர் வளநாடு ஆண்டு என்றும், வன்சொல் யவனர் வளநாடு வண் பெருங்கல் தென்குமரி ஆண்ட என்ற இளங்கோவடிகளின் சிலப்பதிகாரம் ஊசல்வரியும் (28, 141,28) இங்கு நோக்கத்தக்கன. வியாபாரத்திற்காக வந்து தற்காப்புப் படையோடு தங்கியிருந்த யவனர்கள் முறையற்று பேசியதற்காக அவர்களைப் போரில் வென்று அவர்கள் குடியிருப்பின் ஆட்சியை அரசன் கைப்பற்றிக் கொண்டான் என்று பதிற்றுப்பத்தில் சொல்லப்பட்டிருக்கிறது.

சங்க இலக்கியத்தில் காணப்படும் அரசர்களைக் குறுநில மன்னர்கள், மூவேந்தர்கள் என்று பிரித்தும், சங்க காலப் பாடற் செய்திகளைத் தொல்லியல், வெளிநாட்டு இலக்கியச் சான்றுகளுடன் ஒப்பிட்டு நிரூபிக்கும் பணியும் செய்தால் பழந்தமிழர் பெருமையை உலகின் கவனத்திற்கு கொண்டுவர முடியும்.

சட்டங்களின் தோற்றம்

சட்டங்களை ஆண்டவன் தந்ததாகக் கூறும் மரபு அனைத்து நாடுகளிலும் உள்ளது. மோசசிடம் செகோவே என்ற கடவுள் யூதர்களுக்காக சட்டங்களைக் கொடுத்தார் என்றும், கிரேக்க நாட்டில் தமிசு என்ற நீதி தேவதை சட்டங்களை வழங்கியதாகவும், ரோம் நாட்டில் ஒரு குறிப்பிட்ட கோயிலின் அர்ச்சகர் சொல்லியதாகவும், இந்துச் சட்டங்களை மனுவுக்கு ஆண்டவனே நேரில் வழங்கியதாகவும் சொல்லப்பட்டது. உலகமெங்கும் சட்டத்தின் தோற்றம் பற்றிய பழங்காலக் கருத்துக்கள் ஒரே மாதிரி அமைந்துள்ளன.

அடிக்குறிப்புகள்

1. Hans J.Morgenthau, Politics Amount Nations, P.284
2. Ibid, P. 252
3. Stuart Holland, **The Global Economy** P. 1160
4. J.G.Starke, **Introduction to International law** P. 147
5. "Human Rights are now covered by a number of forms of behaviour some of which have hardened into Law although most of them are limited to declarations and being to the realm of morality... The demarcation lines between Domestic and International affairs and between States and Individuals are not quite as sharp as they used to be"

   Joseph Frankel, **International Relations in a changing world** P. 175
6. Act 13 C Convention on the Law of Sea
7. In India the following Persons deserve aid (the physicely deprived, villagers, Agriculture Labourers, Industrial workers, women, Children, Harijans, Minorities and Prisoners) Source: Report on the expert committee on Legal aid May 1973 page 27 to 34 and Law Commission of India 14th Report(1958) Page. 587
8. AC Kapoor Principles of Political Science P.230
9. புற. 192
10. மகாகவி பாரதியார் பாடல்கள் பக். 41
11. புற. 34
12. புற. 3
13. AC Kapoor **Principles of Political Science,** P. 65
14. மோ. வள்ளுவன் கிளாரன்ஸ் பன்னாட்டுத் தொடர்புகள் பக். 36
15. Hans J.Morgenthau **Politics Amount Nations** P. 117
16. "Reaffirms faith in fundamental Human Rights and the dignity and worth of human persons and equal rights of man and women" Preamble to the UN Charter

17. Percy E.Corbelt **The Growth of world Law** P. 182
18. International Agreement for the Suppression of Slave Traffic on 1904 AD, 1910,1921,1933 and the International Covention for the Suppression of Immoral Traffic in women and Girls of 1950 AD.
19. 13th Amendment 1865 (Abolition of Slavery)
20. M.S. Venkatachalam Socio political philosophy of Tiruvalluvar P. 34
21. "The fact that the defendant acted pursuant to order of his government of a superior shall not free him from responsibility but may be considered in mitigation of punishment" (IN Charter Act 8)
22. V.D. Kulshreshtha, Indian Legal & Constitutional History P.286
23. "In 1975, the General Assembly proclaimed a declaration on torture, which states that any act of torture of other cruel inhuman or degrading treatment or punishment is an offence to human dignity and shall be condemned as a violation of human rights and fundamental freedoms."
24. Percy E.Corbett The growth of world Law P. 83
25. Hans J. Morgenthau Politics Amount Nations P. 451
26. Ibid P. 187
27. Ibid P. 58 to 85
28. AC Kapoor Principles of Political Science P. 1 to 6
29. Hans J. Morgenthau Politics Among Nations P. 411
30. George H. Sabine, A Histroy of Political Theory P. 835
31. சாமி சிதம்பரம், வள்ளுவர் வாழ்ந்த தமிழகம் பக். 165
32. புற. 1 58
33. தொல்காப்பியம் செய்யுள் 75
34. பொருநராற்றுப்படை 53 முதல் 55 வரை
35. பெரும்பாணாற்றுப்படை 32, 33
36. புற. 213
37. சங்க இலக்கியக் கட்டுரைகள் பக். 118

சர்வதேசச் சட்டம்

குன்ஸிரைட் என்ற அறிஞரால் "உலகச் சமுதாயத்தின் விருப்பாற்றலைத் தெரிவிக்கும் சட்டம், அனைத்துலக அறிவிற்குப் பொருந்தும் சட்டம்" என்றும், பென்விக் என்ற அறிஞரால் "நாடுகளின் பொதுச் சமுதாயம் ஏற்றுக் கொண்ட விதிகளின் தொகுப்பு. அது நாடுகளின் உரிமைகளையும் அவ்வுரிமைகளைப் பாதுகாக்கும் முறைகளையும் அவை மீறப்படும் போது அதைத் திருத்தும் வழிகளையும் வரையறுக்கிறது" என்றும் கூறப்பட்ட சர்வதேசச் சட்டமானது இரு வகைப்படும். ஒன்று போர்க்காலச் சட்டங்கள். மற்றது அமைதிக்காலச் சட்டங்கள். இவைகளை பிராந்தியச் சட்டங்கள் (Regional Laws) என்றும், உலகளாவியச் சட்டங்கள் என்றும் பாகுபடுத்திக் காண்பிக்கப்படும்.

இரண்டும் அதற்கு மேற்பட்ட நாடுகளுக்குள் அல்லது உள்ள தொடர்புகளை வரையறுக்க சர்வதேசச் சட்டம் தேவைப்படுகிறது. கி.மு.400-ஆம் ஆண்டில் எகிப்திற்கும் சேடா (Cheta) என்ற நாட்டிற்குமிடையே உடன்படிக்கை இருந்ததாக அறியப்படுகிறது. இதே போன்று கி.மு.1280-இல் எகிப்தியர்களும் ஹிட்டைட்டுகளும் (Hittites) உடன்படிக்கை ஏற்படுத்திக் கொள்ளப்பட்டதாகத் தெரிகிறது."

தமிழிலக்கியங்களான தொல்காப்பியம், புறநானூறு, நாலடியார், பட்டினப்பாலை போன்ற நூல்களின் மூலம் போர், போரில் தோற்றவர்களை நடத்தும் முறை, வெளிநாட்டினரின்

குடியிருப்புகள், தூதர்கள், வெளிநாட்டு வணிகம் போன்ற பல செய்திகளை அறிய முடிகிறது. இவைகளைத் தொகுத்து வழங்காத காரணத்தால் தமிழர்களுக்குப் போதிய சட்ட அறிவு இல்லை என்று எண்ணவும் சிலர் தலைப்பட்டனர். இன்றைய வழக்கிலுள்ள சர்வதேசச் சட்டம் கடந்த 4 நூற்றாண்டுகளில் ஐரோப்பிய நாடுகளுக்கிடையேயான பழக்க வழக்கங்களை அடிப்படையாகக் கொண்டு தொகுக்கப்பட்டன. ஐரோப்பிய நாடுகளில் சர்வதேசச் சட்டம் தொகுக்கப்பட்ட போது போர்க் காலச் சட்டங்களே அதிகமாகத் தொகுக்கப்பட்டன.

தமிழ் இலக்கியங்களில் காணப்படும் போர்க் காலத்திற்கும் சமாதானக் காலத்திற்கும் பொருந்துகின்ற சர்வதேசச் சட்டக் கருத்துக்கள் இருந்துள்ளதைத் தொகுக்க ஒருவரும் முயலவில்லை. ஹியூகோ குரோசியஸ் (Hugo Grotius) (1583 - 1645) என்பவர் ஹாலந்து நாட்டில் 1583-ஆம் ஆண்டு பிறந்து தனது 15-ஆவது வயதில் ஆர்லியன்ஸ் பல்கலைக் கழகத்தில் சட்டத்தை ஆராய்ந்து முனைவர் பட்டம் பெற்று 16-ஆவது வயதிலிருந்து வழக்கறிஞராகப் பணியாற்றியவர். இவர் தனது 43-ஆவது வயதில் அமைதிக்கால மற்றும் போர்க்காலத்திற்கான சட்ட விதிகளை (Defure billiac Pacis) வெளியிட்டார். இவ்விதிகளே பிற்காலச் சர்வதேசச் சட்டங்களுக்கு அடித்தளமாகி குரோசியசுக்கு சர்வதேசச் சட்டத்தின் தந்தை என்ற பெயரையும் பெற்றுத் தந்தன.[1]

1601-ஆம் ஆண்டு போர்ச்சுக்கல் நாடு ஸ்பெயின் நாட்டின் கட்டுப்பாட்டில் இருந்தது. டச்சு நாடு ஸ்பெயினுடன் போரில் ஈடுபட்டிருந்தது. அப்போது டச்சு கிழக்கிந்தியக் கம்பெனி, போர்ச்சுக்கல் கப்பல் ஒன்றைக் கைப்பற்றி ஏலம் விட்டது. கிறிஸ்துவ நாடுகளுக்குள் இது போன்று நடக்கக் கூடாது என வாதிட ஹியூகோ குரோசியஸ் நியமிக்கப்பட்டார். "குரோசியஸ் வாதாடிய கருத்துக்கள் 1604-ஆம் ஆண்டு போரில் கைப்பற்றும் பொருட்கள் (Commentary on the Law of Prize and Booty) என்ற தலைப்பில் எழுதிய கையெழுத்துப் பிரதி 1864-ஆம் ஆண்டுதான் கண்டுபிடிக்கப் பட்டது".[2] குரோசியஸ் சர்வதேச அமைதி மற்றும் போர் பற்றி 3 புத்தகங்களை 1625-ஆம் ஆண்டு பிரெஞ்சு நாட்டில் வெளியிட்டார். இந்நூல்கள் அரசர்களுக்கும், தளபதிகளுக்கும் ஆலோசனை சொல்லும் விதிகளாக அமைந்திருந்தன.

குரோசியஸ் சர்வதேச கடல்களில் (International waters) கப்பல்கள் தாக்கப்படக் கூடாதென்றும், உடன்படிக்கைகள்

அரசுகளால் வழிவழியாகக் கடைபிடிக்கப்பட வேண்டும் என்றும் போருக்குக் காரணமான குற்றவாளிகள் (War Criminals) தண்டிக்கப்பட வேண்டும் என்றும், முதன்முதலாகக் கருத்து சொன்னார். ஆனால் ஐரோப்பியர்களுக்கான ஓர் உலகச்சட்டம் (Driotdes gens de' Erope (Laws of Nations of Europe) என்று தனியாகவும், கிறிஸ்துவ சமயத்தைச் சார்ந்த மற்ற நாடுகளுக்கென்று (Pays hors Chrentiente Countries of Christiandom) தனித்தனியாக சர்வதேசச் சட்டமும் வரையறை செய்தார்.

குரோசியஸ் மறைவிற்குப் பின் ஏறக்குறைய இரு நூற்றாண்டு இடைவெளிக்குப் பிறகு வியன்னா நகரத்தில் கையெழுத்தான பத்தொன்பதாவது நூற்றாண்டு உடன்படிக்கை, உலக நாடுகள் அனைத்தும் சர்வதேசச் சட்டத்திற்குக் கட்டுப்பட்டவை என அறிவித்தது.

இருபதாம் நூற்றாண்டில் இரு உலகப் போர்கள், வெளிநாட்டு வாணிபத் தொடர்புகள், கல்வி, பொருளாதாரம், கலாச்சாரம், இன்னபிற காரணங்களினால் சர்வதேசச் சட்டம் நல்லதொரு வளர்ச்சியைப் பெற்றுள்ளது. இருபதாம் நூற்றாண்டின் ஆரம்பங்களில்தான் சர்வதேசச் சட்டம் என்பது ஒரு சட்டமா அல்லது அது ஒழுக்கம் மட்டும் தானா என்ற சர்ச்சை கைவிடப்பட்டு, அது சட்டம் தான் என்று உறுதிபடுத்தப்பட்டுள்ளது.

மரபுகள், பழக்க வழக்கங்கள், எழுதப்பட்ட, எழுதப்படாத பல்வேறு உடன்படிக்கைகள், சர்வதேச நீதிமன்றங்கள் வழங்கிய தீர்ப்புகள், இயற்கை நீதி ஆகியன சர்வதேசச் சட்டங்களுக்கு அடிப்படையாக அமைந்தன. சர்வதேசச் சட்டம், உள்நாட்டுச் சட்டம் போன்று சட்டமன்றத்தில் இயற்றப்படவில்லை என்றாலும் அமெரிக்கா, இங்கிலாந்து போன்ற நாடுகளின் நீதிமன்றங்கள், அந்நாடுகளின் உள்நாட்டுச் சட்டங்களுக்குக் கொடுக்கும் முக்கியத்துவத்தைச் சர்வதேசச் சட்டங்களுக்கும் கொடுக்கின்றன.

ஒபன் ஹைம் (Oppen heim) என்ற அறிஞர் சர்வதேசச் சட்டம் என்பது சுதந்திர அரசுகளிடையே நிலவும் சட்டம். ஆனால் இச்சட்டங்களைச் சுதந்திர அரசுகளுக்கு மேம்பட்ட சட்டம் என்று கருத இயலாது என்று கூறுவதும் சிந்தனைக்குரியது.[3]

இருநாடுகளுக்குள்ளோ, பல நாடுகளுக்குள்ளோ பிரச்சனைகள் ஏற்படும்போது அவை வன்முறையால் தீர்க்கப்படுவதை விட

அமைதியான முறையில் தீர்க்கப்படுவது நல்லது என்று மேனாட்டாரும் இந்தியச் சட்டவியல் அறிஞர்களும் கருதுகின்றனர். பொதுமக்களும், போரின் பொருட்டு அதிகத் துன்பமுறுவதால் அமைதியான முறையில் நாடுகளுக் கிடையேயான பிரச்சனைகளைத் தீர்வு காணவே விரும்புகின்றனர். மக்களின் இந்தப் பொதுக்கருத்து, பொருளாதாரச் சீர்குலைவு, போரில் வெற்றி தோல்வி என்று அறுதியிட்டுக் கூற முடியாத இன்றைய போர் முறை, தொடர்ந்து போர் செய்தால் உலகமே அழியும் என்ற இன்றைய அணுசக்தி நிலைமை ஆகியவை அமைதியான முறையில், பேச்சு வார்த்தையின் அடிப்படையில் பிரச்சனைகளைத் தீர்க்க உலக நாடுகளை உந்துகின்றன.

ஐ.நா. சங்கக் கோட்பாடுகள் 10, 39, 41, 42, 45 மற்றும் 94(2) பொருளாதாரத் தடைகள்மூலம் தவறு செய்த நாடுகளை நல்வழிப்படுத்துகின்றன. (உ.ம்) ரொடீசியா (1958), ஈரான் (1980) தென்ஆப்ரிக்கா (1977).

எவை எவை சர்வதேசச் சட்டங்களுக்கு ஆதாரங்கள் என்று சர்வதேச நீதிமன்றம் குறிப்பட்டுள்ளது (கோட்பாடு 38). அவையாவன;

1. நாடுகள் ஏற்றுக் கொள்ளும் சர்வதேச வழக்காறுகள் (Conventions)

2. நாட்டினிடையே ஏற்படும் உடன்படிக்கைகள்.

3. பல நாடுகளில் நீதிபதிகளின் தீர்ப்பு, சட்ட வல்லுநர்களின் கருத்து.

4. நாடுகளால் ஏற்றுக் கொள்ளப்படும் சர்வதேச வழக்கம் (Custom).

5. நாகரிகம் எய்திய நாடுகள் ஏற்றுக் கொண்ட அடிப்படையான பொதுச் சட்டங்கள்.

சர்வதேச சட்டங்களைத் தொகுக்கும் பணி மிகக் காலதாமதமாகவே தொடங்கியது எனலாம். 1861-ஆம் ஆண்டு முதல் முயற்சி ஆஸ்திரியாவில் நடந்தது. பின்னர் 1863-இல் பிரான்ஸிஸ் லீபர் (Francis Lieber) எழுதிய அரசு படைகளுக்கான வழிகாட்டி (A Code for the government Armies, 1868-இல் ப்ளண்ட்ஷ்லி (Bluntschli) என்பவரின் தொகுப்பு, 1872-இல் டேவிட் டட்லி பீல்டு (David Dudely Field) என்பவரின் "சர்வதேச நடைமுறையின் முன் மாதிரி" (Draft outline of Internationl Code) மற்றும் பாஸ்கல்

ஃபயோர்(Pasquale Fiore) என்பவர் 1889-ஆம் ஆண்டில் எழுதிய சர்வதேசச் சட்டத் தொகுப்பும் சர்வதேச் சட்ட வளர்ச்சிக்கு வழிகோலின.

தனிநபர்களோடு சேர்ந்து பல தனிப்பட்ட நிறுவனங்கள் - ஜெர்மானியச் சர்வதேசச் சட்ட நிலையம், அமெரிக்கச் சர்வதேசச் சட்ட நிலையம் - போன்றவைகளும் சர்வதேசச் சட்டத் தொகுப்பிற்கு உதவியாயிருக்கின்றன. இது தொடர்பாக ஐரோப்பிய அரசாங்கங்கள் பல மாநாடுகளைக் கூட்டின. 1864-இல் நடந்த ஜெனிவா மாநாடும், 1874-இல் நடைபெற்ற பிரசல்ஸ் (Brussels) மாநாடும் முக்கியமானவை. இவைகள் நிலப்போர் சம்பந்தமான சில விதிகளைத் தொகுத்தன. இவைகளை மாநாட்டில் கலந்து கொண்ட பல நாடுகள் ஏற்காததால் சட்டத்தைத் தொகுக்கும் முயற்சி தொய்வுற்றது. 1899-இல் நடந்த முதல் தி ஹேக் (The Hague) மாநாட்டில் போரில் காயமுற்றவர்கள் பற்றியும், 1907-இல் நடந்த இரண்டாம் தி ஹேக் மாநாட்டில் கூட்டு சேரா நாடுகளின் உரிமைகள், கடமைகள் பற்றியும், கடற்போர் விதிகளும் விவாதிக்கப்பட்டு, தொகுப்பு ஏற்படுத்தப்பட்டது.

1917-ஆம் ஆண்டு ஏற்படுத்தப்பட்ட சர்வதேசச் சங்கமும், 1945-ல் தோன்றிய ஐக்கிய நாடுகள் சங்கமும், சர்வதேசச் சட்டத் தொகுப்பில் தொடந்து ஆர்வம் காட்டின. 1930-ஆம் ஆண்டு கூடிய தி ஹேக் மாநாடு நாட்டினம், ஆட்சிக்குட்பட்ட கடற்பகுதி, அயல் நாட்டினர் போன்ற பொருள் பற்றி விவாதிக்க முற்பட்டது. ஐக்கிய நாடுகள் சங்கத்தின் ஆணைப்படி 1947-இல் நிறுவப்பட்ட சர்வதேசச் சட்டக்குழு மனித உரிமைக்கான அறிவிக்கையையும் (Universal Declaration of Human Rights) இன அழிவு ஒழிப்பு ஒப்பந்தத்தையும் (Convention on Genocide) தொகுத்து வழங்கியது.

சர்வதேசச் சட்டத்தில் போர் பற்றிய விதிகளே அதிகம் தொகுக்கப்பட்டன. அமைதிக்கால விதிகளைத் தொகுக்கும் பணியில் ஆரம்பத்தில் சட்ட அறிஞர்கள் ஆர்வம் காட்டவில்லை. போரும், அமைதியும் ஒன்றுக்கொன்று தொடர்புடையன என்றாலும், அமைதிக் காலத்தில் சர்வதேசச் சட்டத்தின் பயன்பாடு அதிக வரவேற்புப் பெறவில்லை. 1625-இல் அறிஞர் குரோசியஸ் (Grocius) அமைதிக்காலச் சட்டக் கருத்துக்களை வெளியிட்டார். இதன் காரணமாகப் பல நாடுகளுக்குள் உடன்படிக்கைகள் ஏற்பட்டன. வியன்னா மாநாடும் இருபதாம் நூற்றாண்டில் தோன்றிய

இரு பெரும் உலக அமைப்புகளும் அமைதிக்கால சர்வதேசச் சட்ட வளர்ச்சிக்குப் பெரிதும் உதவியுள்ளன.

தற்போது நடைமுறையில் உள்ள சர்வதேசச் சட்டங்கள்.

அமைதிக்கான சர்வதேசச் சட்டங்கள்

1. தேசிய அரசு (Nation)
2. தேசிய இனம் (Nationality)
3. உறைவிடம் (Domicile)
4. அதிகார எல்லை (Jurisdiction)
5. உடன்படிக்கை (Treaty)
6. தாவாவுக்கான தீர்வு (Arbitration)
7. மனித உரிமைகள் (Human Rights)
8. தூதாண்மை (Diplomacy)
9. கடல் சட்டம் (Law of the sea)
10. கூட்டு சேரா நாடுகள் (Non - Aligned countries)

போர் சம்பந்தமான சர்வதேசச் சட்டங்கள்

1. தடை வளையம் (blockade)
2. போரில் காயமுற்றோரைக் காக்கும் அமைப்பு (Red Cross)
3. போராளிகள் (Insurgency / Belligerency)
4. போர்க் கைதிகள் நடத்தும் முறை (Prisoners of War)
5. தடை செய்யப்பட்ட ஆயுதங்கள் (Test Ban Treaties)
6. ஆக்கிரமிக்கப்பட்ட பகுதிகளில் அரசாங்கங்கள் (defacto / Dejure Governments)
7. நடுநிலை நாடுகள் (Neutrality)

தமிழ் இலக்கியங்களில் அமைதிக்காலச் சட்டக் கருத்துக்களையும், போர்க்காலச் சட்டக் கூறுகளையும் காண முடிகிறது.

"எல்லாப் பொருளும் இதன்பால் உள. இதன்பால் இல்லாத

எப்பொருளும் இல்லையால்'' என மதுரைத் தமிழ் நாகனாரால் பாராட்டப்பெற்ற உலகப் பொதுமறையான திருக்குறளில், இன்று நாம் பயன்படுத்துகின்ற சர்வதேசச் சட்டங்களையும் சட்டக் கருத்துக்களையும் காண முடிகிறது.

சர்வதேசச் சட்டம் என்பது நாடுகளுக்கு இடையேயான நடவடிக்கைககளை ஒழுங்குபடுத்துவது. 1629-ஆம் ஆண்டு ஹியூகோ குரோசியஸ் சர்வதேசச் சட்டத்தை ஒழுங்குபடுத்தினார். 18, 19-ஆம் நூற்றாண்டுகளில் ஏற்பட்ட பல உடன்படிக்கைகள், உலகத் தீர்ப்பாயங்கள், நீதிமன்றத் தீர்ப்புகள், சர்வதேசச் சட்டத்திற்கு வலுவும் பொலிவும் ஏற்படுத்தின. இந்திய அரசியலமைப்புச் சட்டம், இந்திய தண்டனைச் சட்டம், ஒப்பந்தச் சட்டம் முதலியன நம் நாட்டில் வாழும் மனிதர்களைக் குறித்து எழுந்த வரைமுறைகள், இச்சட்டங்களை உள்நாட்டுச் சட்டங்கள் என அழைப்பர். உள் நாட்டுச் சட்டங்கள் ஒரு நாட்டில் வாழ்கின்ற மக்களை நெறிப் படுத்துவன. சர்வதேசச் சட்டங்கள் இன்று உலக அரங்கிலுள்ள 185 நாடுகளுக்கும் உரிய வழிமுறைகள் ஆகும்.

சர்வதேசச் சட்டத்திற்கும் உள்நாட்டுச் சட்டத்திற்கும் ஆதாரம் நீதி. நீதி என்ற இத்தமிழ் வார்த்தைக்கு இணையான ஒரு சொல், ஆங்கிலம் உட்பட, எந்த மொழியிலும் இல்லை எனப் பஞ்சதந்திரத்தை ஆங்கிலத்தில் மொழிபெயர்த்த ஆர்தர் ரைடர் கூறுவார்.

முழுமையான சட்ட நூல் இலக்கியம் ஆக முடியாது. ஆனால் நல்ல இலக்கியம் சட்டக்கருத்துக்களையும் கொண்டிருக்கலாம். திருக்குறள் நல்ல இலக்கியமாகவும் சட்டக் கருத்துக்களை உள்ளடக்கியதாகவும் திகழ்கிறது. திருக்குறளில் அறநெறிக் கருத்துக்கள் சட்டக்கருத்துக்களை விஞ்சி நின்றாலும், திருக்குறளுக்குள் காணப்படும் சட்டங்களும் அவற்றின் அடிப்படைகளும் தேர்ந்த கண்களுக்குத் தென்படாமல் போவதில்லை.

ஒரு நாட்டின் அரசு செயல்முறைப்படுத்தும் கொள்கைகளும், நெறிமுறைகளுமே அந்நாட்டின் சட்டமாகின்றன என்று பேட்டன் என்ற சட்டவியல் அறிஞர் கருதுகிறார்.

சர்வதேசச் சட்டம் உலகிற்குப் பொதுவானது. அகிலத்திற்கும் பொதுவான கருத்துக்கள் எங்கும் எல்லோராலும் ஏற்றுக் கொள்ளப்படுவன. நெருப்பு சுடும் என்பதும், நிலம் விளைச்சலைத்

தரும் என்பதும், அன்பும் ஆதரவும் சிறந்த மனிதப் பண்புகள் என்பதும், இந்தியாவிலும், அமெரிக்காவிலும் உலகு எங்கிலும் ஏற்றுக்கொள்ளக் கூடியவைதான்.

ஒன்றே முக்கால் அடியில் 7 சீர்களில் அணுவைத் துளைத்தேழ் கடலைப் புகட்டிக் குறுகத்தறித்த குறளில் சர்வதேசச் சட்டக் கருத்துக்களைக் காண்கிறோம்.

பரிமேலழகர் தமது உரையில் அறம் என்பது என்ன சட்டம் என்பது என்ன என்பவற்றையும் இரண்டிற்கும் உள்ள ஒற்றுமை வேற்றுமைகளையும் காட்டத் தவறவில்லை. அறநெறி எல்லாம் சட்டமாகா என்பதும், சில அறங்கள் மட்டுமே சட்டம் என்ற நிலையை அடைவன என்பதையும் நாம் அறிவோம்.

சமன்செய்து சீர்தூக்கும் கோல்போல் அமைந்தொருபால்
கோடாமை சான்றோர்க்கு அணி, (குறள் 118)

நடுவு நிலைமையைக் கைக் கொண்டுள்ள நாடுகளுக்கு மிகப் பெரிய வளமை இருக்க வாய்ப்பில்லை. நமது அண்டை நாடுகளான பாகிஸ்தானுக்கும், ஆப்கானிஸ்தானுக்கும் கிடைக்கக் கூடிய வெளிநாட்டு உதவி நடுநிலைக் கொள்கையுடைய இந்தியாவிற்குக் கிடைப்பதில்லை. இவ்வாறு வெளி உதவி குறைந்தாலும் வளமை குன்றியிருந்தாலும், உலகம் இந்தியாவைப் பழிக்காது. இதையே வள்ளுவர்,

கெடுவாக வையாது உலகம் நடுவாக
நன்றிக்கண் தங்கியான் தாழ்வு. (117)

எனக் கூறியுள்ளார்.

சர்வதேச நீதிமன்றம்

நீதி தேவதைக்குக் கண்கள் கட்டப்பட்டிருப்பதால் யார் பெரியவர், யார் சிறியவர் என்பதில் நோக்கம் செல்லாது. சர்வதேச அரங்கில் நாடுகளுக்குள் நடக்கும் வழக்குகளுக்குப் பெரியநாடு, சிறியநாடு என்ற பாகுபாடு இல்லை. சர்வதேச நீதிமன்றம் இக்கோட்பாட்டின்படி இயங்குகின்றது. சர்வதேச நீதிமன்றத்தில் வழக்காடும்போது சம்பந்தப்பட்ட நாடுகளைச் சேர்ந்த நீதிபதிகள் வழக்கை விவாதிக்காது, வேறொரு நாட்டைச் சர்ந்த நீதிபதிகளே வழக்கை விசாரிப்பார்கள். முறைசெய்வதில் கண்ணோட்டம் கூடாது எனக் கண்டிப்பாக வரையறுக்கும் வள்ளுவம் இங்கே தன்னை வெளிக்காட்டுகிறது.

மனித உரிமை

"பிறப்பொக்கும் எல்லா உயிர்க்கும்" என்பது வள்ளுவம். இழக்க முடியாத, இழக்கக் கூடாத உரிமைகளை உலக மக்களாகிய நாம் பெற்றுள்ளோம். 1778 ஆம் ஆண்டு அமெரிக்கக் குடியரசு நிறுவப்பட்டபோது, பிறப்பினால் மக்கள் அனைவரும் சமமானவர்கள் என்று பறை சாற்றப்பட்டது. இதுவே 1945-ஆம் ஆண்டு ஜூன் திங்கள் 26 ஆம் நாள் ஐக்கிய நாடுகள் சபை உருவான போது அதன் கோட்பாடாக அமைந்தது.[4] பிறப்பால் அனைவரும் சமம், (Universal declaration of Human Rights) உலக மனித உரிமை[5] அறிவிப்பிலும் இக்கருத்து முக்கிய பங்கு வகித்தது.

தமிழ் இலக்கியங்களில் போர்ச் செய்திகள்

பத்துப்பாட்டு இயற்கையையும், அன்றைய மக்கள் வாழ்க்கையையும் தெளிவாகப் படம் பிடித்துக் காட்டுகிறது. இதில் உள்ள 10 பாடல் தொகுப்புகளும் அவ்வரசர்களுக்கு அர்ப்பணம் செய்யப்பட்டுள்ளது. பத்துப்பாட்டில் பொருநராற்றுப்படை, பட்டினப்பாலை என்ற இரு பாடல் தொகுப்புகள் கரிகால் சோழனுக்கு அர்ப்பணிக்கப்பட்டதிலிருந்து பத்துப்பாட்டின் காலம் 13ஆம் நூற்றாண்டு என கால்டுவெல் நிர்ணயிக்கிறார்.[6] ஆனால் இது பலரால் ஏற்றுக் கொள்ளப்படவில்லை. இந்தப் பத்துப் பாடல்கள் அனைத்தும் ஒரே காலத்தைச் சேர்ந்தவை அல்ல. கி.பி. முதல் நூற்றாண்டு முதல் தொடர்ந்து இவை அனைத்தும் எழுதப்பட்டன. பத்துப்பாடல்களையும் கால அடிப்படையில் வரிசைப்படுத்தும் ஒரு பழம்பாடலும் உள்ளது.

> "முருகு பொருநாறு பாணிரண்டு முல்லை
> பெருக வள மதுரைக் காஞ்சி - மருவினிய
> கோலநெடு நல்வாடை கோல் குறிஞ்சிப்பட்டினப்
> பாலை கடாத் தொடும் பத்து."[7]

முல்லைப்பாட்டு போர் செய்தல் பொருட்டு மனைவியைப் பிரிந்த கணவனைப் பற்றிக் கூறுகிறது. போர்க்களக் காட்சி, போருக்கு முதல் நாள் முந்தைய போரைப் பற்றி எண்ணும் மன்னன், போர் ஆரம்பிப்பதற்கு முன்பு சகுனங்கள் பார்த்தலையும், போர்க்களத்தில் தளபதிகளின் கூடாரத்தில் ஆயுதம் தாங்கிய பெண்கள் இருந்ததையும் காண முடிகிறது.

போர்க்களத்தில் சகுனங்கள் பார்ப்பது என்பது தமிழர்களுக்கு

மட்டும் உள்ள வழக்கம் அன்று. ரோமானியத் தளபதிகள் போர் தொடங்குவதற்கு முன் பறவைகளின் ஒலியைக் கேட்டு, பின் மிருகங்களைப் பலி கொடுத்த பின்பு தான் போர் தொடங்கினர்."⁸

> "இரவு பகற் செய்யுந்த திண் படி யொள் வாள்
> விரவு வரிக் கச்சிற்பூண்ட மங்கையர்
> நெய்யுமிழ் சுரையர் நெடுந்திரிக் கொளீஇக்
> கையமை விளக்க நந்துதொறு மாட்ட
> நெடுநா வொண் மணி நிகழ்த்திய நடு நாள்"⁹

பெண்கள் போர்க்களத்தில் பாதுகாப்புப் பணி ஆற்றுவது என்பது இன்றைய காலக்கட்டத்தில் கூட புதுமையாகத் தெரிகின்றது. ஆனால், பல நூற்றாண்டுகளுக்கு முன்பே தமிழ்ச் சமுதாயம் இம்முறையை அறிந்திருக்கிறது.

ஒற்றர்கள்

எதிரிகளின் நோக்கத்தை முன்கூட்டியே அறிவதற்கு ஒற்றர்களைப் பயன்படுத்தும் முறை பண்டைய இந்தியாவில் இருந்துள்ளது. ஒற்றர்கள் வியாபாரிகள், துறவிகள் போன்று வேடம் பூண்டு ஒற்றாட வேண்டும் என்கிறார் வள்ளுவர். பல நாடுகளில் இயங்கும் ஒற்று அமைப்புகள் வள்ளுவர் வழிகாட்டுதலின்படி சில நேரங்களிலும், அதைவிடக் கூடுதலாகவும் தற்போது பணியாற்றுகின்றன. இந்தியாவில் (IB, RAW, CBI) போன்ற அமைப்புகளும், அமெரிக்காவில் (CIA), பாகிஸ்தானில் (ISI), ரஷ்யாவில் (KGB) போன்ற ஒற்று அமைப்புகளும் செயல்பட்டு வருகின்றன. வள்ளுவர் ஒற்றாடல் கருத்தை இன்றும் நாம் நடைமுறையில் காண்கிறோம்.

> ஒற்றும் உரை சான்ற நூலும் இவையிரண்டும்
> தெற்றென்க மன்னவன் கண்.   (581)
>
> எல்லார்க்கும் எல்லாம் நிகழ்பவை எஞ்ஞான்றும்
> வல்லறிதல் வேந்தன் தொழில்.   (582)
>
> ஒற்றினான் ஒற்றிப் பொருள்தெரியா மன்னவன்
> கொற்றம் கொளக்கிடந்த தில்.   (583)
>
> வினைசெய்வார் தம்சுற்றம் வேண்டாதார் என்றாங்கு
> அனைவரையும் ஆராய்வது ஒற்று.   (584)
>
> கடாஅ உருவொடு கண்ணஞ்சா துயாண்டும்

உகாஅமை வல்லதே ஒற்று. (585)

துறந்தார் படிவத்தர்ஆகி இறந்தாராய்ந்து
எதன்செயினும் சோர்விலது ஒற்று. (586)

மறைந்தவை கேட்கஅற் றாகி அறிந்தவை
ஐயப்பாடு இல்லதே ஒற்று. (587)

ஒற்றொற்றித் தந்த பொருளையும் மற்றும்ஓர்
ஒற்றினால் ஒற்றிக் கொளல். (588)

ஒற்றொற்று ணராமை ஆள்க உடன்மூவர்
சொல்தொக்க தேறப் படும். (589)

சிறப்பறிய ஒற்றின்கண் செய்யற்க செய்யின்
புறப்படுத்தான் ஆகும் மறை. (590)

போர்ச்சட்டம்

''போர் (*War*) என்பது இரண்டு அல்லது அதற்கு மேற்பட்ட நாடுகள் தங்களுக்குள் தங்களது படைகள் மூலமாகப் பொருது இறுதி நோக்கமாகத் தங்கள் வழிமுறைகளால் எதிரியை அழித்து தங்கள் நோக்கத்தைத் தோற்றவர்கள் மீது திணித்தல்'' என்று அறிஞர் ஸ்டார்க் (*Starke*) கூறுவார்.[10] ஒரு நாடு மற்றொரு நாட்டின் மீது தனது விருப்பத்தை வன்முறையில் திணிப்பதற்குப் போர் வழிகோலுகிறது.

பொருளாதாரம், அரசியல், மொழி, சமயம், கொள்கை, நிலப்பரப்பு ஆகியவை தனித்தனியாகவோ, ஒன்றிரண்டின் கூட்டாகவோ போர் தொடங்குவதற்குக் காரணமாக அமையலாம். (அணு ஆயுதம் பெருகியுள்ள நிலையில் இக்காலத்தில் செய்தித் தொடர்புச் சாதனங்களைப் பயன்படுத்திப் பிரச்சாரப் போர் (*Propaganda war*) என்ற புதிய முறை ஒன்றும் உள்ளது.)

ஆரம்ப காலங்களில், போர் ஆரம்பிப்பதற்கு முன்கூட்டியே முன்னறிவிப்பு செய்யும்முறை ஐரோப்பாவில் இருந்தது. பின்பு 16-ஆம் நூற்றாண்டில் இது பின்பற்றப்படவில்லை. 17-ஆம் நூற்றாண்டு காலத்தில் சர்வதேசச் சட்ட அறிஞர் குரோசியஸ் (*Grotius*) போர் ஆரம்பிப்பதற்கு முன், கட்டாயமாக அறிவிப்புத் தர வேண்டும் என்று கருத்து தெரிவித்தார். கோட்பாடு 1 ஹேக் கூட்டத்தின் எண். 111 (*Article I Hague Convention No III*) கோட்பாடு 2 ஆகியவை போர் தொடங்குவதற்கு முன்பு அறிவிப்பும், நடுவுநிலைமை நாடுகளுக்குப்

போர் ஆரம்பிக்கப் போகும் தகவலும் தரவேண்டும் என்று தெரிவிக்கிறது. பகவத் கீதையிலும் இக்கருத்து தெரிவிக்கப்பட்டுள்ளது.[11]

16-ஆம் நூற்றாண்டில் இரண்டு முக்கிய சண்டைகளுக்குப்பின் 17-ஆம் நூற்றாண்டில் நான்கு முக்கிய சண்டைகளும், 18, 19-ம் நூற்றாண்டுகளில் இருபதும், 20-ஆம் நூற்றாண்டில் 60 சண்டைகளும் நிகழ்ந்ததாக குன்ஸிரைட் பட்டியலிடுகிறார். இதிலிருந்து 16-ஆம் நூற்றாண்டிற்குப்பின் அதிகமான போர்கள் நடத்த வேண்டிய அளவு உலகச் சூழ்நிலை இருந்தது தெரிகிறது. சிகாகோ பல்கலைக்கழகம் போருக்கான காரணங்கள் 250 என்று பட்டியலிட்டிருக்கிறது.

முற்காலத்திற்கும் தற்போதைய போர் முறைக்குமுள்ள பெரிய வேறுபாடு என்னவென்றால் இக்காலத்தில் போர் நடைபெறும் பகுதி மிகப்பரவலான பகுதியாக உள்ளது. பழங்காலப் போர் ஒரு பகுதியில் மட்டுமே நடந்தது.

போர் நீக்கும் முறை

இதற்கென்று தனிமுறைகள் ஏதுமில்லையென்றாலும் காலம் காலமாக இப்பிரச்சனைக்கு முடிவு காண மனித உள்ளம் விழைந்துள்ளது. போரைத் தடுப்பதற்கு அரசியல், பொருளாதார, சமய வேறுபாடுகளை நீக்கி, நட்பையும் நல்லெண்ணத்தையும் வளர்க்க வேண்டும் என்கிறார் வள்ளுவர்.

பகைஎன்னும் பண்பி லதனை ஒருவன்
நகையேயும் வேண்டற்பாற் றன்று. (871)

இகல்என்ப எல்லா உயிர்க்கும் பக லென்னும்
பண்புஇன்மை பாரிக்கும் நோய். (851)

பகல்கருதிப் பற்றா செயினும் இகல்கருதி
இன்னாசெய் யாமை தலை. (852)

இகல்என்னும் எவ்வநோய் நீக்கின் தவலில்லாத்
தாவில் விளக்கம் தரும். (853)

இன்பத்துள் இன்பம் பயக்கும் இகல்என்னும்
துன்பத்துள் துன்பம் கெடின். (854)

பகைநட்பாக் கொண்டுஒழுகும் பண்புடை யாளன்
தகைமைக்கண் தங்கிற் றுலகு. (874)

தன்துணை இன்றால் பகைஇரண்டால் தான்ஒருவன்
இன்துணையாகக் கொள்கவற்றின் ஒன்று. (875)

இயற்கையிலேயே மனிதன் போரை விரும்புவதில்லை. இதுவரை நடந்த போர்களைப் பார்த்தால் பொறுப்பற்ற, பேராசை கொண்ட அரசுத்தலைவர்களால்தான் போர் திணிக்கப்பட்டுள்ளது என்பதை அறியலாம். ஆகவே, போரைத் தடுக்க வேண்டுமென்றால் மக்களுக்கு அரசைக் கட்டுப்படுத்தும் ஆற்றல் பெற்றிருக்க வேண்டும்.

வள்ளுவர் போரை விரும்பவில்லை. அதே நேரத்தில் போர் செய்துதான் தீரவேண்டுமன்றால் யார் யாருடன் போரிடலாம் என்ற நியதியைப் பகைத்திறம் தெரிதல், பகைமாட்சி என்ற அதிகாரங்களில் கூறியுள்ளார்.

வலியார்க்கு மாறேற்றல் ஓம்புக ஓம்பா
மெலியார்மேல் மேக பகை. (861)

காணாச் சினத்தான் கழிபெருங் காமத்தான்
பேணாமை பேணப் படும். (866)

கொடுத்தும் கொளல்வேண்டும் மன்ற அடுத்திருந்து
மாணாத செய்வான் பகை. (867)

குணன் இலனாய்க்குற்றம் பலவாயின் மாற்றார்க்கு
இனன்இலனாம் ஏமாப்பு உடைத்து. (868)

வகைஅறிந்து தற்செய்து தற்காப்ப மாயும்
பகைவர்கண் பட்ட செருக்கு. (878)

இளைதாக முள்மரம் கொல்க களையுநர்
கைகொல்லும் காழ்த்த இடத்து. (879)

தேசிய அரசு

நாட்டுணர்ச்சி, இறையாண்மை, அதிகாரம், செல்வாக்குச் சமநிலை, கூட்டுப் பாதுகாப்பு, போர், பன்னாட்டுச் சட்டம், பன்னாட்டு நிறுவனங்கள், உடன்படிக்கைகள் போன்றவை தேசிய அரசுமுறையின் வெளிப்பாடுகள் ஆகும்.

பழங்காலப் பெரும் பேரரசுகள் எனக் கருதப்பட்டவை வலுவிழந்து சிதைந்து போனதும், கி.பி.15-ஆம் நூற்றாண்டிற்குப் பின் கிடைத்த கருத்துச் சுதந்திரம், மாக்கியவல்லி, குரோசியஸ்,

ஹாப்ஸ் போன்ற சிந்தையாளர்களின் கருத்துக்கள், தேசிய அரசுகள் தோன்ற வழிவகை செய்தன. மற்ற காரணங்களைவிட சிந்தனையாளர்களின் கருத்துக்கள்தாம் தேசிய அரசுகள் தோன்ற முக்கியமான காரணங்கள் ஆகும். மாக்கியவல்லி, ஹாப்ஸ் போன்றோர் அரசனே இறையாண்மை உடையவன் என்றும் போப்பாண்டவராயினும் சரி அல்லது வேறு எந்தச் சமய சமூக அமைப்பாயினும் அரசனின் உரிமையை அபகரிக்க இயலாது என்றும் குறிப்பிட்டனர். வள்ளுவரும் அரசாட்சியில் மதம் குறுக்கிடுவதை அனுமதிக்கவில்லை.

> அந்தணர் நூற்கும் அறத்திற்கும் ஆதியாய்
> நின்றது மன்னவன் கோல். (543)

அரசர்கள் குடிமக்களுடன் செய்து கொண்ட ஒப்பந்தத்தின்படி ஆளவேண்டும் என்றும் நல்லாட்சி தர இயலவில்லை என்றால் ஒப்பந்த மீறலாகும் என்றும் ஹாப்ஸ் கூறுவார். ஹாப்ஸ் கூறுவதற்குப் பல நூற்றாண்டுகளுக்கு முன்பே வள்ளுவர் இக்கருத்தைக் கூறியுள்ளார்.

> இறைகாக்கும் வையகம் எல்லாம் அவனை
> முறைகாக்கும் முட்டாச் செயின். (547)

பன்னாட்டுச் சட்டத்தின் தந்தை என அழைக்கப்படும் குரோசியஸ், அரசுகள் தங்கள் ஆளுகைக்குட்பட்ட நில வரையறைக்குள் இறையாண்மை அதிகாரம் செலுத்தலாம் என்றும், அதே சமயம் பன்னாட்டு அரங்கில் பல்வேறு நாடுகள் தங்கள் இறையாண்மையைச் செலுத்தும்போது அரசுகளின் இறையாண்மை அதிகாரம் ஓரளவு குறையத்தான் செய்யும் என்றும் கூறுகிறார்.

> கருமம் சிதையாமல் கண்ணோட வல்லார்க்கு
> உரிமை உடைத்திவ் வுலகு. (578)

எதிர்க்கருத்து

மாக்கியவல்லியின் பன்னாட்டு அரசியல் கொள்கை என்பது அரசனின் நலனையே குறிக்கோளாகக் கொண்டது. எவ்வாறேனும் அதிகாரம் செலுத்தி அரசன் நலம்பெறவேண்டும் என்பதை வள்ளுவர் ஏற்கவில்லை.

> கூழும் குடியும் ஒருங்கிழக்கும் கோல்கோடிச்
> சூழாது செய்யும் அரசு. (554)

(ஆட்சிமுறை கெட்டுக் கொடுங்கோலனாகி ஆராயாமல் எதையும் செய்யும் அரசன், பொருளையும், குடிகளையும் ஒருசேர இழந்துவிடுவான்.)

மன்னர்க்கு மன்னுதல் செங்கோன்மை அஃதின்றேல்
மன்னாவாம் மன்னர்க் கொளி. (556)

(அரசர்க்குப் புகழ் நிலைபெறக் காரணம் செங்கோல் முறையாகும். அஃது இல்லையானால் அரசர்க்குப் புகழ் நிலைபெறாமல் போகும்.)

இறைகடியன் என்றுரைக்கும் இன்னாச்சொல் வேந்தன்
உறைகடுகி ஒல்லைக் கெடும். (564)

(நம் அரசன் கடுமையானவன் என்று குடிகளால் கூறப்படும் கொடுஞ்சொல்லை உடைய வேந்தன், தன் ஆயுள் குறைந்து விரைவில் கெடுவான்.)

செருவந்த போழ்தில் சிறைசெய்யா வேந்தன்
வெருவந்து வெய்து கெடும். (569)

(முன்னமே தக்கவாறு அரண் செய்து கொள்ளாத அரசன் போர் வந்த காலத்தில் (தற்காப்பு இல்லாமல்) அஞ்சி விரைவில் அழிவான்.)

தற்காலத்திய முக்கிய சர்வதேச உடன்படிக்கைகளும் அவற்றிற்கான திருக்குறள் விளக்கமும்

அ.1648-ஆம் ஆண்டு கையெழுத்தான வெஸ்ட்பேலியா (Westphalia) உடன்படிக்கை உட்பகையைச் சரி செய்யும் விதமாக கத்தோலிக்கர்களுக்கும் மறுப்புச் சமயத்தாருக்கும் (Protestants) இடையே இணக்கத்தின் காரணமாக ஏற்பட்ட உடன்படிக்கையாகும்.

இகலானாம் இன்னாத எல்லாம் நகலானாம்
நன்னயம் என்னும் செருக்கு. (860)

(ஒருவனுக்கு இகலால் துன்பமானவை எல்லாம் உண்டாகும். அதற்கு மாறான நட்பால் நல்ல நீதியாகிய பெருமித நிலை உண்டாகும்.)

பகைஎன்னும் பண்பிலதனை ஒருவன்
நகையேயும் வேண்டற்பாற்று அன்று. (871)

(பகை என்று சொல்லப்படும் பண்பு இல்லாத தீமையை ஒருவன் சிரித்துப் பொழுதுபோக்கும் விளையாட்டாகவும் விரும்புதலாகாது.)

பகைநட்பாக் கொண்டொழுகும் பண்புடை யாளன்
தகைமைக்கண் தங்கிற்று உலகு. (874)

(பகையையும் நட்பாகச் செய்துகொண்டு நடக்கும் பண்புடையவனது பெருந்தன்மையில் உலகம் தங்கியிருப்பதாகும்.)

ஆ. கிறிஸ்தவர்களின் இருபிரிவுகளுக்குள் ஒற்றுமை வரக்காரணம் அவர்களுக்கு அந்த காலக்கட்டங்களில் ஒரு பொது எதிரி உருவானதுதான். இந்நிலை வரும்போது வள்ளுவர் இதுதான் வழி என்று சொல்லியிருக்கிறார்.

தன்துணை இன்றால் பகைஇரண்டால் தான்ஒருவன்
இன்துணையாகக் கொள்கவற்றின் ஒன்று. (875)

(தனக்கு உதவியான துணையோ இல்லை; தனக்குப் பகையோ இரண்டு. தானோ ஒருவன்; இந்நிலையில் அப்பகைகளுள் ஒன்றை இனிய துணயாகக் கொள்ள வேண்டும்.)

இ. 1713-ஆம் ஆண்டு ஏற்பட்ட உட்ரெக்ட் உடன்படிக்கை தேசிய அரசுகளின் வளர்ச்சியில் நட்பு முக்கியம் என்பதை உணர்த்தியது. இதன் மூலம் பிரெஞ்சு மன்னரான 14-ஆம் லூயி தனது ஆட்சி எல்லையை விரிவுபடுத்தவிருந்தது மற்ற நாடுகளால் தடுக்கப்பட்டது.

தேறினும் தேறா விடினும் அழிவின்கண்
தேறான் பகாஅன் விடல். (876)

(தக்க பெரியாரின் கூட்டத்தில் உள்ளவனாய் நடக்க வல்ல ஒருவனுக்கு, அவனுடைய பகைவர் செய்யக்கூடிய தீங்கு ஒன்றும் இல்லை.)

ஈ. 1815-ஆம் ஆண்டு கையெழுத்தான வியன்னா (*Vienna*) ஒப்பந்தம் பன்னாட்டு அரசியலில் தூதாண்மைத் தொடர்புகளைப் பெரிதுபடுத்தியும் விரிவுபடுத்தியும் காண்பித்தது.

கற்றுக்கண் அஞ்சான் செலச்சொல்லிக் காலத்தால்
தக்கது அறிவதாம் தூது. (686)

(கற்பன கற்று, பிறருடைய பகையான பார்வைக்கு அஞ்சாமல்,

கேட்பவர் உள்ளத்தில், பதியுமாறு சொல்லிக் காலத்திற்குப் பொருத்தமானதை அறிகின்றவனே தூதன்.)

நூலாருள் நூல்வல்லன் ஆகுதல் வேலாருள்
வெண்றி வினையுரைப்பான் பண்பு. (683)

(மற்ற அரசனிடம் சென்று தன், அரசனுடைய வெற்றிக்குக் காரணமான செயலைப்பற்றித் தூது உரைப்பவன் திறம், நூலறிந்தவருள் நூல் வல்லவனாக விளங்குதல் ஆகும்.)

வெர்சேல்ஸ் உடன்படிக்கை (Treaty of Verseilles) **1918**-*ஆம் ஆண்டு கையெழுத்தானது. இது நட்பு, கூட்டுப் பாதுகாப்பு, தூதாண்மை, செல்வாக்குச் சமநிலை ஆகியவற்றைப் பன்னாட்டு அரசியலின் அடிப்படையாக வைத்தது.*

வினைவலியும் தன்வலியும் மாற்றான் வலியும்
துணைவலியும் தூக்கிச் செயல். (471)

(செயலின் வலிமையும் தன் வலிமையும் பகைவனுடைய வலிமையும் இருவர்க்கும் துணையானவரின் வலிமையும் ஆராய்ந்து செய்ய வேண்டும்.)

ஐக்கிய நாடுகள் சங்கம் அனைத்து நாடுகளுக்கும் கூட்டுப் பாதுகாப்பு அளிப்பதைத் தனது அடிப்படைக் குறிக்கோளாகக் கொண்டுள்ளது. மெலியார் மேல் ஊறுசெய்ய வலியார் செல்லும் போது பாராமுகத்துடனில்லாமல் வலியாரைத் தடுக்கவும், தனது உறுப்பினர் நலன் காக்கவும் ஐக்கிய நாடுகள் சங்கம் உறவு கண்டுள்ளது.

ஏந்திய கொள்கையர் சீறின் இடைமுரிந்து
வேந்தனும் வேந்து கெடும். (899)

(மிகச் சிறப்பாக அமைந்த பெருமையுடையவர் வெகுண்டால், அளவு கடந்து அமைந்துள்ள சார்புரைகள் உடையவரானாலும் தப்பிப் பிழைக்க முடியாது.)

எரியால் சுடப்படினும் உய்வுண்டாம் உய்யார்
பெரியார்ப் பிழைத்தொழுகு வார். (896)

(தீயால் சுடப்பட்டாலும் ஒருகால் உயிர் பிழைத்து வாழமுடியும். ஆற்றல் மிகுந்த பெரியாரிடத்தில் தவறு செய்து நடப்பவர் தப்பிப் பிழைக்க முடியாது.)

கெடல்வேண்டின் கேளாது செய்க அடல்வேண்டின்
ஆற்று பவர்கண் இழுக்கு. (893)

(அழிக்க வேண்டுமானால் அவ்வாறே செய்து முடிக்க வல்லவரிடத்தில் தவறு செய்தலை, ஒருவன் கெட வேண்டுமானால் கேளாமலே செய்யலாம்.)

'நாடு' என்பதனை லாரன்ஸ் (*Lawrence*) ''அரசியலை அடிப்படையாகக் கொண்டு, அதன் உறுப்பினர்களான மக்கள் ஒரு பொது நடுவண் அதிகாரத்திற்குக் கட்டுப்பட்டு அதன் அதிகாரத்திற்கு வழக்கமாகவே அடங்கிப்போவது'' என்பார்.[12]

சால்மண்ட (*Salmond*) என்ற அறிஞர் நாடு என்பதனைச் சட்டம், நீதியை நிலைநாட்ட ஒரு குறிப்பிட்ட நில வரையறைக்குள் பலாத்காரத்தைப் பயன்படுத்தும் சமுதாய அமைப்பு என்கிறார்.[13]

ஹால் (*Holl*) என்ற அறிஞர் ''மக்கள் ஓரிடத்தில் இருந்து கொண்டு பெரும்பான்மையாளர்களின் கருத்தைச் சிறுபான்மை யாளர் மீது திணித்து வைக்கும் அமைப்பு தான் நாடு'' என்கிறார்.[14]

ஸ்டார்க் (*starke*) என்ற அறிஞர் நாடு என்பதனை 4 கூறுகளைக் கொண்டதாகக் காண்கிறார்.[15]

ஒன்று:- நாடு என்பது மக்களைக் கொண்டிருக்க வேண்டும். மக்கள் என்பது பல சாதி, சமய இனத்தையும் குறிக்கும்.

இரண்டாவதாக, நாடு என்பது வரையறை செய்யப்பட்ட நிலப்பரப்பைக் கொண்டிருக்க வேண்டும். நாடோடிகளுக்கென்று தனி நாடு ஏதும் இருக்க முடியாது.

மூன்றாவதாக, நாட்டில் அரசாங்கம் என்று ஒன்று இருக்க வேண்டும். அது ஒருவரையோ, பலரையோ மக்களின் பிரதிநிதியாகக் கொண்டு சட்டத்தின்படி அரசாங்கம் நடத்தப்பட வேண்டும். சட்டமின்றிக் கட்டுப்பாடின்றி நடத்தப்படுவது அரசாங்கமாகாது.

நான்காவதாக, நாட்டில் உள்ள அரசாங்கமானது முழு அதிகாரம் படைத்ததாக (*sovereignty*) அந்த நாட்டில் மற்ற எந்த அமைப்பிற்கும் கட்டுப்படாததாக இருக்க வேண்டும்.

சில அறிஞர்கள் படை, தற்சார்பு (*Self Dependence*) போன்ற தகுதிகளும் நாட்டிற்கான தகுதிகளாகக் கருதுகின்றனர்.

மேற்கூறிய அனைத்துக் கருத்துக்களையும் உள்ளடக்கிப் பொருட்பாலில் அரசியல் என்ற தலைப்பில் முதல் குறளிலேயே வள்ளுவர் 'நாடு' என்பதன் விளக்கத்தைத் தெரிவிக்கிறார்.

படைகுடி கூழ்அமைச்சு நட்பு அரண் ஆறும்
உடையான் அரசருள் ஏறு. (381)

'குடி' என்பதை ஜி.யூ. போப் மக்கள் (*Population*) என மிகப் பொருத்தமாக மொழி பெயர்த்துள்ளார். 'கூழ்' என்பது செல்வத்தையும், அமைச்சு என்பதை அரசு என்றும், நட்பு என்பது துணைவலிமையையும் பெரியாரைத் துணை கொள்வதையும், அரண் என்பது பாதுகாப்புக் கருதியும் தனக்கு உரியதை அறுதியிட்டுக் குறித்தலையும் குறிக்கும். இக்குறளில் சர்வதேசச் சட்ட அறிஞர்கள் அனைவரும் ஒன்று சேர்ந்து கூறிய 'நாடு' என்பதற்கான விளக்கத்தை வள்ளுவர் தனி ஒருவராக விளக்கம் கண்டது சிறப்பானதாகும்.

நாட்டை ஆளுகின்ற அரசன் மற்ற அரசர்களைவிடச் சிறந்தவனாக விளங்க சிறந்த ''அழிவின்று அறைபோகாதாகி வழிவந்த வண் கண்'' உறுப்பமைந்து, உலைவிடத்து ஊறஞ்சாமல், மறமானம் மாண்ட வழிச் செலவு தேற்றம், கூற்றுடன்று மேல்வரினும் கூடி எதிர்க்கும் ஆற்றல் உடைய படையைக் கொண்டிருக்க வேண்டும் என்கிறார் (படைமாட்சி 761-770.)

தற்காலத்திய சர்வதேசச் சட்ட அறிஞர்கள் 'நாடு' என்பதற்கான விளக்கத்தினை அகலமாகவும், ஆழமாகவும் ஆராய்ந்து 'நாடு' என்பதற்கு விரிவான பொருள்களையும் தந்துள்ளனர். ஸ்டார்க் (*Starke*)[16] சொன்ன நாடு என்பதற்கான விளக்கங்கள் தற்போது மாறுதலுக்குட்பட்டுள்ளன என்பதையும் கருத்தில் கொள்ள வேண்டும். ஓபன்ஹைம் கருத்துப்படி அரசாங்கம் என்பது எந்த ஒரு அமைப்பிற்கும் கட்டுப்படாத அமைப்பாக இருக்க வேண்டும். ஆனால், பல நாடுகள் இன்று ஐக்கிய நாடுகள் சபையிலும், உலகத் தொழிலாளர் அமைப்பிலும் (*International Labour Organisation*) அங்கம் வகித்து தங்கள் முழு அதிகாரத்தைக் குறைத்துக் கொண்டுள்ளன. இத்தாலியக் குடியரசில் கத்தோலிக்க ஆலயங்கள் அந்நாட்டின் கட்டுப்பாட்டில் இல்லாமல் தனி அதிகாரம் படைத்தவையாகக் கருதப்படுகின்றன.

இதேபோன்று முழு அதிகாரமின்றி பலம் வாய்ந்த நாடுகளின் ஆதரவிலும் சில நாடுகள் உள்ளன. இந்த நாடுகள் மற்ற நாடுகளுடன்

உடன்படிக்கை கூட செய்ய உரிமையற்றவை. இது மாதிரியான நடுநிலையாக்கப்பட்ட நாடுகள் சில அண்மைக்காலம் வரை இருந்துள்ளன. (சுவிட்சர்லர்து (1815ஆம் ஆண்டுவரை) பெல்ஜியம் (1839 வரை), லக்சம்பர்க் (1867 வரை), அயோனியன் தீவுகள் (1864 வரை), காங்கோ (1885 வரை), ஆஸ்திரியா (1955 வரை), லாவோஸ் (1962 வரை) இந்நிலையில் இருந்தன. இவைகளுக்கு நாட்டிற்குரிய முழுத் தகுதியில்லாமல் இருந்த போதும், இவை நாடுகளாகவே கருதப்பட்டன.

ஓபன் ஹைம் (*Oppen heim*) நாடுகளின் அளவைப் பொருட்படுத்தவில்லை. நிலப்பரப்பில் மிகச் சிறியனவாக உள்ள மெனாக்கோ, வாடிகன் நகரம் (1000 நபர்களையும் 0.5 ச.கி.மீ. பரப்பளவும் கொண்டது), சர்ன்மரினோ, லிச்சென்டைன் ஆகியவைகளையும் நாடுகள் என்று வரையறுத்தார். ஆனால் டாக்டர் ஹிக்கின்ஸ் (*Dr.Higgins*), போவெட் (*Bowett*) போன்ற அறிஞர்கள் இதை ஏற்காமலும் உள்ளனர். ஆகவே 'நாடு' என்ற பதத்திற்கான விளக்கம் இன்னும் விரிவுபடும்போது திருவள்ளுவர் 'நாடு' என்ற அதிகாரத்தில் கூறியுள்ள கருத்துக்களும் கூட எடுத்தாளப்படலாம். நாடு என்ற வரையரைக்கு பல கருத்துக்கள் தற்போது பயன்பாட்டில் இருந்தாலும் இன்னும் விரிவான பொருள் 'நாடு' என்ற பதத்திற்குக் கொள்ளும்போது திருக்குறளின் பெருமை தெரியவரும்.

தள்ளா விளையுளும் தக்காரும் தாழ்விலாச்
செல்வரும் சேர்வது நாடு. (குறள் 731)

பொறையொருங்கு மேல் வருங்கால்தாங்கி இறைவற்
கிறையொருங்கு நேர்வது நாடு. (குறள் 733)

உறுபசியும் ஓவாப் பிணியும் செறுபகையும்
சேராதி யல்வது நாடு. (குறள் 734)

பல்குழுவும் பாழ்செய்யும் உட்பகையும் வேந்தலைக்கும்
கொல்குறும்பும் இல்லது நாடு. (குறள் 735)

இருபுனலும் வாய்ந்த மலையும் வருபுனலும்
வல்லரணும் நாட்டிற் குறுப்பு. (குறள் 737)

நாடென்ப நாடா வளத்தன நாடல்ல
நாட வளந்தரு நாடு. (குறள் 739)

ஆங்கமை வெய்தியக் கண்ணும் பயமின்றே
வேந்தமை வில்லாத நாடு. (குறள் 740)

ஹான்ஸ் ஜே. மார்கன்தோ (Hans J. Morgenthau 1904-1980) ''உலக நாடுகளுக்கிடையேயான அரசியல்'' (Politics Amoung Nations) என்ற நூலில் கூறியுள்ள பல சர்வதேசச் சட்டக் கருத்துக்களைத் திருக்குறளில் பொருத்திப் பார்க்கும் போது கீழ்க்கண்ட உண்மைகள் தெரிய வருகின்றன.

மார்கன்தோ, ரோபஸ்பியரின் (Robespierre) கருத்தான, தகுதி குறைந்தவர்களைக் கொல்லவேண்டும் என்ற கருத்தை ஆதரித்துள்ளார்.[17]

இதையே வள்ளுவர் செங்கோன்மை அதிகாரத்தில் குறிப்பிடுவதை டாக்டர் ஜி.யூ.போப் மொழியாக்கத்தில் அறிய முடிகிறது.[18]

குடிபுறங் காத்தோம்பிக் குற்றங் கடிதல்
வடுவன்று வேந்தன் தொழில். (549)

கொலையின் கொடியாரை வேந்துஒறுத்தல் பைங்கூழ்
களைகட் டதனொடு நேர்.[19] (550)

சட்டத்தின் அடிப்படையாக இலத்தீன் பழமொழி ஒன்று உண்டு. உலகமே அழிவதாக இருந்தாலும் நீதி நிலைநாட்டப்பட வேண்டும் என்பதே அது.[20]

இக்கருத்தைப் புறநானூற்றில் தலையாலங்கானத்துச் செருவென்ற பாண்டியனின் வஞ்சினத்திலும்,[21] *திருக்குறளின், குறள் 548இலும் காண்கிறோம்.*

என்பதத்தான் ஓரா முறைசெய்யா மன்னவன்
தண்பதத்தான் தானே கெடும். (548)

நாடுகள் தங்கள் அதிகாரத்தைக் காண்பிக்கவோ அதிகப்படுத்தவோ கைக்கொள்ளவோ முயலுகின்றன.[22] *இதையே வள்ளுவர்,*

வகையறிந்து தற்செய்து தற்காப்ப மாயும்
பகைவர்கண் பட்ட செருக்கு. (878)

என்கிறார்.

சர்வதேசச் சட்டத்தின் அடிப்படைகளில் ஒன்றாக ''நாகரிகம்

எய்திய நாடுகள் ஏற்றுக்கொண்ட அடிப்படையான பொதுச்சட்டங்கள்'' என்று ஒரு சட்டத் தொகுப்பு உண்டு. இந்த அடிப்படையான பொதுச்சட்டங்களை அறம் என்று கூறுவர். 'அறத்தை' வெளிநாட்டவர்களுக்கு விளக்க நாம் தீவிரமாக முயலவில்லை. சிலர் முயன்று தோல்வி கண்டனர். அறிஞர் கெல்சன் 'எது நீதி' (*What is Justice*) என்ற நூலில் ''நீதி என்றால் என்ன என்பதை மிகப்பெரிய சட்ட வல்லுநர்கள் கூட விரித்து உரைக்க வல்லவர் அல்லர். அது ஒரு தெய்வ இரகசியம்'' என்கிறார்.

பிளாக்ஸ்டோன் (*Blackstone*) என்ற சட்ட வல்லுநரும் நீதி என்பது உலக முழுமைக்கும் எல்லாக் காலத்திற்கும் பொதுவானது என்று கூறுகிறார். தமிழ் இலக்கியங்களில் காணும் நீதிக்கான விளக்கம் பாராட்டும்படியாக உள்ளது.

> ''அறம் எனப்படுவது யாது? எனக் கேட்பின்
> மறவாது இது கேள், மண் உயிர்க்கு எல்லாம்
> உண்டியும் உடையும் உறையுளும் இல்லது
> கண்டது இல்.''[23]

இதையே வள்ளுவர்,

> அறத்தான் வருவதே இன்பம்மற் றெல்லாம்
> புறத்த புகழும் இல. (39)

என்கிறார்.

சர்வதேசச் சட்ட வரையாளர் அறிஞர் கெல்சனின் (*Kelsen*) கருத்து இக்குறளின் மிகச் சரியான ஆங்கில மொழிபெயர்ப்பாக உள்ளது.

அறத்தை, தமிழர்கள் மிகச் சரியாகப் புரிந்து வைத்திருப்பதைப் புறநானூற்றுப் பாடலும் தெரிவாக்குகிறது.

> ''இம்மைச் செய்தது மறுமைக்கும் ஆம் எனும்
> அறவிலை வணிகன் ஆய் அலன், பிறகும்
> சான்றோர் சென்ற நெறி என
> ஆங்குப் பட்டன்று அவன் கைவண்மையே.''[24]

ஒரு நாட்டில் குற்றம் செய்து விட்டு வேறு நாட்டிற்கு தப்பி விடுபவரைப் பிடித்துத் தண்டிக்கும் அதிகாரம் குற்றம் நடந்த நாட்டிற்கு உண்டா இல்லையா என்பதில் சட்ட அறிஞர்களுக்குள் ஒத்த கருத்து இல்லை.[25] குரோசியஸ், வெட்டல் (*Vettel 1714 - 1767*),

காந்த் (*Kent*) போன்றோர் குற்றம் நடந்த நாட்டிற்குக் குற்றவாளியை எந்த நாட்டிலிருந்தாலும் அவனைப் பிடித்துத் தண்டிக்க உரிமையுள்ளது என்பர்.

பவன்டார்ப் (*Puffendorf*), வோட் (*Voet*), ஹெப்டர் (*Heffter*) போன்றோர் இது தவறு என்று கருதுகின்றனர். இந்த மாறுபாடுகளை ஒழுங்குபடுத்தும் விதமாக தற்போது குற்றவாளிகள் பரிமாற்ற உடன்படிக்கை உள்ள நாடுகளுக்கிடையே மட்டும் குற்றவாளிகள் பரிமாற்றம் நிகழும். உடன்படிக்கையில் கையெழுத்திடாத நாடுகளுக்கு இது பொருந்தாது எனத் தற்போது தெளிவு செய்யப்பட்டுள்ளது.

குற்றவாளிகளைக் கொண்டுவந்து மீட்டொப்படைத்து (*Extradition*) விசாரிக்கும் முறை பெரும்பாலும் அரசியல் காரணங்களுக்காக மறுக்கப்பட்டிருக்கிறது. இந்திய சுதந்திரப் போராட்டக் காலத்தில் ஆங்கிலேயே அரசால் குற்றவாளிகளாகக் கருதப்பட்ட பல சுதந்திரப் போராட்ட வீரர்கள் பிரெஞ்சு நாட்டின் ஆளுகைக்குட்பட்ட பாண்டிச்சேரியில் அடைக்கலம் புகுந்து ஆங்கிலேயே அரசின் விசாரணையைத் தவிர்த்தது இந்த முறையில்தான். ஆகவே இன்றைய சர்வதேசச் சட்டத்தில் அரசியல் சம்பந்தமான குற்றத்திற்கு மட்டும் விலக்களிக்கப்பட்டுள்ளது. மாண்டிவீடியோ நகரில் 1933-ஆம் ஆண்டு கூடிய நாடுகளின் கூட்டத்தில் குற்றம் செய்யப்பட்ட நாட்டிலும் அடைக்கலம் புகுந்த நாட்டிலும் குற்றவாளி செய்த குற்றம் குறைந்தது ஓராண்டாவது தண்டனை பெறத்தக்கதாக இருந்தால் குற்றவாளியைத் திரும்பப் பெற்று விசாரணை நடத்தலாம் எனக் கண்டுள்ளது. இந்தியாவில் 1962-ஆம் ஆண்டுதான் இது சம்பந்தமாகச் சட்டம் ஒன்று இயற்றப்பட்டு அதில் நீதிபதி ஒருவரால் விசாரிக்கப்பட்ட பின், குற்றவாளியைக் கோரும் நாட்டிடம் ஒப்படைக்கலாம் என வழிவகை செய்யப்பட்டுள்ளது.[26]

பிரான்ஸ், ஜெர்மனி போன்ற நாடுகளில் குடியுரிமை பெற்றவர்கள் வெளிநாட்டில் தவறு செய்தால், அதற்கான விசாரணையைத் தாங்களே செய்கின்றன. இங்கிலாந்து இதை ஏற்கவில்லை. இங்கிலாந்தைப் பொறுத்தவரையில் தனது குடிமகன் தவறு செய்தால் தவறு நடந்த நாட்டிலேயே அவனை விசாரிக்க அனுமதிக்கிறது. 1879-ஆம் ஆண்டிலேயே ஆஸ்திரியாவில் கொலையொன்றைச் செய்து விட்டு இங்கிலாந்திற்குத் தப்பிவந்த

தனது குடிமகனான டொர்வில் (Tourville) என்பவரைக் கைது செய்து ஆஸ்திரியாவிற்கு இங்கிலாந்து அனுப்பி வைத்தது.

சர்வதேசக் கலகக்காரர்கள் உலக மக்கள் அனைவருக்கும் எதிரானவர்கள். அவர்களே குற்றமிழைத்துவிட்டு எந்த நாட்டிற்குச் சென்றாலும், குற்றம் இழைந்த நாடு கேட்கும்போது அவர்களை கைதுசெய்து அனுப்புவது என்பது சட்டப்படி நடைமுறையாக்கப் பட்டு விட்டது.[27] இந்திய உச்ச நீதிமன்றம் -ஜீகல் கிஷோர் மோர் எதிர் மேற்கு வங்க அரசு (Jugal kishore More vs State of West Bengal) என்ற வழக்கில் குற்றவாளியை ஒரு நாட்டிலிருந்து பெற்று விசாரிக்கும் உரிமை, உடன்படிக்கைச் சம்பந்தப்பட்டது என்றும், குற்றவாளி தவறு செய்துவிட்டு எந்த நாட்டிற்காவது சென்று தப்பிவிடலாம் என்ற நிலை இருக்கக்கூடாது என்றும் விளக்கமாகத் தெரிவிக்கின்றது.[28]

இதைத்தான் வள்ளுவர் மூன்று குறள்களில் வெளிப்படுத்துகிறார்.

யாண்டுச் சென்றுயாண்டும் உளராகார் வெந்துப்பின்
வேந்து செறப்பட்ட வர்.   (895)

(மிக்க வலிமை உடைய அரசனால் வெகுளப்பட்டவர் அவனிடமிருந்து தப்புவதற்காக எங்கே சென்றாலும் எங்கும் வாழ முடியாது.)

எரியார் சுடப்படினும் உய்வுண்டாம் உய்யார்
பெரியார்ப் பிழைத்தொழுகு வார்.   (896)

(தீயால் சுடப்பட்டாலும் ஒரு கால் உயிர் பிழைத்து வாழ முடியும். ஆற்றல் மிகுந்த பெரியாரிடத்தில் தவறு செய்து நடப்பவர் தப்பிப் பிழைக்க முடியாது.)

இறந்தமைந்த சார்புடைய ராயினும் உய்யார்
சிறந்தமைந்த சீரார் செறின்.   (900)

(மிகச் சிறப்பாக அமைந்த பெருமையுடையவர் வெகுண்டால், அளவு கடந்து அமைந்துள்ள சார்புகள் உடையவரானாலும் தப்பிப் பிழைக்க முடியாது.)

உட்பகை (Insurgency) என்பது அரசியல் ரீதியாக ஒரு குழு, அரசியல், பொருளாதார, சமூக காரணங்களுக்காக தனது சொந்த நாட்டுடன் பொருதுவது ஆகும்.[29] அமைதியான சூழ்நிலைக்கும்

முழுமையான உள்நாட்டுப் போருக்கும் இடைப்பட்ட காலத்தில் உட்பகை (*Belligerency*) நிகழும். சர்வதேசச் சட்டப்படி உட்பகை இருப்பதாகக் கருதப்படும் சூழ்நிலைகளாவன:

அ. நாட்டின் ஒரு குறிப்பிடப்பட்ட அளவுப்பகுதியில் உட்பகையாளரின் ஆளுமை இருக்க வேண்டும்.

ஆ. ஆளுமைப்பகுதியில் இருக்கும் பெருவாரியான மக்களின் ஆதரவைப் பெற்றிருக்க வேண்டும்.

இ. இவர்கள் சர்வதேசச் சட்டத்தை மதித்து நடப்பவர்களாக இருக்கவேண்டும்.

இந்த மூன்று கோட்பாடுகளையும் நிறைவு செய்து இருந்தால் அந்த அரசியல் குழுவிற்கு மற்ற நாடுகள் அங்கீகாரம் அளிக்கும். இவ்வாறு அங்கீகாரம் பெற்றால் சர்வதேச அளவில் எதிர்ப்பாளர் என்ற தகுதியும் இவர்கள் மனித குலத்தின் எதிரிகள் இல்லை (*hostis generis humani enemy of human beings*) என்ற சிறப்பும் கிடைக்கும். 'வலியறிதல்', 'தெரிந்து செயல் வகை', 'காலம் அறிதல்', 'வினை செயல் வகை', 'நாடு', 'படைமாட்சி', 'கூடாநட்பு', 'இகல்', 'பகைத்திறம் தெளிதல்', 'உட்பகை' என்ற அதிகாரங்களால் வள்ளுவர் உட்பகையைப்பற்றிப் பேசுகின்றார்.

உள்நாட்டுப்போர் (*Belligerency*)[30]: உட்பகையானது வளர்ந்து அது தனது ஆளுகைக்கு உட்பட்ட பகுதியில் முழு அதிகாரத்தைச் செலுத்தியிருந்தாலும் அதைப் பாதிக்கப்பட்ட நாடு ஏற்றுக் கொண்டாலும் ஏற்றுக்கொள்ளாவிட்டாலும் கூட உள்நாட்டுப் போராளி என்றும், உள்நாட்டுப்போர் என்ற தகுதியும் போராளிகளுக்குக் கிடைத்து விடுகிறது.

உள்நாட்டுப் போருக்கான வரையறைகள்

1. அரசுத் தரப்பும், போராளிக்கும் போர் புரியும் நிலைக்கு வந்திருக்க வேண்டும்.

2. போராளிகள் கட்டுப்பாட்டிலும், ஆட்சியிலும் குறிப்பட்ட அளவு, நாட்டுப் பகுதியிருக்க வேண்டும்.

3. இரு தரப்பினரும் சட்டமுறைப்படி போர் செய்ய வேண்டும்.

4. போராளிகளுக்கும் அரசுத் தரப்பினருக்கும் நடக்கும் போராட்டம் உச்சக்கட்டத்தை அடைந்து மற்ற நாடுகள் இதைக்

கவனித்தே ஆகவேண்டும் என்ற நிர்பந்த நிலை வந்து இருக்க வேண்டும்.

உள்நாட்டுப்போர் மிகவும் கொடியது. இதனால் நாட்டின் வளர்ச்சி, பொருளாதாரம் பெரிதும் பாதிக்கும். உள்நாட்டுப் போரை வள்ளுவர் ஏற்கவில்லை.

பல்குழுவும் பாழ்செய்யும் உட்பகையும் வேந்தலைக்கும்
கொல்குறும்பும் இல்லது நாடு. (735)

வாள்போல் பகைவரை அஞ்சற்க அஞ்சுக
கேள்போல் பகைவர் தொடர்பு. (882)

உட்பகை அஞ்சித்தற் காக்க உலைவிடத்து
மட்பகையிந் மாணத் தெறும். (883)

எண்ணிக்கையில் குறைவாக இருந்து கொண்டு பெரிய படைபலம் பொருந்திய அரசுகளுக்கு மிகுந்த சோதனைகள் தரும் கொரில்லாக்களின் *(Guerrila)* போர்முறையைப் பற்றிக் கூட வள்ளுவர் பேசுகிறார்.

ஆற்றாரும் ஆற்றி அறிப இடனறிந்து
போற்றார்கண் போற்றிச் செயின். (493)

சிறுபடையான் செல்லிடம் சேரின் உறுபடையான்
ஊக்கம் அழிந்து விடும். (498)

சிறைநலனும் சீரும் இலரெனினும் மாந்தர்
உறைநிலத்தோடு ஒட்டல் அரிது. (499)

நடுவு நிலை[31] என்பதைப் போர்க்காலத்து நடுவு நிலைமை *(Neutrality)* என்றும், எல்லாக் காலத்து நடுவு நிலைமை *(Non-alignment)* என்றும் பிரித்துப் பொருள் கொள்ளலாம்.

போர் ஏற்படும் போது போரிடும் இரு தரப்பினருடனும் சேராமல் சில நாடுகள் நடுவு நிலைமை *(Neutrality)* வகிக்கும். நடுவுநிலை வகிப்பதாக அறிவிப்புச் செய்யும் நாட்டிற்குப் போரிடும் நாடுகளால் எந்தவித தொந்தரவும் வராது. இதனால் நடுவுநிலை நாடு தனது பகுதியில் போரைத் தவிர்த்து தனது பொருளாதாரச் சீரழிவினைத் தடுத்து, தனது எல்லை அளவில் போரை நிறுத்திவிடுகிறது. போர்க்கால நடுவு நிலை என்பது இயற்கையிலே பலம் குறைந்த நாடால் விரும்பி ஏற்றுக் கொள்ளப்படும் நிலையாகும்.

பட்டினப்பாலையிலும் புறப்பொருள் வெண்பா மாலையிலும் நடுவு நிலைமையை உயர்வாகக் காட்டும் செய்திகள் உள்ளன.

"கொடு மேழி நடையுழவர்
நெடு நுகத்துப் பகல்போல
நடுவு நின்ற நன்னெஞ்சினோர்"[32]

"நனை நீங்க நடுவு கூறும் அவை மாந்தர்"[33]

உலகில் சிறிய நாடுகளான 0.5 சதுர சுற்றளவும் 1000 மக்களைக்கொண்ட வாடிகன் நகரம், 3,000 மக்கள் தொகையையும் 8.25 சதுர கி.மீ பரப்பளவையும் கொண்ட நாரு (Naru) போன்ற நாடுகள் நடுவுநிலைமையால்தான் பலம் பொருந்திய அண்டை நாடுகளிலிருந்து தங்களைக் காத்துக் கொள்கின்றன. வள்ளுவர் நடுவுநிலைமை உடையவனின் செல்வ வளம் அழிவில்லாமல் காக்கப்படுகிறது என்கிறார். நடுவு நிலைமையைப் பாராட்டி நடுவு நிலைமை எனும் அதிகாரம் ஒன்றையும் வள்ளுவர் படைத்துள்ளார்.

செப்பம் உடையவன் ஆக்கஞ் சிதைவின்றி
எச்சத்திற்கு ஏமாப்பு உடைத்து.   (112)

கேடும் பெருக்கமும் இல்லல்ல நெஞ்சத்துக்
கோடாமை சான்றோர்க்கு அணி.   (115)

நடுவு நிலைக் கொள்கை வறுமையின் காரணமாகவும் ஏற்கப்படும் என்பதை வள்ளுவர் தெளிவாக உணர்ந்திருக்கிறார்.

கெடுவாக வையாது உலகம் நடுவாக
நன்றிக்கண் தங்கியான் தாழ்வு.   (117)

அமைதிக் காலத்திலும், சில நாடுகள் கூட்டுச் சேரா கொள்கையைக் கைக்கொள்ளுகின்றன. அணி சேரா நாடுகள் (Non-aligned Nations) சர்வதேச அரங்கில் 1950 ஆண்டுகளில் மிகச் சிறப்பான இடத்தைப் பெற்றிருந்தன. ஆயுதக்குவிப்பில் ஈடுபட்ட அமெரிக்க, ரஷ்ய போட்டியிலிருந்து[34] விலக விரும்பிய பண்டித ஜவஹர்லால் நேரு, நாசர், சுகர்னோ போன்ற உலகத் தலைவர்கள் அணிசேராக் கொள்கையை பெரிதும் வலியுறுத்தி அதை ஓர் உலக இயக்கமாகவே நடத்தினர். பெரும்பாலும், வளரும் நாடுகளும், அமைதியை விரும்பும் நாடுகளும் இக்கொள்கையை ஏற்றுக் கொண்டன. இது போன்ற கொள்கைதான் சிறந்தது என்பதை வள்ளுவர் வாய்மொழியில் அறியலாம். சான்றோர்க்கு அழகு ஒரு பக்கமும்

சாராது சமன் செய்து சீர் தூக்கும் கோல் போல நடுவு நிலைமையைப் போற்றுதலாகும் என்கிறார் வள்ளுவர்.

சமன்செய்து சீர்தூக்கும் கோல்போல் அமைந்தொருபால்
கோடாமை சான்றோர்க்கு அணி. (118)

''அந்தந்தப் பகுதி தோறும் முறையோடு பொருந்தி ஒழுகப்பெற்றால் நடுவுநிலைமை என்பது கூட ஓர் அறம்தான்'' என்பது வள்ளுவர் கருத்து.

தகுதி எனவொன்று நன்றே பகுதியால்
பாற்பட்டு ஒழுகப் பெறின். (111)

தூதாண்மை (*Diplomacy*) பற்றி முந்நாளைய இந்திய, கிரேக்க, ரோமானிய, சீன, எகிப்திய நூலாசிரியர்கள் விதிகளைத் தொகுத்துத் தந்துள்ளனர். வடஇந்தியாவில் சாணக்கியரும், தமிழகத்தில் திருவள்ளுவரும் தூதாண்மையை ஓர் அறிவியலாகவே காட்டியுள்ளனர். சாணக்கியரும், வள்ளுவரும் தூதருக்கான தகுதிகள், கடமைகள், பொறுப்புகள் ஆகியவற்றை விளக்கியுள்ளனர். காலமும், பழக்க வழக்கங்களும் மாறலாம். ஆனால், நல்ல தூதுவரின் பண்புகள் மாறுவதில்லை என்று பியர்சன் (*Pearson*) என்ற சட்ட வல்லுநர் கூறுகிறார்.[35]

பன்னாட்டு அரசியலில், நாடுகள் தங்கள் ஆற்றலை வளர்க்க தூதாண்மையைப் பெரிதும் பயன்படுத்துகின்றன. வியன்னா மாநாட்டிலும் (*1815*), ஜலாஷப்பல் மாநாட்டிலும் (*1818*), மற்றும் ஹவன்னா மாநாட்டிலும் (*1928*) தூதாண்மைக்கான விதிகள் வகுக்கப்பட்டிருக்கின்றன. தூதுவர்கள் அயல் நாட்டிற்கும், தமது நாட்டிற்கும் உறவுப்பாலம் அமைத்து தமது அரசின், அரசியல், பொருளாதார, கலாச்சார நிலைகளை உயர்த்தப் பாடுபடுகின்றனர். தூதர்கள் தமது அரசாங்கத்தின் கண்ணும் காதாகவும் இருந்து கொண்டு, தாம் பணி செய்யும் நாட்டிலிருந்து முக்கிய நிகழ்ச்சிகளையும் செய்திகளையும் தமது நாட்டிற்குத் தெரிவிக்கின்றனர்.

தூதர் சொல்வன்மை மிக்கவராகவும், தகுதியான குடிப்பிறப்பு உடையவராகவும், விரும்பத்தக்க தோற்றம் உடையவராகவும் தொகுத்துச் சொல்லும் ஆற்றல் கொண்டவராகவும் பயனற்றவைகளை நீக்கும் அறிவுடன் தூய ஒழுக்கம் உடையவராகவும் இருக்க வேண்டும் என்கிறார்.

தூது

அன்புடைமை ஆன்ற குடிப்பிறத்தல் வேந்தவாம்
பண்புடைமை தூதுரைப்பான் பண்பு.   (681)

(அன்புடையவனாதல், தகுதியான குடிப்பிறப்பு உடையவனாதல், அரசர் விரும்பும் சிறந்த பண்பு உடையவனாதல் ஆகிய இவை தூது உரைப்பவனுடைய தகுதிகள்.)

அன்பறிவு ஆராய்ந்த சொல்வன்மை தூதுரைப்பார்க்கு
இன்றி யமையாத மூன்று.   (682)

(அன்பு, அறிவு, ஆராய்ந்து சொல்கின்ற சொல்வன்மை ஆகிய இவை தூது உரைப்பவர்க்கு இன்றியமையாத மூன்று பண்புகளாகும்.)

நூலாருள் நூல்வல்லன் ஆகுதல் வேலாருள்
வென்றி வினையுரைப்பான் பண்பு.   (683)

(மற்ற அரசனிடம் சென்று தன் அரசனுடைய வெற்றிக்குக் காரணமான செயலைப்பற்றி தூது உரைப்பவன் திறம், நூலறிந்தவருள் நூல் வல்லவனாக விளங்குதல் ஆகும்.)

அறிவுரு ஆராய்ந்த கல்விஇம் மூன்றன்
செறிவுடையான் செல்க வினைக்கு.   (684)

(இயற்கை அறிவு, விரும்பத்தக்க தோற்றம், ஆராய்ச்சி செய்து பெற்ற கல்வி ஆகிய இம்மூன்றிலும் சிறந்தவன் உடையவன் தூது உரைக்கும் தொழிலுக்குச் செல்லலாம்.)

தொகச்சொல்லித் தூவாத நீக்கி நகச்சொல்லி
நன்றி பயப்பதாம் தூது.   (685)

(பலவற்றைத் தொகுத்துச் சொல்லியும், அவற்றுள் பயனற்றவைகளை நீக்கியும், மகிழுமாறு சொல்லியும் தலைவனுக்கு நன்மை உண்டாக்குகின்றவன் தூதன்.)

கற்றுக்கண் அஞ்சான் செலச்சொல்லி காலத்தால்
தக்கது அறிவதாம் தூது.   (686)

(கற்பன கற்று, பிறருடைய பகையான பார்வைக்கு அஞ்சாமல், கேட்பவர் உள்ளத்தில் பதியுமாறு சொல்லி, காலத்திற்குப் பொருத்தமானதை அறிகின்றவனே தூதன்.)

கடனறிந்து காலம் கருதி இடனறிந்து
எண்ணி உரைப்பான் தலை.   (687)

(தன்கடமை இன்னது என்று தெளிவாக அறிந்து, அதைச் செய்வதற்கு ஏற்ப காலத்தை எதிர்நோக்கித் தக்க இடத்தையும் அறிந்து ஆராய்ந்து சொல்கின்றவனே தூதன்.)

தூய்மை துணைமை துணிவுடைமை இம்மூன்றின்
வாய்மை வழியுரைப்பான் பண்பு.   (688)

(தூய ஒழுக்கம் உடையவனாதல், துணை உடையவனாதல், துணிவு உடையவனாதல் இந்த மூன்றும் வாய்த்திருத்தலே தூது உரைப்பவனுடைய தகுதியாகும்.)

விடுமாற்றம் வேந்தர்க்கு உரைப்பான் வடுமாற்றம்
வாய்சோரா வன்க ணவன்.   (689)

(குற்றமான சொற்களை வாய் தவறி சொல்லாத உறுதி உடையவனே அரசன். சொல்லியனுப்பிய சொற்களை மற்ற வேந்தர்க்கு உரைக்கும் தகுதியுடையவன்.)

இறுதி பயப்பினும் எஞ்சாது இறைவற்கு
உறுதி பயப்பதாம் தூது.   (690)

(தனக்கு அழிவே தருவதாக இருந்தாலும், அதற்காக அஞ்சி விட்டுவிடாமல், தன் அரசனுக்கு நன்மை உண்டாகுமாறு செய்கின்றவனே தூதன்.)

பொய் உரைத்தல் தூதருக்கு உடனே நன்மை தரக் கூடியதாக இருந்தாலும், உண்மை வெளிவரும்போது தூதர் மீது வெறுப்பை உண்டாக்கிவிடும். தூதர் நாட்டுப்பற்று உடையவராகவும், நெருக்கடி காலத்தில் சாதுரியமாக நடந்து கொள்ளும் திறமை பெற்றவராகவும் இருக்கவேண்டும். அமைச்சர்களாக இருப்பவர்கள் தூதர்களாவதும், தூதர்கள் அமைச்சராகப் பணியாற்றுவதும் இன்றைய காலத்தில் நாம் அன்றாடம் காணும் நிகழ்ச்சியாகும். இதை உணர்ந்துதானோ என்னவோ வள்ளுவரும், சாணக்கியரும் தூதருக்கும் அமைச்சருக்கும் ஒரே மாதிரியான தகுதிகளை வைத்துள்ளனர்.

வன்கண் குடிகாத்தல் கற்றறிதல் ஆள்வினையோடு
ஐந்துடன் மாண்டது அமைச்சு.   (632)

(அஞ்சாமை, குடிபிறப்பு, காக்கும் திறன், கற்றறிந்த அறிவு, முயற்சி ஆகிய இவ்வைந்தும் நிரம்பப்பெற்றவன் அமைச்சன்.)

தூதருக்கு விரும்பத்தகுந்த தோற்றம் முக்கியமென்ற வள்ளுவர் அமைச்சருக்குத் தோற்றத்தைத் தகுதியாகக் கொள்ளவில்லை. அதே நேரத்தில் தவறான அமைச்சர் எழுபது கோடி பகைவரை விட அரசனுக்குத் துன்பம் தரக்கூடியவர் என்ற வள்ளுவர், தவறான தூதர் யார் என்று சொல்லவில்லை. தூதருக்கான தகுதிகளை அவர் குறிப்பிட்டுள்ளார். அத்தகுதிகள் பெற்றவர் நல்ல தூதர் ஆவார் என்பதை நாம் உய்த்து உணர முடியும்.

சர்வதேசச் சட்டம் என்பது மேல்நாட்டவர்களின் சிந்தனையிலிருந்து மட்டும் வந்ததில்லை. கிரேக்கர்கள் அரசியல் காரணங்களுக்காக புகலிடம் தருதல், நட்பு நாட்டின் சார்பாக தலையிட்டு அந்நாட்டின் பொருளை மீட்டொப்படைத்தல் மற்றும் தூதர்கள் பற்றிய தெளிவான கருத்துக்கள் ஆகியவற்றை அறிந்திருந்தனர்.

உரோமானியர்கள் போர் ஆரம்பிக்கும் முறை, யுத்த கால வரையறைகள், நடுவுநிலைமை, கூட்டுப் பாதுகாப்பு, உடன்படிக்கைகள், புகலிடம் தருதல் போன்றவற்றைப் பற்றி சிறந்த கருத்துக்களைக் கொண்டிருந்தனர்.

மற்ற நாடுகளைவிடச் சிறப்பான சர்வதேசச் சட்டக் கருத்துக்களை இந்தியா கொண்டிருந்ததா என்பது ஆராயப்பட வேண்டியுள்ளது. இது சம்பந்தமாக ப.பந்தோபாத்தியாயா என்ற அறிஞர் இந்தியாவில் மிக அதிகமான விதிமுறைகள் இருந்தனவாகத் தெரிவிக்கிறார்.[36]

இந்திய அரசர்கள், மேனாட்டு அரசர்களைப்போல் தெய்வாம்சம் பொருந்தியவராக தங்களை நினைத்துக் கொள்ளவில்லை. பிரெஞ்சு மன்னன் பதினான்காம் லூயி (1643 -1715) போல் "நான்தான் அரசாங்கம்" (I am the State) என்று சொல்லவோ, அன்றி இங்கிலாந்தின் அரசர் முதலாம் சார்லஸ் (1625 -1629) போல் "அரசன் விதிப்பது தான் சட்டம், சட்டம் சொல்கின்றபடி அரசன் நடக்க முடியாது" (Rex is Lex and not Lex is Rex) என்று தன்னையே வியந்து போற்றிக்கொண்ட மன்னர்கள் இந்தியாவில் இல்லை.[37]

தவறு நடந்துவிடக்கூடாது என அன்றாடம் பயந்து பயந்து மன்னர்கள் அரசாட்சி நடத்தியதாகத்தான் இலக்கியச் சான்றுகள் தெரிவிக்கின்றன.

முடியாட்சி முறைக்கு ஆதரவு அளித்த கௌடில்யர் கூட அரசன் கொடுங்கோலாக இருந்தால் அவனை பதவியிறக்கம் செய்யலாம் என்கிறார். படையைப் போர்க்களத்திற்கு அழைத்துச் செல்லும் போது அரசன் மற்ற படை வீரர்களைப் போல தானும் மக்கள் நலன் காக்க சம்பளத்திற்கு வேலை செய்பவன் என வெளிப்படையாக அறிவிக்க வேண்டும் என்றும் கௌடில்யர் கூறுகிறார்.

பண்டைய இந்தியாவில் கடற்போர் பற்றிய வரையறைகள், முற்றுகை, போரில் கைப்பற்றக் கூடிய பொருட்கள், மீட்டொப்படைப்பு, நடுவு நிலைமை, போர்க்காலச் சட்டங்கள், ஒற்றர்கள், தூதர்கள் சம்பந்தமான வழிகாட்டுதல்கள், உடன்படிக்கைகள் பற்றிய பண்பட்ட அறிவைப் பெற்றிருந்தனர். இன்றுள்ள சர்வதேசச் சட்டங்களோடு அவை மிகச் சரியாகப் பொருந்துகின்றன.

உடன்படிக்கைகளைப் பொறுத்தவரை அவை மிக அதிகமாக முற்கால இந்தியர்களால், குறிப்பாகத் தமிழர்களால் பயன் படுத்தப்பட்டுள்ளன. அமைதிக்காலத்தில் ஏற்படுத்தப்படும் இவ்வகையான ஏற்பாடுகளின் மூலம், பொருள் கொடுத்தோ, திருமண உறவு முறைகள் ஏற்படுத்திக் கொள்ளுதல் மூலமாகவோ உடன்படிக்கைகள் மேற்கொள்ளப்பட்டுள்ளன. பண்டைத் தமிழகத்திலும் சாம, பேத, தானம் முதலியவைகள் தோல்வியுறும் போது மட்டுமே 'தண்டம்' பயன்படுத்தப்பட்டது. ஏனென்றால் போரில் வென்றாலும், தோற்றாலும் அழிவு இருவருக்கும் பொதுவானதுதான்[38] என்பதை தமிழ் அரசர்கள் உணர்ந்துள்ளனர்.

போர் ஆரம்பிப்பதற்கு முன் சரியான முன்னறிவிப்பு, போரில் ஈடுபடாதோரைத் தாக்காமல் விடுதல், போரில் காயமுறும் பகைவர்களை நல்ல முறையில் நடத்துதல் ஆகியவைகள் இந்தியாவில், தமிழகத்தில் முறையாகப் பின்பற்றப்பட்டன. இவற்றை இராமாயண, மகாபாரதச் செய்திகளின் மூலம் அறிகிறோம்.

கி.மு.20-இல் உரோமானிய வரலாற்றாசிரியர் ஸ்டாராபோ (Strabo) பாண்டிய மன்னனின் தூதர் அகஸ்டஸ் சீஸரிடம் வியாபார நிமித்தமாக வந்து உடன்படிக்கை செய்துகொண்டதாகக் குறிப்பிடுகிறார்.

பண்டையத் தமிழர்கள் மற்றும் இந்தியர்களின் சர்வதேசச் சட்டப் பங்களிப்பு என்பது வேதகாலம் சிந்து சமவெளி நாகரிக காலங்களிலேயே காணக் கிடைக்கிறது. கி.மு.4000 முதல் கி.மு.1000 வரை உள்ள காலம் வேத காலம் என்று பேராசிரியர் பி.வி.கானே (P.V.Kane), இ.ப.ஹாவல் (E.P.Havel) ஆகியோர் கருதுகின்றனர். ஆனால், இந்தியர்களின் சர்வதேச சட்டத்திற்கான பங்களிப்பை வெளிநாட்டினர் கவனிக்காத நிலையே தற்போது காணப்படுகிறது. உதாரணமாக, அறிஞர் ஓபன் ஹைம் (Oppen heim) சர்வதேசச் சட்டம் தொகுதி 1 என்ற புத்தகத்தில் (International law vol 1) சர்வதேசச் சட்டம் உலகுக்குக் கிறித்தவ நாடுகளின் முழுப் பங்களிப்பு என்று கூறியுள்ளது, சட்ட வரலாறு தெரிந்த யாராலும் ஏற்றுக் கொள்ள முடியாத கருத்தாகும்.[39] சர்வதேசச் சட்டத்தைக் கிறித்துவ நாடுகள்தாம் தந்தன என்றும் சர்வதேசச் சட்டம் உருவான காலம் 16-ஆம் நூற்றாண்டுதான் என்பன போன்ற ஒருதலைப்பட்சமான கருத்துக்கள் சர்வதேசச் சட்டவளர்ச்சிக்கு உதவாமல் அதன் வீழ்ச்சிக்கு வழி வகுத்துவிடும்.[40]

பண்டைய இந்தியாவைப் பொருத்தவரையில் இந்து அரசரோடு போரிட்டாலும் இந்து மதத்தில் நம்பிக்கை இல்லாதவரோடு போரிட்டாலும் போர்விதிகளை மீறக் கூடாது என்பதில் அரசர்கள் கவனமாக இருந்துள்ளனர். அதேபோல் ஆரிய நாட்டில் (ஆர்யவர்த்தம்) போர் நடந்தாலும் அல்லது வெளிநாட்டில் போர் நடந்தாலும் போர்விதி முறைகளிலிருந்து பிறழக்கூடாது என்பதில் இந்தியர்கள் உறுதியாக இருந்தனர்.[41]

சரணடைபவரையும், ஆயுதம் ஏந்தாதவரையும், தூங்கிக்கொண்டு இருப்பவரையும், போருக்குத் தயாராக இல்லாதோரையும் தாக்கக் கூடாது என்று மனு கூறுகிறார். இராமாயணத்தில் யுத்த காண்டத்தில் இலக்குவன் மிக்க அழிவைத்தரும் ஆயுதத்தைப் பயன்படுத்த முனைந்தபோது அதை இராமர் தடுத்து ஆணையிட்டதிலிருந்தும், மகாபாரதத்தில் அர்ச்சுனன் பாசுபத அஸ்திரம் என்ற மிக்க அழிவுதரும் ஆயுதத்தை பயன்படுத்தாததும் போர் முறையில் பண்டைய இந்தியர் காட்டிய நேர்மைத்திறத்தைத் தெரிவிக்கிறது.[42]

விதிகளுக்குப்புறம்பாக போரிட்டால் போரிடும் இருதரப்பினருக்கும் கூடுதல் அழிவு ஏற்படும் என்பதை நடைமுறையில் உணர்ந்ததால் போரிடுதலில் இந்தியர்கள் ஓர் ஒழுங்கைக் கையாண்டனர். தேவைக்கு அதிகமாக எதிரிகளுக்குச்

சேதம் விளைவிக்கக் கூடாது என மனு வரையறை செய்கிறார்.[43] ரிக் வேதத்தில் குறிப்பிடப்படும் பத்து அரசர்களுக்கு இடையே ஆன போரில் இவ்விதிகளைக் கடைப்பிடித்ததாகக் காட்டப் பட்டுள்ளது.[44]

கௌதமபுத்தர் (கி.மு.563-483) வன்முறையையும், போரையும் தவிர்க்க அறிவுறுத்தியதும், அசோகப் பேரரசர் (கி.மு.274-237) இதைப் பின்பற்றியதும்) கி.மு.326 இல் அலெக்ஸாண்டர் சந்திரகுப்தர் மௌரியருடன் உடன்படிக்கை செய்து கொண்டதும், ஹர்ஷர் கி.பி.641-இல் சீனத்திற்கு தனது தூதரை அனுப்பியதும், ஹர்ஷப் பேரரசுக்கான சீனத்தூதர் வான் ஹயான்ஷ் (Wang Hieum Tse) இந்தியாவில் அர்ஜீன் (Arjun) என்பவனால் தாக்கப்பட்டபோது, தூதனைத் தாக்கிய குற்றத்திற்காக மிக அதிகமான தண்டனை அந்தக் குற்றவாளிக்கு வழங்கப்பட்டதும் வரலாற்றுச் செய்திகள். இவையெல்லாம் சர்வதேசச் சட்டம் இந்தியாவில் வழக்கிலிருந்தது என்பதற்கான வரலாற்றுச் சான்றுகள்.

அமைதிக்கால சர்வதேசச் சட்டத்தைப் பொருத்தவரை, நாட்டின் எல்லையைப் பற்றியும், எல்லைகளைப் பாதுகாப்பது பற்றியும், திடமான கருத்து இந்தியாவில் இருந்திருக்கிறது. எல்லையைக் காப்பாற்ற அரண்களை அமைத்தனர். திருக்குறளில் அரண் பற்றிய செய்திகள் இன்றைய பாதுகாப்பு விதிகளுக்கு நெருங்கிய தொடர்பு உடையனவாகத் திகழ்கின்றன.

ஆற்று பவர்க்கும் அரண்பொருள் அஞ்சித்தற்
போற்று பவர்க்கும் பொருள். (741)

மனிநீறும் மண்ணும் மலையும் அணிநிகற்
காடும் உடைய தரண். (742)

உயர்வகலம் திண்மை அருமைஇந் நான்கின்
அமைவரண் என்றுரைக்கும் நூல். (743)

சிறுகாப்பின் போரிடத்த தாகி உறுபகை
ஊக்கம் அழிப்ப தரண். (744)

கொளற்கரிதாய்க் கொண்டகூழ்த் தாகி அகத்தார்
நிரிலைக் கௌிதா நீர தரண். (745)

எல்லாப் பொருளும் உடைத்தாய் இடத்துதவும்
நல்லாள் உடைய தரண். (746)

முற்றியும் முற்றா தெறிந்தும் அறைப்படுத்தும்
பற்றற் காரிய தரண். (747)

முற்றாற்றி முற்றி யவரையும் பற்றாற்றிப்
பற்றயார் வெல்வ தரண். (748)

முனைமுகத்து மாற்றவர் சாய வினைமுகத்து
வீறெய்தி மாண்ட தரண். (749)

எனைமாட்சித் தாகியக் கண்ணும் வினைமாட்சி
இல்லார்கண் இல்ல தரண். (750)

இன்று கண்டம் விட்டு கண்டம் தாண்டும் ஏவுகணைகள் உள்ள காலத்தில் அரண், முற்றுகை என்பன பயனற்றவை என்றாலும் இவைகளுக்குள்ள முக்கியத்துவம் முற்றிலும் குறைந்து விடவில்லை.

வள்ளுவர் மன்னன் ஆட்சிக்குட்பட்ட இடங்களை 'மன்னன் நிலம்' என்கிறார். 'மனு' இதை, 'ராஜ்யம்' (*Rastra*) என்பார். கௌடில்யரின் கருத்தில் மன்னன், ஆக்கிரமிப்பாளர் களிடமிருந்தும், தாயாதிகளிடமிருந்தும் வழிவழியாகவும், (*inheritance*), ஒரு நல்ல காரியத்திற்காகவும் எதிரிக்கு உதவி செய்து அதற்குப் பிரதிபலனாக ஒரு நாட்டின் பகுதியைப் பெற்றுத் தனதாக்கிக் கொள்ளலாம் என்கிறார். அரசன் மற்றொரு அரசனுக்கு தனது நாட்டின் ஒரு பகுதியை உடன்படிக்கை மூலம் விட்டுக் கொடுக்கலாம் (*Bhoomisandi*) என்றும் கௌடில்யர் தெரிவிக்கிறார். (தற்போதைய ஐக்கிய நாடுகளின் கோட்பாடு 2(4) இதை ஏற்கவில்லை.)

சர்வதேசக் கடல் சட்டத்தைப் (*Law of sea*) பற்றிய முதல் குறிப்பு வட இந்தியாவிலும் தமிழ் இலக்கியத்திலும் உள்ளன. 'முந்நீர் வழக்கம் மகடூவோடு இல்லை' (தொல்காப்பியம்). கடலில் போர் நடக்க அதிகம் வாய்ப்புள்ளதால் கடல் பயணத்திற்குப் பெண்களை அழைத்துச் செல்ல கூடாது என்ற கட்டுப்பாடு அக்காலத்தில் இருந்துள்ளது.

சந்திரகுப்த மௌரியர் ஆட்சிக்காலத்தில் கடலில் நடக்கும் குற்றங்களை விசாரிக்க தனி நீதி மன்றம் இருந்தது (*Board of Admirality*) என்று வின்சென்ட்சுமித் (*Vincent Smith*) கூறுகிறார். ஆனால், திறந்த கடல்வெளிகள் (*Open sea*) பற்றிய குறிப்புகள் அக்காலத்தில் இருந்ததாகத் தெரியவில்லை. இன்றுள்ள கடல் சட்டத்தில் 12 மைல்

(*Nautical Miles*)களுக்கு அப்பால் உள்ள அனைத்து வளங்களும் உலக மக்கள் அனைவருக்கும் பொதுவான சொத்தாகும்.[45] 12 மைல்களுக்குள் உள்ளவை அந்தந்த நாடுகளுக்குச் சொந்தம்.

துறைமுகத்திற்கு வரும் கப்பல்கள் மீது சுங்கவரி விதிக்க வேண்டும் என்றும், தனியார்களின் கப்பல்கள் முறையின்றி தமது கடல் எல்லைக்குள் காணப்பட்டால் அதைப் பிடித்து நாடுகள் அழிக்கலாம் என்றும், ஒரு நாடு தனது கடல் எல்லைக்குள் மீன் பிடிப்பவரிடம் ஆறில் ஒரு பங்கை வரியாக வசூலிக்கலாம் என்றும், கடலில் தத்தளிக்கும் கப்பல்களுக்குப் (எதிரிக் கப்பல்களுக்கல்ல) பாதுகாப்புத் தரவேண்டும் என்றும் அர்த்தசாத்திரத்தில் விளக்கப்பட்டுள்து.[46] (சர்வதேசக் கடல் சட்டத்தில் (ஜெனிவா கூட்டம் 1958) கோட்பாடு 24 அரசாங்கங்கள் தங்கள் எல்லைக்குள் சுங்கவரி விதிக்க அனுமதித்துள்ளது.) கௌடில்யர் கூறியது போல கடலில் தத்தளிக்கும் கப்பல்களுக்குப் பாதுகாப்பினைத் தற்போதைய சட்டம் தருகிறது.[47]

கி.பி.7-ஆம் நூற்றாண்டில் போரில் கைப்பற்றப்படும் போர்க்கைதிகளை (*Prisoners of war*) பேரரசர் கனிஷ்கர் கைப்பற்றி அவர்களை நல்ல முறையில் நடத்தியுள்ளார். மகாபாரதத்தில் போர்க் கைதிகளைத் தங்களது சொந்தக் குழந்தைகள்போல் நடத்த வேண்டும் என்றுள்ளதை கனிஷ்கர் பின்பற்றியிருக்கிறார்.[48] ராஜேந்திரசோழன் இலங்கை அரசனை கி.பி.1017-ஆம் ஆண்டில் போர்க் கைதியாக்கியதாக கரந்தைச்செப்பேடுகள் தெரிவிக்கின்றன.[49]

போர்க் கைதிகள் சட்டத்திற்குப் புறம்பாக நடத்தப்பட்டால் அவ்வாறான சட்ட மீறுதலுக்காக தங்களது படைத் தளபதிகளுக்கு தண்டனையையும் அரசர்கள் கொடுத்துள்ளனர். உதாரணமாக, பெண் போர்க் கைதிகளைக் கொடுமைப்படுத்தி அதன்மூலம் அவர்களைத் தற்கொலை செய்யத் தூண்டிய குற்றத்துக்காக அக்பர் தனது நம்பிக்கைக்குரிய போர்ப் படைத்தளபதி ஆதம்கானைத் திரும்பப் பெற்றார்.

போரில் காயமுற்ற, இறந்த போர் வீரர்களைப் பரிமாற்றம் செய்யும் முறையும் இந்தியாவில் வழக்கத்தில் இருந்தது. 1761-ஆம் ஆண்டு நடந்த மூன்றாம் பானிபட்டுப் போரில் அஹ்மது ஷா அப்தாலி என்ற வெளிநாட்டு அரசரிடம் இந்திய அரசர் பஸ்வாஸ்ராவ் தோற்று, போர்க்களத்தில் இறந்தபோது அப்தாலி, பிரேதத்தைத் தர மறுத்துவிட்டார். இந்தியாவில் பிறந்து இந்தியப் பண்பாட்டை ஏற்றுக் கொண்ட இங்குள்ள முஸ்லீம்கள் இந்துப்

போர்முறையின்படி பிரேதத்தைக் கொடுக்க வேண்டும் என்று அப்தாலியிடம் வற்புறுத்திப் பெற்றுத் தந்தனர்.[50]

இரவு நேரத்தில் போர் நடத்தக்கூடாது என்றும், மழைக்காலத்தில் போர் நடத்தக்கூடாது என்றும் போரில் ஈடுபடாதபோது மக்களைத் தாக்கக் கூடாது என்றும் இந்தியாவில் கி. மு. 4-ஆம் நூற்றாண்டில் வழக்கங்கள் இருந்ததாக மெகஸ்தனிஸ் தெரிவிக்கிறார்.[51]

மழைக்காலம் ஆரம்பிக்க இருப்பதால் எப்படியும் போர் முடிந்துவிடும், தனது கணவன் வீடு திரும்பி விடுவான் என்று ஆறுதலடையும் ஒரு பெண்ணை முல்லைப்பாட்டில் காண்கிறோம்.[52] இதன்மூலம் மழைக்காலத்தில் போர் நடக்காது எனத் தெரிகிறது. சர்வதேசச் சட்டத்தின் ஒரு பிரிவான போர்க்காலச் சட்டம் வள்ளுவர் பார்வையில் தென்பட்டது என்பதை ஆராயுமுன் போரைப் பற்றி என்னென்ன செய்திகள் குறளில் உள்ளன எனக் காணலாம். தற்போது வழக்கிலுள்ள தமிழ்ச் சொல் அடைப்புக் குறிக்குள் உள்ளன.

	குறள்	Legal Dictionary
ஏமம்	(1131) - போர்	(P.292 LD)
அறம்	(381) - கோட்டை	(P.113 LD)
சிறை	(499) - காப்பு	(P.216 LD)
பாதுகாவல்	(781) - சண்டையிடுதல்	(P.253 LD)
அடல்	(768) - சண்டையிடுதல்	(P.110 LD)
செரு	(569) - போர்	(P.16 LD)
போர்	(758) - போர்	(P.292 LD)
முனை	(749) - போர் முனை	(P.16 LD)
படை	(381) - படை	(P.16 LD)
அமர்	(814) - போர்	(P.16 LD)
ஞாட்பி	(1088) - போர்	
தானை	(767) - படை (381)-போர்வீரர் அல்லது ஆயுதம்	(P.96 LD)

தார்	(767) -போரில் முன்னணியில் செல்வோர்	(P.16 LD)
தொல்படை	(762) - ஓரிடத்தில் நிலையாக நிறுத்தி வைக்கப்பட்டிருக்கும் படை	(P.96 LD)
வேல்	(546) -வேல்	
எஃகு	(773) -வேல்	
அம்பு	(997) - அம்பு	(P.293 LD)
கனை	(279) - அம்பு	
வில்	(827) - வில்	
வாள்	(334) -போர்வாள்	
இலக்கம்	(627) - இலக்கு	(P.206 LD)
உறுபகை	(744) - எதிரி	
தெவ்வோர்	(639) - எதிரி	(P.7 LD)
உட்பகை	(735) - போராளிகள்	(P.96 LD)
மறவர்	(778) - போர்வீரன்	
மக்கள்	(770) - போர்வீரன்	(P.96 LD)
வேலாள்	(500) - போர்வீரன்	

*சர்வதேசச் சட்டத்தின் தந்தையாக குரோசியஸ் கருதப்படுகிறார். **1583**-ஆம் ஆண்டு ஹாலந்து நாட்டில் பிறந்த குரோசியஸ் கிறித்துவ நாடுகளுக்குள் ஒற்றுமையை வளர்க்கும் முயற்சியில் தோல்வியடைந்து அதன் காரணமாக 2 வருடங்கள் சிறையிலிருந்தார். பின்பு அவரது மனைவியின் உதவியால் புத்தக மூட்டைக்குள் புகுந்து சிறையிலிருந்து தப்பினார். பின்னாளில் பிரான்ஸில் தூதராகப் பணியாற்றினார். அவர் எழுதிய இரு சர்வதேச சட்ட நடைமுறைகளையும் (Dejure Praedae) (1604) Dejure Belli a c pacis (1625) நூல்கள் பொதுமக்களின் எதிர்ப்பைச் சம்பாதிக்கும் எனக் கருதியதால் தமது பெயரைப் பயன்படுத்தாது கற்பனைப் பெயரில் வெளியிட்டார்.*

குரோசியஸ் சர்வதேசச் சட்டத்தின் தந்தை என்று அழைக்கப்படுவதை சட்டப்பேராசிரியர் ஜே.எல்.பிரையர்லி (J.L.Brierly) வன்மையாக எதிர்த்துள்ளார். குரோசியசுக்கு முன்பே பலர் சர்வதேசச் சட்டம் பற்றி கருத்துக்கள் வெளியிட்டிருக்கிறார்கள் என்றும், குரோசியஸ் தனது கருத்தை வெளியிட்ட காலத்தில் அவருக்கு அரசரிடம் இருந்த செல்வாக்கும், அவரது சொந்த நாடான ஹாலந்து அந்தக் காலக் கட்டத்தில் விடுதலை பெற்றதும், நாட்டுணர்ச்சி (Nationality) மிகப் பெரிய மனிதப் பண்பாக அக்காலத்தில் கருதப்பட்டதாலும், குரோசியஸ் இறந்தவுடன் பல பல்கலைக் கழகங்களில் இவரது எழுத்துக்கள் பாடமாகப் போதிக்கப்பட்டதாலும், குரோசியசுக்குச் சர்வதேசச் சட்டத்தின் தந்தை என்ற மரியாதை எதிர்பாராதவிதமாகக் கிடைத்துவிட்டதாக பிரையர்லி கருதுகிறார்.[53]

குரோசியஸின் முரண்பாடுகளை பிரையர்லி வரிசைப்படுத்துகிறார்;

1. நாடுகளைக் கிறித்துவ நாடுகள் என்றும் நாகரிகமற்ற நாடுகள் என்றும் குரோசியஸ் பிரித்தார்.[54]

2. இயற்கை நீதியும் (Law of Nature) நாடுகளுக்கான சட்டமும் (Law of Nation) ஒன்றே என குரோசியஸ் தவறாகப் புரிந்து கொண்டார்.

3. ஒரு நாட்டின் முழு அதிகாரத்திலிருப்பவர் போர் ஆரம்பித்தால் அது நியாயமானதுதான் என்று குரோசியஸ் கருதியது தவறு.[55]

4. குற்றவாளிகளைத் தண்டிக்கவோ, ஒரு மனிதனையோ நாட்டின் ஒரு பகுதியைக் காப்பாற்றுவதற்காகவோ போர் ஆரம்பித்தால் மட்டுமே அது நியாயமான போர் என்கிறார் குரோசியஸ். காரணங்களை வரையறுக்கமுடியாது என்கிறார் பிரையர்லி.

5. தவறு செய்யும் நாட்டைக் (Aggressor) கண்டுபிடித்து பொதுப் பாதுகாப்பு அமைப்பு (Collective Security) மூலம் போரைத் தவிர்க்கலாம் என குரோசியஸ் ஆலோசனை தெரிவித்துள்ளார். தவறு செய்யும் நாட்டை யார் முடிவு செய்வது என்று குரோசியஸ் கூறவில்லை. ஒரு நாடு தவறு செய்ததா இல்லையா என்பதைப் போரிடும் நாடுகளின் மனச் சாட்சியே முடிவு செய்யும் என்று குரோசியஸ் கூறியதையும் புரிந்து கொள்ளமுடியவில்லை என்கிறார் பிரையர்லி.

6. இன்று நடைமுறையிலுள்ள சில சட்டங்கள், குறிப்பாக சர்வதேசக் கடல்கள், உடன்படிக்கைகள், மனித உரிமைகள், போர்க்கால சட்டங்கள் பலவற்றிற்கு குரோசியஸ் தகுந்த சட்ட வரைவுகள் கொடுத்திருந்தாலும் குரோசியஸ் கூறிய பல கருத்துகள் கால வெள்ளத்தில் அடித்துச் செல்லப்பட்டுவிட்டன என்று பிரையர்லி கருதுகிறார்.[56] ஓபன் ஹைம்[57] ஸ்டார்க்[58] போன்ற சர்வதேசச் சட்ட அறிஞர்களும் குரோசியஸ் கருத்துக்கு எதிர்க்கருத்து கூறியுள்ளனர்.

குரோசியஸ் நாடுகளின் சட்டம் (*Jus gentium*) என்று கூறியதைச் சுச்சி (*Zouche*) *(1590 -1660)* என்பார் மறுத்து, நாடுகளிடையே நிலவும் சட்டம் (*Jus intergentes*) என்று மாற்றி இருக்கிறார்.

கிறித்துவ நாடாக இருந்தால் மட்டும் போர் நடக்கும்போது கப்பம் பெற்றுக் கொண்டு போரைக் கைவிடலாம் என்றும், நல்ல நோக்கத்திற்காக ஒரு நாட்டின் தலைவரைக் கொலை கூடச் செய்யலாம் என்று ஹியூகோ குரோசியஸ் கூறியிருப்பது அவருக்கு வழங்கப்பட்ட சர்வ தேசச் சட்டத்தின் தந்தை என்ற தகுதியைக் குறைக்கிறது.[59]

கிரேக்கர்களும், கிரேக்கர் அல்லாதவர்களைக் காட்டு மிராண்டிகளாகவே கருதினர். அறிஞர் கிலன் (*Glahn*) கிரேக்க நாடுகள் தங்களுக்குள் சகோதர பாங்குடன் உறவு வைத்துக் கொண்டாலும் மற்ற நாட்டினரை நாகரிகம் குறைந்தவர்களாகவே கருதினர் என்கிறார். அதுபோல ரோமானியச் சட்டம் தனது குடிமக்களுக்கென்று தனியாகவும் (*Jus civile*) வெளி நாட்டவர்க்கு (*Jus gentium*) என்று தனிச் சட்டமும் கையாண்டன. இதே கொள்கையைத்தான் மற்ற ஐரோப்பிய அறிஞர்களிடமும் காண முடிகிறது. ஆனால், வள்ளுவர் இதற்கு விதிவிலக்காக உள்ளார். வள்ளுவர் நாடுகளுக்குள் பாகுபாடு காட்டாது இன்றுள்ள பல சர்வதேசச் சட்டங்களையும், சட்டக் கருத்துக்களையும் 2000 ஆண்டுகளுக்கு முன்பே கூறியிருக்கிறார். அவரது கருத்துக்கள் இதுவரை எந்த அறிஞராலும் கடுமையாக விமர்சிக்கப் படவில்லை.[60]

வள்ளுவர் சர்வதேசச் சட்டக்கருத்துக்களை சர்வதேசச் சட்டத்தின் தந்தை என்று அழைக்கப்படும் ஹியூகோ குரோசியஸ்ஸிற்குப் பல நூற்றாண்டுகளுக்கு முன்பே கூறியிருக்கிறார். இருந்தாலும் வள்ளுவருக்கு சட்ட வல்லுநர் என்ற உரிய அங்கீகாரம் இதுவரை கிடைக்கவில்லை.

அடிக்குறிப்புகள்

1. ஆர்.எஸ்.தேவர் சர்வதேசச் சட்டம் பக்.6
2. Gerhard Von Glahn Law Among Nations P.47
3. Oppenheim, International Law P.7
4. "We the, people of the UN determined to reaffirm faith in fundamental human rights in the diginity and worth of the human persons in the equal rights of men and women and of Nations large and small."
5. J.G.Starke **Introduction to International Law** P.374
6. JV Chelliah **Pattu Pattu (Ten Tamil idylls)** P.xvi
7. Ibid P.2
8. JV Chelliah **Pattu Pattu (Ten Tamil idylls)** P.16
9. முல்லைப்பாட்டு வரிகள் 55முதல் 60 வரை
10. J.G. Starke **Introduction to International Law** P.549
11. C.Rajagopalachari, **Mahabharatha** P.189
12. M.P.Tandon, **International Law** P.2
13. P.J.Fitzgerald, **Salmond on Jurisprudence** P.321 to 325
14. M.P.Tandon, **International Law** P.2
15. J.G.Starke **Introduction to International Law** P.107
16. Ibid P.129
17. Hans J.Margenthau **Politics Among Nations** P.16
18. "In guarding his subjects (against injury from others) and in preserving them, himself, to punish crime is not a fault in a king but a duty"
19. "For a king to punish criminals with death, is like pulling up the weeds in the green corn"
20. Fiat Justicia perat mindis (Let Justice be done even if the world perish) Herbert Broom, A Selection of Legal Maxims PXVII

21. புற. 72
22. Hans J Margenthau **Politics Amount Nations** P.31
23. தமிழ் இலக்கிய வரலாறு, பக்.91
24. புற. 134
25. Oppenheim, International Law P.697
26. Indian Extradition Act 1962.
27. Act 4. Draft Declaration on the Rights and Duties of States (International Law Commission (1949)
28. "It is (Extradition) founded on the broad Principle that it is in the interest of the civilized communities that enemies should not go unpunished and on that account it is recognised as a part of the comity of Nations that one State should ordinarily afford to another State assistance towards bringing offenders to justice" AIR 1967 SC P 146
29. 124(A)IPC, Art 19(1)(2) of the Indian Constitution and section 3 of the Indian Constitution (Ist Amendment Act) 1951.
30. J.G.Starke Introduction to International Law P.150
31. Ibid P.141
32. *பட்டினப்பாலை (240 முதல் 242 வரை)*
33. *புறப்பொருள் வெண்பாமாலை வரி 173*
34. SEATO PACT, 1954

    ANZUS (Security treaty between the United States of America and New Zealand) 1951, WARSAW PACT, 1955 Joint Defense and Economic cooperation Treaty between the States of the Arab league, 1950
35. மோ.வள்ளுவன் கிளாரன்ஸ் பன்னாட்டுத் தொடர்புகள். பக்.93
36. "Rules followed in India is much more humane and much more elaborate than the rules followed by all nations of

antiquity" P.Bandyopadhaya **International Law and customs in Ancient India** P.6

37. Any examination of Hebrew, Asyrian, Babylonian, Hindu and early Chinese records in the fields of warfare and diplomacy reveals many customs and usages that are still part of the practices of modern States" **G.V.Glahn Law Among Nations** P.41

38. Hans J.Margenthau **Politics Among Nations** P.398

39. "International Law in its origin is essentially a product of Christian civilisation ....May be said to be about 400 years old"

    (Oppenheim International law P.48 and P.72)

40. Modern International Law has its origin in the Europe of the 16th and 17th centuries. Although Communities of States regulated by law had previously existed in Europe (eg. in Greece) and elsewhere (eg. in India) it is, for reasons apparent from subsequent world history, the law created to govern the diplomatic, commercial, military and other relations of the society of Christian States forming the Europe of that time that provides the basis for the present law.

    D.J.Haris, Cases and Materials on International law P.17

41. Dr. Nagendra Singh India and Interantional law P.87

42. "It is better to die in a righteous war than to achieve victory in an unrighteous war" Mahabharath Shanipava 95.17.

43. Timothy Hillier, Public International Law, P.294

44. Dr. Nagendra Singh India and International Law P.26

45. Art 13 C Convention on the Law of the Sea.

46. Dr.Nagendra Singh India and International Law P.140

47. Innocent passage is said to be innocent so long as it is not prejudicial to the peace, good order or security of the coastal state"

Art 14.4 Convention on the law of the sea.

48. C.Rajagopalachari, Mahabharata P.28
49. மா. இராசமாணிக்கம், சோழர் வரலாறு பக்.102
50. Dr.Nagendra Singh India and International law P.234.
51. Ibid P.235
52. முல்லைப் பாட்டு 14
53. "Few books have won so great a reputation as the De jure belli as pacis but to regard its author as the founder of International law is to exaggerate its originality and to do less than Justice to the writers who preceded him. Neither Grotius nor any other single writers can properly be said to have founded the system. The reputation of the book was not wholly due to its own merits though these are great. It was partly due to the time and circumstances of its publication".

    - J.L.Brierly The Law of Nations (E) sir Humphrey waldock P.29

54. "I Saw prevailing throughout the Christian world a licence in making wars of which even barbarous nations should be ashamed" *J.L.Brierly the Law of Nations P.28.*
55. "Grotius was of opinion that one requirement necessary to make a war, lawful was that it should be waged under the authority of one who held supreme power in the state. His treatment of this subject was unsatisfactory and confused." *J.L. Brierly the Law of Nations P.29.*
56. "It is true that some of his(Grotius) doctrines have since become established law. For instance, the doctrine that the open sea cannot be subjected to the sovereignty of any state and many of the temperament of war that he suggested have been incorporated into international law. But if by success is meant that the doctrines of Grotius as a whole were accepted by states and became part of the law which since his time has regulated their relations, then his work was a almost complete failure" *J.L. Brierly the Law of Nations P.33.*

57. "The first step towards making International Law what it is, was taken, not by Grotius but by Gentilis (1552-1608)" Oppenheim, International Law, P.91.

58. "On account of the treatise, Grotius has sometimes been described as the Father of the Law of Nations, although it is maintained by some that such a description is incorrect on the grounds that his debt to the write up of Gentilis is also too evident and that in point of time he followed writers such as Belli (1502-1575) Ayala(1548-1584) and others. Indeed both Gentilis and Grotius owed much to their precursors." J.G. Starke, **Introduction to International Law P.10**

59. Bandyopadhaya International law and customs in Ancient India. P.152

60. திருக்குறளார் வீ.முனிசாமி, உலகப் பொதுமறை திருக்குறள் உரைவிளக்கம் பக்.38

திருவள்ளுவரின் சட்டத் தொகுப்பு முறை

இந்தத் தலைப்பில் திருக்குறளின் சட்டத்தொகுப்புப் பற்றி பொருள் விளக்கம் அளிக்க முயற்சி மேற்கொள்ளப்படுகிறது. திருக்குறளின் எந்த ஒரு இடத்திலும் சட்டம் என்ற கலைச் சொல் காணப்படவில்லை. ஆனால், அறம் என்ற சொல் பயன்படுத்தப்பட்டிருக்கிறது. அறம் தொடர்பான சொற்கள் சட்டத்துடன் தொடர்புடையதாகவும் இருப்பதால் திருவள்ளுவர் அறக்கருத்துக்களைத் தொகுத்திருப்பது சட்டத் தொகுப்பு முயற்சியாக கருதப்பட்டுள்ளது.

வழக்கத்திலிருக்கும் பழக்கங்கள் மட்டும் சட்டமாவதில்லை. அன்றாட வாழ்வில் அனைவரும் மதித்து நடந்து கொள்ளத்தக்க அளவிலும், மக்களை முறைப்படுத்தவும் வழிவகை செய்கின்ற வாழ்க்கை அமைப்பு முறையும் சட்டமாகும். இம்மாதிரியான வாழ்க்கை அமைப்புமுறைதான் திருவள்ளுவர் காலத்தில் இருந்தது என வரலாற்றுச் சான்றுகள் மூலம் நிரூபிப்பது கடினம். இருந்தாலும் வள்ளுவர் தந்துள்ள அறக்கருத்துக்கள் அன்றைய வாழ்க்கை அமைப்பு முறையின் பல வெளிப்பாடுகளாக இருக்கும் என யூகிக்கலாம். திருக்குறளின் அறத் தொகுப்பு முறை சட்டத்தொகுப்பு என்ற கலைச்சொல் மூலமாக விளக்கப்பட்டிருக்கிறது.

இலக்கியங்கள் பல தோன்றிய பின்னரே இலக்கணம் உருவாக்கம் பெறும். அதே போலத்தான் பல சமுதாயக் கடமைகள்

செயலாக்கம் பெறும்போது சிக்கல் ஏற்பட்டால் சட்டத்தை வரையறை செய்ய வேண்டும் என்ற நிலை உருவாகிறது. ஆரம்ப காலத்தில் சட்டங்கள் எழுத்தால் எழுதப்பட்டிருக்கவில்லை. இருப்பினும், சிறு குற்றங்கள் பாதிக்கப்பட்டவருக்குச் சிறிய அளவு துன்பத்தையும், பெருங்குற்றங்கள் பாதிக்கப்பட்டவருக்குப் பெரிய அளவு துன்பத்தையும் தருதலால் சிறு குற்றங்களுக்குச் சிறு தண்டனையும், பெருங்குற்றங்களுக்குப் பெரிய தண்டனையும் வழங்கப்பட்டிருக்கின்றன. உலகம் முழுவதும் இந்த நடைமுறை பின்பற்றப்படுகிறது. அதே போல் அதிக அளவு பாதிப்பு ஏற்படாத மிகச் சிறிய குற்றங்களுக்கு உதாரணமாக நடந்து போகையில் எதிரே வருபவரைத் தெரியாமல் இடித்து விடுதல் போன்ற மிகச் சிறிய குற்றங்களுக்குத் தண்டனை ஒன்றும் இல்லை என்பதை மனு முதலிய நூல்களும் ஆங்கிலேயச் சட்டமும் ஏற்றுக் கொண்டுள்ளன. அற்ப விஷயங்களைச் சட்டம் கணக்கில் கொள்ளாது.[1]

சட்டத் தொகுப்பு என்பது இந்தியாவிலும் தமிழகத்திலும் இருந்துள்ளது. மனு தர்மம் வடபுலத்தில் பெருவாரியான மக்களால் ஏற்றுக்கொள்ளப்பட்ட சட்டத் தொகுப்பாகும். தமிழகத்தில் மனு தர்மம் போன்றோ, உலகின் முதல் சட்டத் தொகுப்பாகக் கருதப்படும் மெசபடோமியா நாட்டின் கி.மு.13-ஆம் நூற்றாண்டு ஹமுராபி (*Hamurabi*) சட்டத் தொகுதி போன்றோ உரோமானிய நாட்டின் ஜஸ்டினியன் (கி.பி.529-544) சட்டத் தொகுப்புப் போன்றோ ஒரு தொகுப்பு இல்லையென்றாலும் நாகரிகமான தமிழ்ச் சமூகம் எழுத்துத் தொகுப்பு இல்லாமலேயே, வாய்மொழியாக, காலங்காலமாக வந்த வழக்கங்களை ஒட்டி, சட்ட முறைமையைக் கொண்டிருந்தது.

அரசின் ஆணையே சட்டம் என்பதைத் தமிழினம் சட்டத்தின் தன்மையாக ஏற்றுக்கொள்ளவில்லை. அதற்குப் பதிலாக, நீதி வழங்குவதற்கு உதவும் கருவியே சட்டம் என்றும், இச்சட்டம் மனிதனின் இயல்பான அறவுணர்வின் பொருட்டு வந்ததாக இருக்க வேண்டும் என்றும் பண்டைய தமிழர் எண்ணினர். உதாரணமாக, கி.மு.7-ஆம் நூற்றாண்டில் ஏதென்ஸ் நகரில் பின்பற்றப்பட்ட டிரேக்கோ (*Draco*) சட்டத் தொகுப்பு சாதாரண திருட்டுக்குக் கூட மரண தண்டனை விதித்ததால் மக்கள் இச்சட்டத்தின் கொடுமை தாங்காது இத்தொகுப்பை நிராகரித்தனர். இந்தியாவில் குறிப்பாகத் தமிழகத்தில் இது போன்ற நிலை என்றும் ஏற்படவில்லை.

அரிஸ்டாட்டில், பிளாட்டோ போன்ற மக்களாட்சித் தத்துவ அறிஞர்களும், மனு, கௌடில்யர், திருவள்ளுவர் போன்ற அறிஞர்களும் சட்டத்தின் தன்மை பற்றி ஒத்த கருத்து கொண்டுள்ளனர். ஜஸ்டினியன், ப்ளாக்ஸ்டோன், சிசரோ போன்ற சட்ட அறிஞர்களும் அறவுணர்வை ஒட்டிய விதிகளே சட்டமாகும் தகுதி படைத்தன எனக் கருதுகின்றனர். ''அறநெறியும் சட்ட நெறியும் ஒன்றோடு ஒன்று தொடர்புடையன. அயலார் மீது அன்பு காட்டு என்பது அறம்.[2] அயலாருக்குத் தீங்கு விளைவிக்காதே என்பது சட்டம்'' என்று ஒரு வழக்கில் சட்டத்தின் தன்மை விளக்கப் பட்டிருக்கிறது. நல்லன செய்து தீமையை ஒதுக்க வேண்டும் என்ற கொள்கையிலிருந்து உருவாக்கம் பெற்றவைதான் எல்லா நெறிகளும் என்கிறார் தாமஸ் அக்வினஸ். வள்ளுவரும் இதையே உணர்த்தியிருக்கிறார்.

அல்லவை தேய அறம்பெருகும் நல்லவை
நாடி இனிய சொலின். (96)

சட்டம் அறத்திலிருந்து கிளைத்தது மட்டுமின்றி அறத்திலேயே ஊன்றி நிற்கின்றது. உதாரணமாக, நீதிமன்றத்தில் சான்று கூற வருபவர் உண்மை பேச வேண்டும் என்பது விதி. இதை உறுதிப்படுத்த, சாட்சியம் உண்மையா பொய்யா என்பதை நிலை நாட்ட, சட்டத்திற்குத் தெரிந்த ஒரே வழி சாட்சியை மதப் புத்தகத்தின் மீதோ அல்லது மனச்சாட்சியை முன்னிறுத்தியோ உறுதிமொழி பெறுவதுதான். சாட்சியம் அளிப்பதில் உண்மையிருக்க வேண்டுமென்றால் சாட்சியம் கூறுபவர் அறநெறியில் இயங்குபவராக இருந்தால் மட்டுமே இயலும். இதிலிருந்து அறம் சட்டத்திற்கு உயிர் கொடுத்தது மட்டுமல்லாமல் அன்றாடம் சட்டத்திற்கு ஆதாரமாகவும் உள்ளது என்பது தெளிவாகிறது.

அறத்திற்கும் சட்டத்திற்கும் சில வேறுபாடுகள் உள்ளன. அவை:

1. அறநெறிகள் எல்லாம் சட்டங்கள் ஆவதில்லை. (உதாரணமாக அன்புடைமை, அருளுடைமை என்பன அறநெறிகள் தாம். அவை இன்று சட்டமல்ல.)

2. அறம் நன்மையைப் பெருக்குகிறது. சட்டம் தீமையை ஒடுக்குகிறது. (தமக்குத் துன்பம் செய்தவருக்கும் நன்மை செய்ய வேண்டும் என்பது அறம். ஆனால் சட்டம் இதைக் கடைபிடிக்கச் சொல்லவில்லை.)

3. அறம் தனி மனிதப் பண்பினை உயர்த்தும் போது சட்டம் சமுதாய நலத்தைக் காக்கிறது.

4. அறம் அறிவுறுத்தும், சட்டம் அச்சுறுத்தும். ''தன்னெஞ்சறிவது பொய்யற்க'' என்பது அறம். பொய்ச்சாட்சிக்கு இந்திய தண்டனைச் சட்டம் தருவது தண்டனை.

5. அறம் சிந்தனையை உயர்த்தும். சட்டம் செயலைத் திருத்தும். மனத்துக்கண் மாசிலானாதல் அறம். குற்றமனச் செய்கையை (*Mens Rea*) தண்டிப்பது சட்டம்.

6. அறநெறி இயல்பாய் எழுதுவது. சட்ட நெறி இயற்றப்படுவது.

7. அறநெறிகள் என்றும் மாறா. சட்ட விதிகள் மாறக் கூடியன. அறமும் சட்டமும் இணையுமிடம் என்று ஒன்று உள்ளது. அறநெறியின் அடிப்படையில் அமைந்து அதன்படி நடக்க வேண்டும் என்ற உணர்வு இயல்பாகவே மனிதர்களுக்கு இருப்பதால், சட்டநெறியையும் சார்ந்து நடக்க வேண்டுமென எழுகின்ற கட்டுப்பாட்டுணர்வே அறமும் சட்டமும் இணைகின்ற இடமாகும்.

நீதி வழங்குதல் என்பது காலங்காலமாக அரசனின் கடமையாக இருந்துள்ளது. இதை முறைசெய்தல் (*Administration of Justice*) என்கிறோம்.

> **''முறைசெய்து காப்பாற்றும் மன்னவன் மக்கட்கு[3]**
> **இறைஎன்று வைக்கப் படும்.'' (388)**

நீதிபதிகள் பொதுமைத்தீங்கு (*Public wrong*) நடந்தவிடத்துத் தவறு செய்தவர்களுக்குக் கண்ணோட்டமில்லாது சரியான தீர்வழி (*remedy*) தர வேண்டும்.

> **ஓர்ந்துகண் ஓடாது இறைபுரிந்து யார்மட்டும்**
> **தேர்ந்துசெய் வஃதே முறை. (541)**

சட்டங்கள் நாளுக்கு நாள் பெருகி வருகின்றன. ஒவ்வொரு விதிமீறலையும் பொருள் வாரியாகப் பிரித்து ஒழுங்குபடுத்துவன சட்டத் தொகுப்புகள் (*Codification*) ஆகும். சட்டத் தொகுப்பு என்பது ஒரு காலக்கட்டத்தோடு வளர்ச்சியின்றிப் போய்விடும் என்று சொல்ல முடியாது. சட்டத் தொகுப்பில் சில நேரங்களில் தெளிவின்மை காணப்படும். சில நேரங்களில் முரண்பாடுகளும் தோன்றிவிடக்கூடும். சில நீதிமன்றத் தீர்ப்புகளினாலும் கூட சட்டத்

தொகுப்பு சில மாற்றங்கள் பெறும். ஆகவே சட்டத் தொகுப்பு என்பது தொடர்ந்து வளரும், மாறும். உதாரணமாக, சர்வதேசச் சட்டம் வழக்கத்தில் இருந்தாலும் சர்வதேசச் சட்டத் தொகுப்பு 18ஆம் நூற்றாண்டின் இறுதியில்தான் அறிஞர் பெந்தாமின் ஆலோசனையின்படி சர்வதேசச் சட்டத் தொகுப்பு உருவாக்கப் பட்டது.

புதிதாக விடுதலை பெறும் நாடுகள் தங்கள் அரசியல் அமைப்பைத் தீர்மானிக்கும் பொருட்டு அரசமைப்புச் சட்டங்களைத் தீர்மானித்துக் கொள்கின்றன. அவ்வாறு வெளிநாடுகளின் நிர்பந்தத்திற்கு அடிபணியாமல் தாங்களே தங்களை ஆளும்முறை வகுத்துக்கொள்வது புதிதாக விடுதலை பெறும் நாட்டின் உரிமையாகும். நமது அரசியலமைப்புச் சட்டம் கூட "இந்திய மக்களாகிய நாம், நமக்கு நாமே அளித்துக்கொண்ட அரசமைப்பு" என்றும், ஐக்கிய நாடுகள் சபையின் சாசனம் (Charter of the United Nations) உலக மக்கள் தங்களுக்குத் தாமே அரசமைப்புமுறை வகுத்துக்கொண்டது என்றும் அறிவோம்.[4] சட்டத் தொகுப்பின் போது, சில விதிகள் கையாளப்பட வேண்டும். அறவிதிகள் சட்டம் என்ற தகுதியை அடைந்தால்தான் சட்டத் தொகுப்பு மக்களுக்குப் பயன்படும்.[5]

சட்டங்களை, தண்டனை முறைச் சட்டங்கள் (Penal Laws), பொருளாதாரச் சட்டங்கள் (Fiscal Laws), மற்றும் நல்வாழ்வுச்சட்டங்கள் (Welfare Laws) என்று பிரிக்கலாம்.

தண்டனைச் சட்டத்தைப் பொறுத்தவரையில் பொருள் அறுதியிட்டுக்[6] கூறப்பட்டிருக்க வேண்டும். பொருளாதாரச் சட்டங்களைப் பொறுத்தவரை ஊகித்தலை முடிந்தவரை தவிர்த்து வாசகங்களின் பொருளை அவ்வாறே ஏற்க வேண்டும். நல்வாழ்வுச் சட்டங்களைப் பொருள் காணும் பொழுது ஊகங்களுக்கும் அனுமானங்களுக்கும் இடமுண்டு.

1. சட்டத் தொகுப்பு நிச்சயத்தன்மை உடையதாக (Certainty)[7] இருக்க வேண்டும். பெரியோர்களின் அறிவுரையின் மூலமாகவும், இயற்கையிலேயே தங்களுக்குள்ள அடிப்படை நற்பண்பின் காரணமாகவும், வழக்கத்தில் உள்ள அறக்கருத்துக்கள் மக்களுக்குத் தெரிந்திருப்பதை உறுதிப்படுத்தும் விதமாகவும் சட்டத் தொகுப்புகள் செய்யப்படல் வேண்டும்.

2. சட்டத் தொகுப்பு ஒருபடித்தாக (Uniformity) இருக்க வேண்டும். சட்டங்கள் ஒரு பகுதி மக்களைப் பாதித்தோ, உயர்த்தியோ, புறக்கணிக்காமலோ இருக்க வேண்டும்.[8]

3. நடுவு நிலைமையுடையதாக (Impartiality) சட்டத் தொகுப்பு இருக்க வேண்டும். அவை சமுதாயக் கூட்டு ஞானத்தில் (Collective Wisdom) விளைந்திருக்க வேண்டும்.

சட்டத் தொகுப்பில் ஒரு பிரிவுக்கும் (Section) மற்றொரு பிரிவுக்கும் முரண்பாடுகள் இருக்கக்கூடா.

பொதுமுறைச் சட்டம் அல்லது இயற்றப்படாத சட்டம் (Common Law or Unwritten Law) என்பது பல நூற்றாண்டுகளாக வழக்கத்தில் உள்ள முன்னுதாரணங்களைப் பின்பற்றி அமைக்கப்பட்டது. அதே போல் ஒரே மாதிரியாக வழக்குகளுக்கு ஒரே மாதிரியான தீர்ப்பு வழங்குவதே சிறந்த வழி.

இதை முன் தீர்ப்பு நெறிக் கோட்பாடு (Doctrine of Precedent)[9] என்பர்.

முன் நெறிக் கோட்பாட்டை பத்தொன்பதாம் நூற்றாண்டு வரை மேலை நாடுகளில் ஏற்றுக்கொள்ளவில்லை. ஒவ்வொரு வழக்கிலும் வழக்கறிஞர்கள் இக்கொள்கையை வலியுறுத்தி நீதி கோரினாலும், நீதிபதிகள் முன் தீர்ப்பு நெறிக்கோட்பாட்டை ஏற்றுக்கொண்டோ பல நேரங்களில் நிராகரித்தோ உள்ளனர். பிரான்ஸ், இத்தாலி, ஜெர்மனி போன்ற ஐரோப்பிய நாடுகளின் முன் தீர்ப்பு நெறிக் கொள்கை இன்னும் வழக்கத்தில் இல்லை என்று பேராசிரியர் மா.சண்முக சுப்ரமணியம் கூறுகிறார். இங்கிலாந்தில் 19-ஆம் நூற்றாண்டில்தான் முன் தீர்ப்பு நெறிக்கோட்பாடு அமுலுக்கு வந்தது. ஆனால் இது என்றென்றும் தமிழகத்தில் சமூக அங்கீகாரம் பெற்று வந்திருக்கிறது.

முன்னுதாரணங்களை ஏற்பது தமிழக வழக்கமாக இருந்துள்ளது. இதை,

ஐந்தவித்தான் ஆற்றல் அகல்விசும்பு ளார்கோமான்
இந்திரனே சாலும் கரி.   (25)

என்ற குறள் விளக்கும்.

சட்ட வளர்ச்சியில் ஒரு புதிய வளர்ச்சியாக தகுமுறைக் கொள்கை[10] (Principle of Equity) ஏற்பட்டது. சட்டத்தின் போக்கு

குற்றவாளியை மிக அதிகமாகத் தண்டித்துவிடும் என்று நீதிபதி கருதினால் சட்ட விதிகளைத் தளர்த்தி நீதி வழங்குவார். இது புதிதாக கைக் கொண்ட கொள்கையாகும். ஆனால் இது சட்ட முறைக்குத் துணையாகச் செயல்படக்கூடியதுதான். இங்கிலாந்தில் பத்தொன்பதாம் நூற்றாண்டிற்குப் பின் பெரிதும் வளர்ச்சியடைந்த இந்த முறை பண்டைய தமிழகத்தில் இருந்ததற்கான சான்றுகள் குறளில் உள்ளன.

> தக்காங்கு நாடித் தலைச்செல்லா வண்ணத்தால்
> ஒத்தாங்கு ஒறுப்பது வேந்து.   (561)

என்று சொன்ன வள்ளுவர் சட்டத்தின் போக்கு குற்றவாளியை மிக அதிகமாகத் தண்டிக்கக்கூடாது என்கிறார்.

> கடுமொழியும் கைஇகந்த தண்டமும் வேந்தன்
> அடுமுரண் தேய்க்கும் அரம்.   (567)

இக்குறள் மூலமும், கீழ்வரும் குறள் மூலமும் வள்ளுவர் தகுமுறைக்கொள்கையை வலியுறுத்துகிறார் என்பது நன்கு விளங்குகிறது.

> கடிதுஓச்சி மெல்ல எறிக நெடிதுஆக்கம்
> நீங்காமை வேண்டு பவர்.   (562)

நீதிபதிகள் எழுதப்பட்ட சட்டத்திலிருந்து, நீதியின் பொருட்டுச் சற்றே விலகிச் சென்று நியாயம் தர வள்ளுவர் இரண்டாயிரம் ஆண்டுகளுக்கு முன்பு அனுமதித்திருப்பதை பத்தொன்பதாம் நூற்றாண்டில்தான் இங்கிலாந்தில் அமலாக்கம் செய்திருக்கின்றனர். நீதிபதிகளுக்குக் கருத்துச் சுதந்திரம் வழங்கிய திருவள்ளுவரின் கருத்தும் பேராசிரியர் டைசி,[11] அறிஞர் சால்மன்டு[12] ஆகியோர்களின் கருத்தும் இணையானவை.

புறவுரை (obiterdicta) என்பது தீர்ப்பு வழங்கும் போது தீர்ப்பிற்கு மிக அவசியத் தேவையாக இல்லாமலும், அதே சமயம் முற்றும் தேவையற்றது என்று எண்ண முடியாத வகையிலும், தீர்ப்பை விளக்கும் விதமாக நீதிபதி சில உதாரணங்களோடு தீர்ப்பில் எழுதுவார். இப்படிப்பட்ட செய்திகளைப் புறவுரை என்கிறோம்.

> இகழ்ச்சியிற் கெட்டாரை உள்ளுக தாம்தம்
> மகிழ்ச்சியில் மைந்துறும் போழ்து.   (539)

என்கிறார் வள்ளுவர். இது திருவள்ளுவரின் புறவுரைக்கு ஓர் உதாரணம்.

சட்டத் தொகுப்பில் வழக்கு நெறிக்கு (Customary Law) முக்கிய இடமுண்டு. வழக்க நெறி மீறுபவர்களுக்குத் தண்டனை என்பது உலகம் முழுவதும் பின்பற்றும் முறை. பரிமேலழகர் உரையில் ''தண்டமாவது அவ்வொழுக்க நெறியினும் வழக்கு நெறியினும் வழீஇனாரை அந்நெறி நிறுத்தற் பொருட்டு ஒப்ப நாடி அதற்குத் தக ஒறுத்தல்'' என்று கூறுவது, வழக்கத்தை (Custom) மீறக் கூடாது என்பதற்காகத்தான்.

வழக்குநெறி சட்டத்தின் ஆதாரமாகவும் தோற்றுவாயாகவும் இருக்கின்றது.[13] வழக்கம் பகுதிக்குப் பகுதி மாறுபடும் போது அது தொடர்பான சட்டங்களும் மாறுபடுகின்றன. உதாரணமாக, கேரளத்தில் இந்துக்களுக்குப் பொருந்தும் ''மருமக்கள் தாய'' முறை தமிழகத்தில் இல்லை.

சமூகத்தில் நிலவும் வழக்க நெறிகள் அனைத்தும் நீதிமன்றத்தால் ஏற்கப்படுவதில்லை. அறிவுக்கு உகந்ததாய்,[14] வன்முறையை மக்கள் மீது திணிக்கப்படாததாய், நீண்ட காலமாய், தொடர்ந்து கடைப்பிடிக்கப்பட்டதாய் ஏற்கனவே இயற்றப்பட்ட சட்டங்களோடு முரண்படாததாய், எல்லோரும் அறிந்த நெறியுடையதாய் இருப்பது வழக்க நெறி (Custom) எனப்படும்.

சட்டத் தொகுப்புகள் தொகுக்கப்படுவதற்கு முன்பு சட்ட நூல்கள் இருந்திருக்க வேண்டும். அச்சிட்ட நூல்களில் சட்டத்தின் வரலாறு, வளர்ச்சி, தீர்ப்பு நெறி, சமுதாயப் பின்னணி முதலியன இருக்க வேண்டும். உதாரணமாக, இங்கிலாந்தில் தீங்கியல் (Law of Torts) பற்றி போலக் (Pollock), சால்மண்ட் (Salmond) போன்ற அறிஞர்களின் கருத்துகள்தாம், பின்னாளில் சட்டத் தொகுப்பாக வெளிவந்தன. இவ்வாறு சட்ட நூல்கள் எழுதும் போது நடுவுநிலையோடு நூல் எழுதப்பட்டிருக்க வேண்டும். நூலாசிரியர்கள் நீதிபதிகளைப் போல நடுநிலையைக் கைக் கொண்டால்தான் இப்பணியில் சிறப்பு எய்த முடியும்.[15]

1. திருவள்ளுவர் காலத்திற்கு முன்பே, அறம் பற்றிய பேசிய நூல்கள் இருந்திருக்க வேண்டும் என்பது கீழ்வரும் குறட்பாக்கள் மூலம் தெரிய வருகிறது.

மதிநுட்பம் நூலோடு உடையார்க்கு அதிநுட்பம்
யாவுள முன்நிற் பவை.   (636)

நூலாருள் நூல்வல்லன் ஆகுதல் வேலாருள்
வென்றி வினையுரைப்பான் பண்பு.   (683)

வாளொடென் வன்கண்ணர் அல்லார்க்கு நூலொடென்
நுண்அவை அஞ்சு பவர்க்கு.   (726)

உயர்வகலம் திண்மை அருமைஇந் நான்கின்
அமைவரண் என்றுரைக்கும் நூல்.   (743)

அரங்கின்றி வட்டாடி யற்றே நிரம்பிய
நூலின்றிக் கோட்டி கொளல்.   (401)

விலங்கொடு மக்கள் அனையர் இலங்குநூல்
கற்றாரோ டேனை யவர்.   (410)

அந்தணர் நூற்கும் அறத்திற்கும் ஆதியாய்
நின்றது மன்னவன் கோல்.   (543)

ஆபயன் குன்றும் அறுதொழிலோர் நூல்மறப்பர்
காவலன் காவான் எனின்.   (560)

ஒற்றும் உரைசான்ற நூலும் இவையிரண்டும்
தெற்றென்க மன்னவன் கண்.   (581)

2. வள்ளுவர் காலத்தில் தொகுப்பு முறை இருந்தது என்பதற்கு அகச்சான்று உள்ளது.

பகுத்துண்டு பல்லுயிர் ஓம்புதல் நூலோர்
தொகுத்தவற்றுள் எல்லாம் தலை.   (322)

3. சட்டத் தொகுப்பின்போது சமநிலையில் உள்ளவர்களைச் சமமாகப் பாவிக்க வேண்டும். ''சமநிலையில் உள்ளவர்களை சமமாகப் பாவிக்காததும், சமநிலையில் இல்லாதவர்களைச் சமமாகப் பாவிப்பதும் தவறு'' என மாரிஸ் கின்ஸ்பர்க்[16] என்ற அறிஞர் கூறுகிறார். இக்கருத்தும் திருவள்ளுவர் வெளியிட்ட கருத்துதான்.

தகுதி எனவொன்று நன்றே பகுதியால்
பாற்பட் டொழுகப் பெறின்.   (111)

4. குற்றத்தின் தன்மை, குற்றவாளியின் மனநிலை, குற்றவாளியின் நோக்கம் ஆகியவற்றைக் கருத்தில் கொண்டுதான் தண்டனை வழங்க வேண்டும் என்று உலகில் தோன்றிய அனைத்துச்

சட்ட வரைவாளரும் கருதுகின்றனர். இக்கருத்தும் வள்ளுவர்க்கு உடன்பாடே.

தக்காங்கு நாடித் தலைச்செல்லா வண்ணத்தால்
ஒத்தாங் கொறுப்பது வேந்து. (561)

5. சட்டத் தொகுப்பின்படி ஒருவர் செய்யும் செயல்கள் அனைத்திற்கும் செயல் செய்தவரையே பொறுப்பாக்குகிறது. ஒருவர் பிறருக்குத் தீங்கு செய்தால் அதற்குரிய தண்டனையை பெற்றே ஆக வேண்டும். இதைப் பொறுப்படைவு *(Criminal Liability)* என்று கூறுவர்.

மறந்தும் பிறன்கேடு சூழற்க சூழின்
அறஞ்சூழும் சூழ்ந்தவன் கேடு. (204)

தீயவை செய்தார் கெடுதல் நிழல்தன்னை
வீயா தடியுறைந் தற்று. (208)

6. குற்றமனமும் குற்றச் செயலும் இணையும் போது குற்றம் நடைபெறுகிறது. குற்றவியலில் மனத்தின் பங்கு மிக அதிகமாக இருப்பதாக மனவியல் அறிஞர்கள் கருதுவர். வள்ளுவர் ''மனத்துக் கண் மாசு இலனாதலே அறன்'' என்று கூறுவது நோக்கத்தக்கது.[17]

எனைத்தானும் எஞ்ஞான்றும் யார்க்கும் மனத்தானாம்
மாணாசெய் யாமை தலை. (317)

மனத்தொடு வாய்மை மொழியின் தவத்தொடு
தானஞ்செய் வாரின் தலை. (295)

மனநலம் நன்குடையார் ஆயினும் சான்றோர்க்கு
இனநலம் ஏமாப் புடைத்து. (458)

7. ஒரு குற்றச் செயலை, எவ்வளவு நல்ல நோக்கத்திற்காகச் செய்தாலும் அது தண்டனைக்குரியதே.

ஈன்றாள் பசிகாண்பாள் ஆயினும் செய்யற்க
சான்றோர் பழிக்கும் வினை. (656)

8. சட்டத்தால் செய்யக்கூடாது என்ற தடுக்கப்பட்ட செயல்களைச் செய்தாலும் குற்றம்.[18] அதேபோல சட்டத்தில் செய்க என்று விதித்த செயல்களைச் செய்யாமல் விட்டாலும் குற்றம். இதையே இயங்காச் செயல் *(Negative Act or Act of Omission)* என்றும் ''இயங்கும் செயல்'' *(Positive Act or Act of Commission)* என்றும் சட்ட அறிஞர் சொல்லுவர். இப்பிரிவும் தமிழர்க்குப் புதிது அன்று.

நல்லது செய்தல் ஆற்றீராயினும்
அல்லது செய்தல் ஒம்புமின் (புறநானூறு)

திருவள்ளுவர் இக்கருத்தைத் 'தெரிந்து செயல்வகை' என்ற அதிகாரத்தில் கூறுகிறார்.

செய்தக்க அல்ல செயக்கெடும் செய்தக்க
செய்யாமை யானும் கெடும். (466)

அறத்தினூஉங் காக்கமும் இல்லை அதனை
மறத்தலின் ஊங்கில்லை கேடு. (32)

9. ஒரு செயல் குற்றமாவதற்கு 4 நிலைகளைக் கொண்டிருக்க வேண்டும்.[19]

1. மனத்தில் நினைத்தல் *(Intention)*
2. அதற்கான முன்னேற்பாடு *(preparation)*
3. முயற்சி *(Attempt)*[20]
4. முடிவு *(Completion)*

இந்தியத் தண்டனைச் சட்டம் பிரிவு 511, முதல் நிலையை தண்டனைக்குரியதாகக் கருதவில்லை. இரண்டு, மூன்று, நான்காவது நிலைகளுக்குத் தண்டனை வேறுபடும். வள்ளுவர் ஒருபடி மேலே சென்று தவறு செய்ய எண்ணினாலே, அதாவது, முதல் நிலையில் இருப்போருக்கு தீமை விளையும் என்கிறார். இயேசு கிருஸ்துவிற்கும் இக்கருத்து உடன்பாடு உடையதுதான்.[21]

உள்ளத்தால் உள்ளலும் தீதே பிறன்பொருளைக்
கள்ளத்தாற் கள்வேம் எனல். (282)

எண்ணத்தால் மட்டுமே எவரும் தண்டனை பெறுவதில்லை. *(Cogitationis poenam nemo meretur)* என்பது இலத்தின் சட்ட வாசகம். இது வள்ளுவர் ஏற்கவில்லை.

10. இக்கட்டான நிலையில் *(jus necessitatis)* சட்டத்தை மீறலாம் என்பது சட்டம் *(Necessity knows no law)*. திருவள்ளுவர் இதை ஏற்கவில்லை. எந்த சூழ்நிலையிலும், எந்த இக்கட்டிலும் சட்டத்தை மீறக்கூடாது எனக் கருதுகிறார்.

ஈன்றாள் பசிகாண்பாள் ஆயினுஞ் செய்யற்க
சான்றோர் பழிக்கும் வினை. (656)

என்பது வள்ளுவர் கருத்து.

இக்கட்டான நிலையில் சட்டம் மீறப்படுவது வெளிநாடுகளில் குற்றமாகக் கருதப்படுவதில்லை. உதாரணமாக ஒரு நிகழ்ச்சியில் கப்பல் கவிழ்ந்து இருவர் மட்டுமே தப்பிக்கின்றனர் என வைத்துக் கொள்வோம். அப்போது, மிதப்புக்கட்டை ஒன்று கிடைக்கிறது. அதை ஒருவர் தான் பயன்படுத்த முடியும் என்ற நிலையில் யாரால் மிதப்புக் கட்டை ஏகபோகமாகக் கொள்ளப்படுமோ அவர் மட்டுமே தப்பிப்பார். இந்த நிலையில் கடலில் மூழ்கியவரை, தப்பித்தவர்தான் கொலை செய்தார் எனக் கருத முடியாது. எனினும் அவர் தவறே செய்யவில்லை என்றும் சொல்லமுடியாது. இக்கோட்பாட்டில் நீதிபதி காலரிட்ஜ் (Coleridge) கொடுத்த தீர்ப்பு முக்கியமானது.

கப்பல் ஒன்று கடலில் மூழ்கிய போது ஒரு சிறுவனும் இரு மாலுமிகள் மட்டுமே உயிர்த் தப்பி, ஒரு சிறு படகில் 8 நாட்கள் உணவின்றிப் பயணம் செய்து கொண்டிருந்தனர். பசியின் கொடுமை தாங்காது தங்கள் உயிரைக் காப்பாற்ற சிறுவனைக் கொன்று அந்த இறைச்சியில் இரு மாலுமிகளும் உயிர் வாழ்ந்தனர். பின்பு கரை சேர்ந்தபோது கொலைக் குற்றம் சுமத்தப்பட்டு இருவருக்கும் மரண தண்டனை விதிக்கப்பட்டது. வழக்கை விசாரித்த நீதிபதி காலரிட்ஜ் தனது தீர்ப்புரையில் "ஒழுக்கமும் சட்டமும் ஒன்றல்ல என்றாலும், ஒழுக்கத்திலிருந்து சட்டத்தை முழுவதுமாகப் பிரித்துவிட்டால் பெருந் தீங்கு விளைவதாகும். இந்த வழக்கில், தம் உயிரைக் காத்துக் கொள்ள, பிறரது இன்னுயிர் நீக்கிய வினை கொலைக் குற்றமாகாது என்று தீர்ப்பளித்துவிட்டால், அது அறவொழுக்கத்தை மறந்த தீர்ப்பாகிவிடும். வழக்கிலே குற்றவாளிகள் இழைத்த செயல் மிருகத்தனமானது என்று கூறுவதற்கில்லைதான். ஆயினும், அது குற்றமற்றது எனக் கொண்டோமானால் கொடுங் குற்றங்கள் இழைப்பதற்கு இடம் கொடுப்பதாகிவிடும்."[22]

இதை வள்ளுவர் கருத்தோடு ஒப்பிட்டுப் பார்க்கும் பொழுது வள்ளுவர் நீதிபதி காலரிட்ஜ் தீர்ப்பு எழுதுவதற்கு 19 நூற்றாண்டுகளுக்கு முன்பே இக்கட்டான நிலையில் எழும் உரிமைக்கு (sub necessitatis) விளக்கம் சொல்லியது தெரிகிறது.

தன்னுயிர் நீப்பினுஞ் செய்யற்க தான்பிறிது
இன்னுயிர் நீக்கும் வினை.   (327)

திருக்குறள் உள்ளிட்ட எந்தப் பண்டைய இலக்கியத்திலும் 'சட்டம்' என்ற வார்த்தை பயன்படுத்தப்படவில்லை. ஆனால்

'சட்டம்' என்ற சொல் இன்று எதைக் குறிக்கிறதோ அதை அறம் என்ற சொல்லால் குறித்தனர்.

இம்மைச் செய்தது, மறுமைக்கு ஆம்எனும்
அறவிலை வணிகன் ஆய்அலன்.[23]

அறத்தான் வருவதே இன்பமற் றெல்லாம்
புறத்த புகழும் இல.   (39)

சமுதாய அறத்தினைக் குறிக்கோளாகக் கொண்டே எந்த நாட்டு அரசமைப்புச் சட்டமும் இயங்கும். அரசமைப்பின் முகப்புரையாக அறிஞர் கெல்சன்[24] "எது நீதி?" என்ற புத்தகத்தில் சமுதாய மக்களின் இன்றியமையாத் தேவைகளான உண்டி, உடை, உறையுள் நிறைவு செய்யப்பட்டால்தான் அது சமூக இன்பத்திற்கான அறம் எனப்படும் என்று கூறியதை 18 நூற்றாண்டுகளுக்கு முன்பே மணிமேகலையில் சீத்தலைச் சாத்தனார் கூறியிருக்கிறார்.

"அறம் எனப்படுவது யாது? எனக் கேட்பின்
மறவாது இது கேள் மன்உயிர்க்கு எல்லாம்

உண்டியும் உடையும் உறையுளும் அல்லது
கண்டது இல்…"[25]

சட்டத்தில் முரண்பாடுகளுக்கோ தெளிவின்மைக்கோ இடம் தரக் கூடாது.

உதாரணமாக, வாய்மை என்ற அதிகாரத்தில் 'நிலைபெற்ற பொருளாக ஆய்ந்தறிந்தவற்றுள் யாதொரு வகையிலும் மெய்மையை விடவும் சிறந்த பொருள் வேறில்லை' என்ற கருத்தை வள்ளுவர்,

யாம்மெய்யாக் கண்டவற்றுள் இல்லை எனைத்தொன்றும்
வாய்மையின் நல்ல பிற.   (300)

எனக் கூறியுள்ளார்.

கொல்லாமை என்னும் அதிகாரத்தில் வாய்மையைவிடச் சிறந்தது கொல்லாமை என்ற பொருளில் அறங்களெல்லாவற்றிலும் தனிச்சிறப்புடையது கொல்லாமை ஆகும். அதற்குப்பின் சிறந்தது பொய்யாமையாகும் எனக் கூறியுள்ளார்.

ஒன்றாக நல்லது கொல்லாமை மற்றுஅதன்
பின்சாரப் பொய்யாமை நன்று.   (323)

இவ்வாறு கூறுவதிலிருந்து வள்ளுவர் எதைச் சிறந்தது எனக் கொள்கிறார் என்பதில் முரண்பாடு கொள்வதாகக் கூறுவர். கொல்லாமை என்ற குறளில் இப்புதிருக்கு வள்ளுவர் விடை வைத்திருக்கிறார் எனத் தெரிகிறது. கொல்லாமை அதிகாரத்தில் கொல்லாமையை வாய்மையைவிடச் சிறந்தது என்று கூறிய குறளுக்கு அடுத்த குறளிலேயே,

நல்லாறு எனப்படுவது யாதெனின் யாதொன்றும்
கொல்லாமை சூழும் நெறி   (324)

நல்ல வழி என்று அற நூல்களால் சொல்லப்படுவது எது என்றால் எந்த உயிரையும் கொல்லாத அறத்தைப் போற்றும் நெறியாகும் என்று புதிருக்குப் பதில் வைத்திருக்கிறார்.

தமது கருத்துப்படி, வாய்மை அனைத்து அறத்தைவிடச் சிறந்தது என்று நம்பினாலும், அற நூல்கள் கொல்லாமைக்கே முதலிடம் தருகின்றன என்று வள்ளுவர் கருதுவதாகக் கொள்ளலாம். இவ்வாறு கருதினால் வள்ளுவர் முரண்பாடு அற்றவர் என்று விளங்கும்.

கள் குடித்தல், புலால் உண்ணல், திருடுதல், வரைவின் மகளிர் விழைதல் போன்ற சமூக அல்லல்களுக்கு முதன்முதல் மாற்றுக் கருத்து கூறியது வள்ளுவர்தான்.

அதிகபட்ச மக்களுக்கு அதிகபட்ச நன்மை வழங்கவும், சமுதாயப் பயன்பாட்டிற்காகவும் எழுதப்படா நடைமுறைகள், வழக்கங்கள், சட்டம் ஆகின்றன என்ற அறிஞர் பெந்தாம் கருத்தை உலகம் ஏற்றுக் கொண்டுள்ளது.

சட்டம் இயற்றும் அமைப்பிற்குப் பொதுப்பயனே குறிக்கோள். இதைக்கருத்தில் கொண்டே சட்டம் உருவாக்கப்படுகிறது. பொதுப்பயனை வெளிப்படுத்தும்போது மக்களின் வளர்ச்சித் திட்டங்கள் சம்பந்தப்பட்டது என்றால் சட்டத்திற்கு ஊறுவிளைவிக்கா வண்ணம் தாராளமாகச் சட்டச்சொற்களுக்குப் பொருள் கொள்ளுதலும், தண்டனை சம்பந்தப்பட்ட சட்டமென்றால் இலக்கணம் மீறாமல் சட்டச்சொற்களைப் பொருள் கொள்ளுதலும் வேண்டும். திருக்குறள் இரண்டு கொள்கைகளையும் கடைப்பிடிக்கிறது.

சட்டத் தொகுப்பில் பின்பற்றப்பட வேண்டியவை

1. சொற்கள், சொற்றொடர்கள் ஐயத்திற்கிடமின்றி அமைக்கப்பட்டிருக்க வேண்டும்.[26] (உதாரணமாக, தெருவில் பிச்சை எடுப்பவரும் பொதுக் காரியத்திற்காகத் தெருவில் உண்டியல் ஏந்துபவரும் வேறுபடுத்திக் காண்பிக்கப்பட வேண்டியவர்கள்.)

2. சொற்கள் சட்டம் இயற்றப்பட்டபோது என்ன பொருள் கொண்டிருந்ததோ அதையே கொள்ளவேண்டும். (உதாரணம் - அத்து மீறுபவர் (trespasser) என்பது பதினான்காம் நூற்றாண்டில் அனைத்துக் குற்றவாளிகளையும் குறிக்கும். இப்போது ஒருவர் சொத்தில் அத்துமீறிப் பிரவேசிப்பவரை மட்டுமே இது குறிக்கும்.)

3. சட்டப்பிரிவுகள், ஒன்றுக்கு மேற்பட்ட பொருள் தருவனவாக இருந்தால் அவை ஒவ்வொன்றின் விளைவுகளையும் கருத்தில் கொள்ளுதல் வேண்டும். (உதாரணம் - சிறையிலிருந்து தப்பிப்பது குற்றம் ஆகும். தீப்பிடிக்கும்போது சிறையிலிருந்து தப்பிப்பது தவறாகாது.)

4. சட்டத்தொகுப்பில் சேராதவற்றுக்கு வழமைச் சட்டம் (Customary Law) பின்பற்றப்பட வேண்டும்.[27]

5. சட்டத்தொகுப்பில், சட்டத்தைப் பயன்படுத்தும் நீதிபதிக்கு, தேவைக்கு அதிகமான அதிகாரங்கள் (discretion) கொடுக்கக் கூடாது.

6. தண்டனைகளுக்கு முன்கூட்டியே ஆளுகை (Retrospective effect) தரக் கூடாது.

7. ஒரே சட்டத்தின் இரு பிரிவுகளுக்குள் முரண்பாடு இருக்குமானால் சூழ்நிலையை வைத்து வெவ்வேறு பொருள் கொள்வதாகக் கொள்ள வேண்டும்.

8. இருசட்டங்களுக்குள் முரண்பாடு இருக்குமானால் முதலில் வந்த சட்டத்தை இரண்டாவதாக வந்த சட்டம் நீக்கிவிட்டதாகக் கருதப்பட வேண்டும்.

9. சட்டத்தில் இலக்கிய மொழியைத் தவிர்த்து, எளிய மொழியில், நீளமான சொற்றொடர்களைத் தவிர்த்து, தெளிவு தரும் சொற்கள் இடம் பெறல் வேண்டும்.

10. ஒரே சொல்லைத் தேவையில்லாமல் திரும்பத் திரும்பப் பயன்படுத்தக் கூடாது.

11. சட்டத்திற்குப் பொருத்தமான தலைப்புத் தர வேண்டும். மேற்கோள் காட்டுவதற்கு இது பயன்படும்.

12. ஒரு பொருளைக் குறிக்கும் செய்திகளனைத்தும் ஒரே அத்தியாயத்தின் கீழ் அமைக்கப்பட வேண்டும்.

13. விதிவிலக்குகள் அதிகாரத்தின் இறுதியில் வர வேண்டும்.

14. சொல்ல வந்த பொருளை ஐயந்திரிபுகளுக்கு இடமின்றியும் முழுமையாகவும் எந்தச் சொல் அல்லது சொற்றொடர் கூறவல்லதோ அதுவே சட்டமொழியில் இடம் பெறுதல் வேண்டும். இக்கருத்தை வள்ளுவர் போல் வலியுறுத்தியவர் யாரும் இல்லை.

சொல்லுக சொல்லைப் பிறிதோர்சொல் அச்சொல்லை
வெல்லுஞ்சொல் இன்மை அறிந்து. (645)

என்ற குறளைச் சட்டம் இயற்றுவோர் நினைவில் கொண்டு சட்டமியற்றல் வேண்டும். சட்ட வல்லுநர்கள் சொல் திறத்தையும், பொருட் செறிவின் அருமையும் உணர்ந்தவர்களாக இருத்தல் வேண்டும்.

15. உவமான விளக்கங்களுக்கும் உணர்ச்சி வெளிப் பாட்டிற்கும் சட்ட வரைவில் இடமில்லை. ஆனாலும் தெளிவின் பொருட்டுத் தேவைப்படும் இடங்களில் விளக்க மாதிரிகள் *(illustrations)* தரப்படலாம்.[28]

வெளிநாட்டுச் சட்டத் தொகுப்புகளைப் பார்க்கும் பொழுது அவை திருக்குறளுடன் ஒப்பிடத்தக்கனவாகத் தெரிகின்றன. ஹமுராபி சட்டத் தொகுப்பில் நிலம், கால்நடைகள் போன்றவற்றை அரசனைப் போன்றே உயர் வகுப்பினர் மட்டும் வைத்துக் கொள்ளலாமென்றும் தங்கள் கட்டுப்பாட்டிலுள்ள அடிமைகளை, சொத்துக்களை தங்கள் விருப்பப்படிக் கையாளலாம் என்றும் அனுமதியளிக்கப்பட்டது. இத்தொகுப்பு முக்கியமாக சொத்து, வணிகம், வேளாண்மை, ஒப்பந்தம், திருமணம், வழக்குகள் ஆகியவற்றை ஒழுங்குபடுத்தியது. ஹமுராபி சட்டத்தொகுப்பில் மதகுருக்களுக்கு நீதிமன்றத்தில் அதிகச் செல்வாக்கு இருந்தது. குற்றவாளியை நீதிமன்றத்தில் விசாரிக்கும் போது கடுமையான முறை கடைபிடிக்கப்பட்டது. அறிவிற்குப் பொருந்தாதவாறு நீதி கேட்டு வந்தவர்களை யுத்தம் செய்யச் சொல்லும் தீர்வு முறையும் *(Trial by ordeal)* ஹமுராபி தொகுப்பில் கடைப்பிடிக்கப்பட்டது.

எகிப்தியச் சட்டத்தொகுப்பு சொத்துரிமையை அனைத்து குடி மக்களுக்கும் சமமாக வைத்ததோடு மட்டுமல்லாமல் அதிக கெடுபிடி இன்றி அந்நாட்டு நீதிமன்றங்கள் விசாரணையை நடத்தின. எகிப்திய சட்டத் தொகுப்பும் ஹமுராபி சட்டத் தொகுப்பைப் போலவே மதகுருமார்களைக் கொண்டு நீதி பரிபாலனம் செய்ய வழிவகுத்தது.

மனு, கௌடில்யர்களின் தொகுப்புகளில் மதத்தலைவர் களுக்கு முக்கியத்துவம் கொடுக்கப்பட்டது. திருவள்ளுவர் ஒருவர் மட்டும் மாறுபட்டு இன்றைய சட்ட முறை எவ்வாறு மதத்தின் பிடியில் இல்லாமலிருக்கிறதோ அதே வழிமுறையைக் கைக்கொண்டிருக்கிறார்.

நீதிவழங்குதலில் மதம் தலையிடாக் கொள்கையை வள்ளுவர் வலியுறுத்துகிறார். நீதித்துறையையும் மதத்தலைவர்களையும் இணைத்து வள்ளுவர் எங்குமே பேசவில்லை.

சட்டத்தொகுப்பை ஒருவர் ஏற்று கொண்டாலும், அடுத்தவர் குறை கூறுவதாக இருக்கும். உதாரணமாக, ப்ளாக்ஸ்டேன் (*Block stone*) என்ற கேம்பிரிட்ஜ் பல்கலைக்கழக சட்டப் பேராசிரியர் இங்கிலாந்தின் மரபுவழிச் சட்டம்தான் உலகிலேயே சிறந்தது, இந்த சட்ட அமைப்பை மிஞ்சக்கூடிய எந்த அற நெறிச்சட்ட அமைப்பும் உலகில் இல்லை என்று கூறினாலும், அவரது மாணவரும் பிற்காலத்தில் மிகப் பெரிய சட்ட அறிஞராக உருவெடுத்தவருமான பெந்தாம் (*Bentham*) தமது ஆசிரியர் கருத்தை வன்மையாகக் கண்டித்துள்ளார்.[29] அதே போல் ஆசிரியர் பிளாட்டோவிற்கு மாணவர் அரிஸ்டாட்டில் எதிர் கருத்து சொன்னார். சர்வதேசச் சட்டத்தின் தந்தை எனப்படும் குரோசியஸ்ஸை எதிர்த்து கருத்துச் சொன்ன பென்தாம் உட்பட பல சர்வதேச சட்ட அறிஞர்களும் உண்டு. ஆனால் சட்டத் தொகுப்பு செய்துள்ள திருவள்ளுவரின் கருத்துகளுக்கு யாரேனும் எதிர்கருத்து தெரிவித்திருக்கிறார்களா என்பது ஆராயப்பட வேண்டிய ஒன்று.

சட்டக் கோட்பாட்டிற்கு அடிப்படை பொது நலன்தான் என்பதையும், அதிகபட்ச மக்களுக்கு அதிகப்பட்ச நன்மை தரக்கூடிய வழக்கங்களே சட்டமாகும் தகுதி பெற்றன என்கிறார் பென்தாம்[28] (*greatest happiness of the greatest number*). பின்னாளில் ஜே.எஸ்.மில், இக்கொள்கையை விரிவுபடுத்திப் பயன்பாட்டு (*Utility*) கொள்கை[31] என்ற ஒன்றை உருவாக்கினார். இதுவே வள்ளுவர் கருத்துமாம்.

ஊருணி நீர்நிறைந் தற்றே உலகவாம்
பேரறி வாளன் திரு. (215)

பயன்மரம் உள்ளூர்ப் பழுத்தற்றால் செல்வம்
நயனுடை யான்கண் படின். (216)

நீர் நிறைந்த குளம் போன்றும், ஊர் நடுவே இருக்கின்ற பழம் தரும் மரம் போன்றும் பிறருக்குப் பயன்படும் வாழ்வு அமைதல் வேண்டும் என்று வள்ளுவர் 'ஒப்புரவு அறிதல்' அதிகாரத்தில் விளக்கியுள்ளார். பென்தாம், ஜே.எஸ்.மில் ஆகியோரின் கொள்கைகளுக்கு முன்னோடியாக வள்ளுவர் உள்ளார்.

ஒவ்வொரு சட்டமும் மனித உரிமையைக் கட்டுப் படுத்துகின்றது. இக்கருத்தை பென்தாம் கொண்டுள்ளார். ஒவ்வொரு சட்டமும் மனித உரிமையில் ஒரு தடை. இது ஒரு தீமை என்றாலும் பெரும் தீமையை அடக்க இச்சிறு தீமையை அனுமதித்துத்தான் ஆக வேண்டும். முடிந்தவரை சட்டமில்லாமலும், முடியாதபோது சட்டமும், சமுதாய நலனைப் பேணுகின்றன.

மறந்தும் பிறன்கேடு சூழற்க சூழின்
அறஞ்சூழும் சூழ்ந்தவன் கேடு. (204)

தீப்பால தான்பிறர்கண் செய்யற்க நோய்ப்பால
தன்னை அடல்வேண்டா தான். (206)

தீயவை செய்தார் கெடுதல் நிழல்தன்னை
வீயா தடியுறைந் தற்று. (208)

அருங்கேடன் என்ப தறிக மருங்கோடித்
தீவினை செய்யான் எனின். (210)

என்றே வள்ளுவர் கூறியுள்ளார்.

சட்டத் தொகுப்பிற்கு உட்படாத எத்தனையோ பொருள்கள் இன்னும் உள்ளன. உதாரணமாக, செய் நன்றி மறத்தல், பிறருக்கு உதவி செய்ய மறுத்தல், ஆண்களை வருத்தும் பாலியல் குற்றங்கள் (இது இல்லையென்று சொல்ல முடியாது) ஆகியன சட்டத்தால் இன்று வரை கண்டிக்கப்படவில்லை. இவை போன்ற விடுதல்கள் மத ரீதியாகவும் காணப்படுகின்றன. கிறித்துவத்தில் 10 முக்கிய கட்டளைகள் (Ten commendments)[32] உள்ளன. இவை அனைத்தும் சட்டமாகி விட்டன என்றும் கூற முடியாது.

சட்டத் தொகுப்புகளில் வரையறைகளின் எண்ணிக்கை நாட்டிற்கு நாடு, அறிஞருக்கு அறிஞர் மாறுபடும். கௌடில்யர், மனு, திருவள்ளுவர் ஆகியோரின் தொகுப்புகளுக்குள்ளும் எண்ணிக்கை வித்தியாசம் உண்டு. தண்டனைச் சட்டங்களில், இந்திய தண்டனைச்சட்டத்தில் 511 பிரிவுகள், பிரான்ஸில் 484 பிரிவுகள், ஜெர்மனி நாட்டில் 370 பிரிவுகள் என்று உள்ளதைப் பார்க்கும் பொழுது திட்டமிட்ட வரையறை இந்தக் காலத்தில் கூட சாதிக்க இயலாத ஒன்று எனத் தெரிகிறது.[33]

திருக்குறள் ஒரு முழுமையான சட்டத்தொகுப்பா என்பதைக் காணும்போது சில நிறைகுறைகள் தெரிகின்றன. ஒரு சட்டத் தொகுப்பு எவ்வாறெல்லாம் இருக்க வேண்டும் என்பதற்கான கூறுகளுடன் திருக்குறளை நோக்க வேண்டும்.

திருக்குறள் முழுமையான சட்டத் தொகுப்புத்தான் என்பதற்கான கூறுகள்

1. சட்டமாவதற்கு முன்பு சில நடைமுறைகள் வழக்கில் இருந்ததற்கான அகச் சான்றுகள் திருக்குறளில் உள்ளன.

சமூகம், தனது தேவைக்கேற்ப சட்டத்தைப் படைத்து, பயன்படுத்திக் கொள்கிறது. இதன் காரணமாக வாழ்வை முறைப்படுத்த பிரச்சனைகளுக்குத் தீர்வு காணப்பட்டு அத்தகைய தீர்வுகள் பிற்காலங்களிலும் வழிகாட்டியாகவும் அமைந்து விடுகின்றன. இத்தகைய பயன்பாட்டு முறையைக் காண்பிப்பதற்காக 'என்ப', 'என்மனார்', 'என்பார்க்கு', 'என்பர்' என்ற பதங்கள் பயன்படுத்தப்படும் முறை இன்று கூட உள்ளது. இதையே வள்ளுவரும் பின்பற்றியிருக்கிறார் எனக் கருத முடிகிறது.

அ. (உ.ம்) மறைமொழி, அறுதொழிலோர், நூல், ஒத்து, என்ப, என்பது, என்பதோ, என்பர், என்பவர், என்பவன், என்பாக்கு, என்பார் (28) (560) (341) நூலோர் தொகுத்தனர் என்ற சொற்கள் தொகுப்புகளுக்கான சான்றுகள். பல குறள்களில் வரும் 'என்ப' போன்றவை தொகுப்புகளைக் குறிக்கும் சொற்களாகவே உள்ளன. (60) மற்றும் 27 குறள்களில் (87) மற்றும் 14 குறள்களில் (1293) (88) மற்றும் 2 குறள்கள் (393) (393) (1312) (275) மற்றும் 6 குறள்கள் என்பான், என்பேன், என்போர், என்ற, என்றது, என்றல், என்றவர், என்றார், என்று, என்று, என்றேன், என்னும், என்னுமவர், எனப்பட்டது, எனப்படும், எனப்படுவது, எனப்படுவர்,

எனப்படுவார் எனல் (41) மற்றும் 3 குறள்கள் (1254) (30) (27) மற்றும் 3 குறள்கள் (552) (181) (1154) (1149) (11) மற்றும் 50 குறள்கள் (138) மற்றும் 5 குறள்கள் (1314) மற்றும் 2 குறள்கள் (14) மற்றும் 51 குறள்கள் (653) (49) (453) (292) மற்றும் 4 குறள்கள் (722) (989) (282) மற்றும் 3 குறள்கள்

ஆ. திருக்குறளுக்கு 'முன்பே சில நீதி நூல்கள் இருந்தனவாகவும் தெரிகிறது. (உ.ம்) மிக்கார் (724) நூல் நூலார் நூலோர் மேலாயவர் (373) மற்றும் 11 குறள்கள் (683) (322) மற்றும் 3 குறள்கள் (1016) என்று வரும் சொற்கள் மேற்சொன்ன கருத்திற்கு அரண்.

இ. திருக்குறளுக்கு முன்பு சில அறநூல் தொகுப்புகள் இருந்தன என்றும் தெரிகிறது.

(உ.ம்) தொகுத்தவை (322) தொகுத்தார் (377) தொகை (711) என்ற சொற்கள் தொகுப்புகள் பற்றியவை ஆகும்.

2. சட்டத் தொகுப்பிற்கு என்று முன்னுரை (preamble) ஒன்று வேண்டும்.[34] அது சட்டத்தின் நோக்கம், சட்டக் கோட்பாடுகள், அதிகார எல்லை, சொல் விளக்கங்கள் ஆகியவற்றைக் கொண்டிருக்கும். திருக்குறளில் (4 அதிகாரங்களில்) கடவுள் வாழ்த்து, வான்சிறப்பு, நீத்தார் பெருமை, அறன் வலியுறுத்தல் என்று அதிகாரங்களை வள்ளுவர் பாயிரமாக அமைத்துள்ளார். பரிமேலழகர் அமைத்த உரைப்பாயிரம் திருக்குறள் சட்டத்தொகுப்பா என்பதற்கு விடை தருவதாக உள்ளது.[35]

3. சட்ட நூல் குறிப்பிட்டுச் சொல்வதற்கு வசதியாக எண்ணிடப்பட்டு பகுப்பு முறை கொண்டிருக்க வேண்டும். திருக்குறளின் 1330 குறள்களும் எண்ணிடப்பட்டு 3 பால்களாக, 9 இயலாக, 133 அதிகாரங்களாகப் பாகுபடுத்தப்பட்டுள்ளது.

4. அ. சட்டத் தொகுப்பில் சொற்கள் நேரடியாகவும் [36] இலக்கிய நடையின்றி மக்கள் எளிதில் புரிந்து கொள்ளக் கூடியதாகவும் குழப்பங்களுக்கு இடம் தராமலும் இருக்க வேண்டும். 'சங்க இலக்கிய நூல்கள் விரிந்தும் பரந்தும் நெடியனவாகவும் திகழும் போது திருக்குறள் மட்டும் எளிதில் புரிந்து கொள்ளக் கூடியதாக உள்ளது'.[37]

ஆ. குறளுக்கு உரைகண்டவர்கள் பலர். ஆகவே விளக்கம்

தருவோர் சில சொற்களுக்கு மாறுபட்ட பொருள்களைக் கூறுகின்றனர். உதாரணமாக, பரிமேலழகரே 96 குறள்களுக்கு பிற உரையாசிரியர்கள் கூறிய கருத்துக்களை மறுத்து மாறுபட்ட கருத்து கூறியதாக நாவலர் நெடுஞ்செழியன் கூறுகிறார். இதைக் குழப்பம் (Confusion) என்று சொல்வதைவிட வேறுபட்ட விளக்கம் (Interpretation) என்று சொல்லலாம். சட்ட நூலுக்கான சட்ட நுணுக்க விளக்கம் அறிஞருக்கு அறிஞர் வித்தியாசப்படத்தான் செய்யும்.

5. சில இடங்களில் கருத்துக்களை எண்ணிக்கை முறையில் வள்ளுவர் தந்திருக்கிறார். அதற்குக் காரணம் கருத்தை அறிய விரும்புவோர் தேவைக்கு அதிகமாகவோ அல்லது தேவைக்குக் குறைவாகவோ கருத்தை புரிந்து கொள்ளக்கூடாது என்பதற்காகத் தான். இம்முறையை இன்றைய சட்டங்களிலும் காண முடிகிறது. உதாரணமாக இந்தியத் தண்டனைச் சட்டத்தில் கொலை (Sec 300 IPC) என்றால் என்ன என்பதை ஒன்று, இரண்டு, மூன்று என்று வரிசைப்படுத்தியுள்ளது போல் திருவள்ளுவரும் சில குறட்பாக்களில் ஒன்று, இரண்டு, மூன்று என்று கூறி கருத்துக்களை வரிசைப்படுத்தியிருக்கிறார்.

ஒருவர்	(40)
முதல்	(1)
ஒன்று	(109)
இரண்டு	(19)
இருமை	(23)
இரு	(5)
மூன்று	(109)
நான்கு	(35)
ஐந்து	(43)
ஆறு	(381)
எழுமை	(107)
ஏழு	(1278)
எண் (எட்டு)	(9)

பத்து	(450)
எழுபது	(639)
நூறு	(932)
ஆயிரம்	(259)
கோடி	(337)
எழுபது கோடி	(639)

6. ஒரு சொல் பல பொருள்களைக் கொண்டதாக இருந்தாலும், பல சொற்கள் ஒரே பொருளைக் கொண்டதாக இருந்தாலும் சூழ்நிலைக்கேற்க பொருள் கொள்ளச் சட்டத் தொகுப்பு இடம்தர வேண்டும்.

அ. ஒரே கருதுகோள் பல சொற்களால் விளக்கப்படும்.

(உ.ம்.) நேரம் என்பதை பல சொற்களில் விளக்குகிறார்.

காலம்	(483)
நாள் (முழுநாள்)	(38)
பகல்	(481)
இரா	(1168)
மாலை	(1135)
காலை	(1225)
முற்பகல்	(319)
பிற்பகல்	(409)
யாமம்	(1136)
நெருநல் (நேற்று)	(336)
வாழ்நாள்	(38)
மாத்திரை (மிகக் குறைந்த அளவு)	(409)

ஆ. ஒரே சொல் பல பொருளில் வருவது.

(உ.ம்.) 'இறை' என்ற சொல்லுக்குக் கடவுள் (388) 'அரசன்' (432) 'கப்பம்' (733), 'துன்புறுதல்' (847), 'அணிகலன்' (1187) என்றெல்லாம் பொருளுண்டு.

7. சட்டத் தொகுப்பில் உவமானங்களுக்கு இடமில்லை. குறளைப் பொருத்தவரை (சில குறள்களைத் தவிர்த்து) பல இடங்களில் உவமானம் பயன்படுத்தவில்லை.

குறள் கூறும் உவமானங்களில் சில கீழே தரப்படுகின்றன.

மரப்பாவை நாணால் உயிர் மருட்டியற்று   (1020)

சிவிகை பொறுத்தானொடூர்ந் தானிடை   (37)

உவமைகள் மிகச் சில இடங்களில் மட்டுமே பயன்படுத்தப் பட்டிருக்கின்றன.

8) சட்டத் தொகுப்பானது மக்களின் நன்மைக்காக ஏற்படுத்தப்பட்டதாய் இருக்க வேண்டும்.

(உ.ம்.) 'நம் வாழ்நாளில் இருமுறை மனித குலத்தை மட்டற்ற துயரத்திற்கு ஆளாக்கிய போர்ப்பிணியினின்றும் வருங்காலச் சந்ததியினரை மீட்க வேண்டும் என்ற உறுதி பூண்டிருக்கும் ஐக்கிய நாடுகளைச் சேர்ந்த மக்களாகிய நாம்', என்று ஐ.நா. சபை முதல் அத்தியாயம் பேசுகிறது (Preamble of UN charter). அற இலக்கியமே மக்களுக்காக என்ற நிலையில் திருக்குறள் எழுதப்பட்டது. முடியாட்சிக் காலத்தில் மக்களை முன்னிலைப்படுத்த வள்ளுவர் எழுதியுள்ளது போற்றத்தக்கது. மக்களைக் குறிக்கும் பல சொற்கள் குறளில் காணப்படுகின்றன.

(உ.ம்) மாந்தர் (28) மற்றும் 9 குறள்கள்,

மாதர் (1081) மற்றும் 4 குறள்கள்,

மகளிர் (57) மற்றும் 5 குறள்கள்.

9. சட்டம் என்பது இனம், மொழி, பால், வயது ஆகியவை காரணமாக வித்தியாசம் காட்டப்படாமல் அனைவருக்கும் பொதுவாக அமைய வேண்டும். திருக்குறள் இக்கோட்பாட்டை முழுமையாகக் கொண்டுள்ளது. வருணாசிரம தர்மம் பற்றியோ, அடிமைத்தனம் பற்றியோ வள்ளுவர் பேசாததும், மக்கள் அனைவரும் சமம் என்று கூறியதும் நோக்கத்தக்கன.

பிறப்பொக்கும் எல்லா உயிர்க்கும் சிறப்பொவ்வா
செய்தொழில் வேற்றுமை யான்.   (972)

என்றுள்ள குறள்,

குடிப்பிறப்பால் உயர்வு தாழ்வு உண்டு என்று சொல்லப்பட்ட கொள்கையை மறுத்து, பிறப்பாலே மக்கள் சமமானவர் என்று நிறுவுகின்றது. ரூஸோ என்ற பிரெஞ்சு அறிஞர் மக்கள் அனைவரும் உரிமையுடன் பிறந்துள்ளனர் ("All men are born free") என்று கூறியுள்ளார். அரசியலமைப்புச் சட்டம் இவ்வடிப்படையை வலியுறுத்துகிறது. (Constitution of India Art.14.)

10. சட்டம் பெரும்பாலும் ஆண் பாலைக் குறித்ததாகத்தான் இருக்கும். விளக்கத்தில் மட்டும் (Definition) 'ஆண்' என்பது இருபாலாரையும் குறிக்கும் என்றும் குறிப்பிடப்பட்டிருக்கும். இதையே வள்ளுவர் பின்பற்றுகிறார்.

(உ.ம்)

நெருநல்உளனொருவன் இன்றில்லை என்னும்
பெருமை உடைத்திவ் வுலகு. (336)

மறந்தும் பிறன்கேடு சூழற்க சூழின்
அறஞ்சூழும் சூழ்ந்தவன் கேடு. (204)

ஆக்கம் அதர்வினாய்ச் செல்லும் அசைவிலா
ஊக்கம் உடையான் உழை. (594)

பயனில்சொல் பாராட்டு வானை மகன்எனல்
மக்கட் பதடி எனல். (196)

குறள் சட்ட நூல் இல்லை என்று கருதும் வகையில் எதிர்மறைக் கூறுகளை கீழ்க்காணுமாறு வரிசைப்படுத்தலாம்.

1. சட்டநூலில் தண்டனை என்பது குறிப்பாகச் சொல்லப்பட்டிருக்க வேண்டும். (உ.ம்) ஹமுராபி, மற்றும் மனு தர்மத்தில் ஒவ்வொரு குற்றத்திற்கும், தண்டனைக் காலம் தரப்பட்டுள்ளது. ஒரே குற்றத்திற்கு நீதிபதிகள் தண்டனையைக் கூட்டுவதையும், குறைப்பதைப் பற்றியும் கூறப்பட்டிருக்கிறது. வள்ளுவர் இதைப் பின்பற்றவில்லை என்னும் இக்குறைபாட்டிற்குச் சமாதானம் கூறுபவர்களும் உண்டு. 'வள்ளுவர் தண்டனைத் தத்துவத்தை நன்கு உணர்ந்தவர். அதே போல் மன்னிப்பின் பெருமையையும் உணர்ந்தவர். ஆகவே தண்டனை பற்றி அறுதியிட்டுக் கூறவில்லை' என்பர்.

கொலையின் கொடியாரை வேந்தொறுத்தல் பைங்கூழ்
களைகட் டதனொடு நேர். (550)

கறுத்தின்னா செய்தவக் கண்ணும் மறுத்தின்னா
செய்யாமை மாசற்றார் கோள். (312)

இன்னா செய்தார்க்கும் இனியவே செய்யாக்கால்
என்ன பயத்ததோ சால்பு. (987)

ஒறுத்தாற்றும் பண்பனார் கண்ணும்கண் ணோடிப்
பொறுத்தாற்றும் பண்பே தலை. (579)

மேற்கண்ட குறள்களில் தண்டனை பற்றிக் கூறப்பட்டவை திருக்குறள் சட்டநூல் தானா என்ற கேள்வியை எழுப்புகிறது.

2. திருக்குறளில் உள்ள சில முரண்பாடுகளும் வெளிப்படையாகத் தெரிகின்றன.

அ. தன்நெஞ்சு அறிவது பொய்யற்க பொய்த்தபின்
தன்நெஞ்சே தன்னைச் சுடும். (293)

(எதிர்க்கருத்து)

பொய்மையும் வாய்மை இடத்த புரைதீர்ந்த
நன்மை பயக்கும் எனின். (292)

ஆ. அறன்ஈனும் இன்பமும் ஈனும் திறனறிந்து
தீதின்றி வந்த பொருள். (754)

(எதிர்க்கருத்து)

செய்க பொருளைச் செறுநர் செருக்கறுக்கும்
எஃகதனிற் கூறியது இல். (759)

இ. தவம் செய்வார் தம்கருமம் செய்வார் மற்றுஅல்லார்
அவம்செய்வார் ஆசையுட் பட்டு. (266)

(எதிர்க்கருத்து)

ஆற்றின் ஒழுக்கிஅறனிழுக்கா இல்வாழ்க்கை
நோற்பாரின் நோன்மை உடைத்து. (48)

ஈ. அருட்செல்வம் செல்வத்துட் செல்வம் பொருட்செல்வம்
பூரியார் கண்ணும் உள. (241)

(எதிர்க்கருத்து)

பொருளற்றார் பூப்பர் ஒருகால் அருளற்றார்
அற்றார் மற்றாதல் அரிது. (248)

உ. இரப்பாரை இல்லாயின் ஈர்ங்கண்மா ஞாலம்
மரப்பாவை சென்றுவந் தற்று. (1058)

(எதிர்க்கருத்து)

இரந்தும் உயிர்வாழ்தல் வேண்டின் பரந்து
கெடுக உலகியற்றி யான். (1062)

ஊ. மறந்தும் பிறன்கேடு சூழற்க என்ற வள்ளுவர் பொருட்பாலில்

பகல்வெல்லுங் கூகையைக் காக்கை இகல்வெல்லும்
வேந்தர்க்கு வேண்டும் பொழுது. (481)

ஊக்கம் உடையான் ஒடுக்கம் பொருதகர்
தாக்கற்குப் பேருந் தகைத்து. (486)

என்று சொன்னது கொள்கை முரண்பாடு எனக் கருதுபவர்கள் உண்டு.

3. வள்ளுவர் சில அதிகாரங்களைச் சரியாகப் பாகுபாடு செய்யாதது குறள் சட்டநூல் என்ற தகுதியைக் குறைக்கின்றது என்பது சிலர் கருத்து.

உதாரணமாக,

அ. கயமை, நாணுடைமையை அறத்துப்பாலில் வைக்காமல் பொருட்பாலில் வைத்தது.

ஆ பெண்வழிச்சேறலையும், வாழ்க்கைத் துணை நலத்தையும் ஒரே இயலிலோ, ஒரே அதிகாரத்திலோ வைக்காதது.

இ. கொல்லாமையும் புலால் மறுத்தலையும் துறவறவியலில் வைத்தது.

ஈ. வெஃகாமைக்கும், கள்ளாமைக்கும் அதிக வேறுபாடில்லை. இதை இரு வேறு அதிகாரங்களாகப் பகுத்தது.

உ. மானம் என்பது அறம் சம்பந்தப்பட்டது; அதைப் பொருட்பாலில் வைத்தது.

4. ‘பெண்ணின் பெருந்தக்க யாவுள’ என்று பெண்ணைப் பெருமைப்படுத்தி, பின் காமத்துப் பாலிலும் காதலியைப் போற்றிய வள்ளுவர் பெண்வழிச் சேறலில் பெண்ணை வெறுப்பதற்குச் சரியான காரணம் கூறவில்லை.

5. செருக்கு, சினம், காமம், ஈயாத்தன்மை, தன்னை உயர்வாக எண்ணுதல் (அதிகாரம் 44) இவையெல்லாம் குற்றங்கள் என்றும், பழியை விரும்பாதவர்கள் தினையளவாகிய சிறு குற்றம் நேர்ந்தாலும் அதைப் பனையளவாகக் கருதித் தன்னைக் காத்துக் கொள்வர் (433) என்றும் சொன்ன வள்ளுவர் இவ்வதிகாரத்தின் இறுதிக் குறளில் தமது முந்தையக் கருத்துக்களை அப்படியே மாற்றி ஒருவன் தன் விருப்பம் பிறர்க்குத் தெரியாதபடி விருப்பமானவற்றை நுகரவல்லவனானால் பகைவர் சூழ்ச்சியிலிருந்து தப்பிக்கலாம் என்று கூறுவது பொருந்தாக் கருத்தாகும். (440)

தினைத்துணையாம் குற்றம் வரினும் பனைத்துணையாக்
கொள்வர் பழிநாணு வார். (433)

(எதிர்க்கருத்து)

காதல் காதல் அறியாமை உய்க்கிற்பின்
ஏதில ஏதிலார் நூல். (440)

திருக்குறளில் உள்ள உள்நாட்டு, சர்வதேசச் சட்டச் சொற்கள் இங்கு வரிசைப்படுத்தப்பட்டுள்ளன.[38]

	குறள்			Law Dictionary
1.	கரி	(25)	Evidence	(P.100 LD)
2.	குடி	(381)	Subjects	(P.267 LD)
3.	காப்பு	(57)	Imprisonment	(P.135 LD)
4.	சிறை	(57)	Prison	(P.216 LD)
5.	மன்று	(820)	Court/Tribunal/Forum	(P.68 LD)
	அவையம்	(67)	Court/Tribunal/Forum	
	களன்	(730)	Court/Tribunal/Forum	
6.	கோட்டி	(401)	Assembly	(P.17 LD)
7.	சூழ்ச்சி	(671)	Planning	(P.205 LD)
8.	குறும்பு	(735)	Rebel Chiefs	(P.231 LD)
9.	தூது	(685)	Envoy	(ச.அ.பக்.25)

10.	ஒற்று, ஒற்றாடல் (581,584)	Spies,	Espionage (P.99 LD)
11.	சீர்தூக்கல் (118)	Weighing evidence	(P.100 LD)
12.	போர் (758)	War	(P.292 LD)
13.	கொற்றம் (583)	Victory	(P.268 LD)
14.	முனை (749)	Battlefield	(P.25 LD)
15.	தானை (769) படை (381)	Army	(P.16 LD)
16.	தார் (767)	Advanced guards	(P.123 LD)
17.	தொல் படை (762)	Standing army	(P.16 LD)
18.	உட்பகை (735)	Veiled enemies	(P.96 LD)
19.	வேலாள் (500)	Warrior	(P.292 LD)
20.	கூழ் (381)	Totatlity of economic growth	(P.246 LD)
21.	வைப்பு (226)	Hoarded wealth	(P.93 LD)
22.	வெறுக்கை (600)	Super abundant wealth	(P.93 LD)
23.	ஆயம் (933)	Profit, Excise	(P.102 LD)
24.	ஊதியம் (231) கூலி (619)	Wages	(P.271 LD)
25.	உல்கு (756)	Tolls	(P.273 LD)
26.	கடன் (687)	Tax	(P/273 LD)
27.	வரி (14)	Income	(P.136 LD)
28.	உடைமை (592)	Property	(P.220 LD)
29.	குறி		

	எதிர்ப்பை (221)	Loan in kind, Consideration	(P.164 LD)
30.	கைப் பொருள் (178)	Cash on hand	(P.37 LD)
31.	பண்டம் (475)	Cargo	(P.37 LD)
32.	புலம் (85)	Land	(P.153 LD)
33.	எச்சம் (112)	Descendants	(P.119 LD)
34.	கள்வர் (813)	Robbers	(P.276 LD)
35.	வரைவின் மகளிர் (92)	Public Women	(P.222 LD)
36.	அடிமை (608)	Slave	(P.260 LD)
37.	அறம் (204)	Prescribed Moral Order	(P.177 LD)
38.	அல்லவை (96)	Sin	(P.187 LD)
39.	அடல் (768)	Warfare	(P/292 LD)
40.	அமைச்சு (631)	Office of Minister	(P.174 LD)
41.	அரசு (384)	Government	(P.121 LD)
42.	அலர் (1141)	Scandal	(P.251 LD)
43.	அளவு (224)	Measure	(P.171 LD)
44.	அற்றம் (846)	Privacy	(P.216 LD)
45.	அறையதான (307)	Struck a blow	(P.266 LD)
46.	அறைப்படுத்து (747)	Corrupting	(P.66 LD)
47.	ஆராய்வது (584)	Enquiry (Enquiring	(P.97 LD)
48.	ஆராய்வான்(512)	He who can discriminate	(P.86 LD)

49. ஆள்வினை	*(618)*	Industry	(P.138 LD)
50. இழவு	*(372)*	Loss	(P.165 LD)
51. இழைத்து	*(1177)*	Closely investigating	(P.146 LD)
52. இளி	*(970)*	Humiliation	(P.131 LD)
53. இளித்தக்க	*(1288)*	Degrading	(P.78 LD)
54. இறை	*(733)*	கப்பம் Tribute	(பக்.334ச.அ)
55. இன்றியமையா	*(961)*	Essential	(P.99 LD)
56. இன்னா	*(35)*	Harm	(P.126 LD)
57. இன்னாச்சொல்	*(100)*	Unpleasant word	(P.186 LD)
58. இன்னான்	*(453)*	Such and such person	(P.268 LD)
59. ஈகை	*(221)*	Gift	(P.120 LD)
60. உடம்பாடு	*(890)*	Agreement	(P.9 LD)
61. உயிர்	*(30)*	Life	(P.162 LD)
62. உரிமை	*(578)*	Right	(P.247 LD)
63. எஃகு	*(759)*	Weapons of war	(P.292 LD)
64. ஏதம்	*(432)*	Guilt	(P.124 LD)
65. ஏமாப்பு	*(112)*	Protection	(P.222 LD)
66. ஏமுற்றவர்	*(873)*	Lunatics	(P.141 LD)
67. ஐயுறவு	*(501)*	Doubt	(P.90 LD)
68. ஒப்பு	*(500)*	Consent (in an agreement)	(P. 88 LD)
69. ஒற்று	*(551)*	Espionage	(P.99 LD)
70. ஒறுத்தல்	*(314)*	Punishment	(P.224 LD)
71. ஒட்டு	*(775)*	Retreat	(P.245 LD)

72.	ஓர்ந்து	(541)	Having duly enquired	(P.97 LD)
73.	கடன்	(218)	Duty	(பக் 121 ச.அ)
74.	கருமம்	(266)	Duty	
75.	கல்வி	(684)	Education	(P.94 LD)
76.	கலக்கம்	(677)	Agitation	(P.9 LD)
77.	கவ்விது	(1144)	Scandalous	(P.190 LD)
78.	கழகம்	(935)	Gambling house	(P.118 LD)
79.	கள்வன்	(1258)	Thief	(P.276 LD)
80.	குலம்	(956)	Heredity	(P.127 LD)
81.	குற்றம்	(171)	Offence	(P.187 LD)
82.	கொலை	(321)	Murder/Homicide /Man slaughter	(பக்.176 ச.அ)
83.	கொலைக் களம்	(1224)	Execution ground /gallows	(P.103 LD)
84.	கொள்கை	(899)	Principle	(P.215 LD)
85.	கோட்டம்	(599)	Corruption / Crookedness	(P.66 LD)
86.	கௌவை	(1143)	Scandal	(P.251 LD)
87.	சூதர்	(932)	Gamblers	(P.118 LD)
88.	செரு	(104)	Battle	(P.25 LD)
89.	மெய்யறியாமை	(935)	Intoxication	(P.146 LD)
90.	தஞ்சம்	(863)	Refuge	(P.240 LD)
92.	தாக்கு	(1082)	Attack	(P.19 LD)
93.	துப்பார்	(12)	Consumers	(P.60 LD)
94.	தூது	(681)	Ambassador	(P.11 LD)

95.	நாவாய்	(496)	Navy	(P.180 LD)
96.	நீர்மை	(17)	Quality	(P.226 LD)
97.	நிரந்தவர்	(821)	Allies	(P.10 LD)
98.	படுபாக்கு	(164)	The Manner of Occurrence	(P.186 LD)
99.	பணம்	(913)	Corpse	(P. 65 LD)
100.	பழிக்கும்	(843)	Torturing	(P.78 LD)
101.	புகழ்மை	(533)	Reputation	(P.42 LD)
102.	மன்று	(1138)	Public Place / Forum	(P.223 LD)
103.	மிசைவான்	(85)	Consumer	(P.60 LD)
104.	மையல்	(838)	Insanity (bewilderment)	(P.141 LD)
105.	வழிமுறை	(508)	Genealogy	(P.119 LD)
106.	வாணிகம்	(120)	Trade	(P.279 LD)
107.	விலை	(256)	Price	(P.215 LD)
108.	விற்றல்	(1080)	Selling	(P.255 LD)
109.	வைப்பு	(226)	Hoarding	(P.129 LD)

திருக்குறள் ஒரு சட்டத் தொகுப்புதான் என்பதற்குச் சாதகமான கூறுகளே அதிகமுள்ளன.

அடிக்குறிப்புகள்

1. De minimis non cural lex (Law does not concern about trifles) Herbert Broom **A Selection of Legal Maxims P.23**

2. The rule that you are to love your neighbour becomes in law, you must not injure your neighbour - Lord Atkin in Donoghaue Vs Stevenson மா. சண்முக சுப்பரமணியம். குறள் கூறும் சட்டநெறி பக். 42

3. Salus Populiest Suprema lex (Regard for the public welfare is the highest law) Herbert Broom, **A Selection of Legal Maxims P.1**

4. Charter of the UN Art I

5. "Legislative drafting must fulfil the recognised cannons of good writing, namely simplicity of language, brevity of expression without sacrificing compleateness, Consistency of approach, use of words and phrases meaning the same thing throughout, clarity of perception, elegance of form and design etc..." Motiwal, O.P., **Changing aspects of law and justice in India P.415**

6. For example Sec 109 to 511 IPC

7. A Verbi Legis non est recedendum (From the words of the law there must be no departure) Herbert Broom, **A Selection of Legal Maxims P.1**

8. Audi Alteram partem (No men shall be condemned unheard) Herbert Broom, **A Selection of Legal Maxims P.7**

9. De side et officio judics non Recipitur au aestio sed de scientia sive sit error juris sive facti (The honesty and integrity of a judge cannot be questioned but his decision may be impugned for error either of Law or Fact) Herbert Broom, **A Selection of Legal Maxims P.6**

10. Equitas est acqualitas (equity is equality) Mulchandani,

N.M. 3000 Legal Maxims and Phrases P. 157

11. V.D. Kulshreshtha, Land Marks in Indian Legal & Constitutional History P. 422

12. P.J. Fitzgerald, **Salmond on Jurisprudence, P.183**

13. Optimus interpres Rerum uses (usage is the best interpreter of things)Herbert Broom, **A Selection of Legal Maxims P. 623**

14. Cussus curiae est lex cusiae (The Practice of the court is the law of the court) Herbert Broom, **A Selection of Legal Maxims P. 82**

15. Boni judicis est complare jurisdictionem (It is the duty of a judge to extend his jurisdiction) Herbert Broom, **A Selection of Legal Maxims P. 144**

16. It is as unjust to treat unequals equally as to treat equals unequally. மா.சண்முகசுப்பரமணியம், குறள் கூறும் சட்டநெறி பக். 196

17. "There are two necessary elements in crime a physical elemant and a mental element and no man may be found guilty of a crime and therefore, legally punishable unless in addition to having brought about a harm which the law forbids, he had at that time a legally reprehensible state of mind" மா. சண்முக சுப்பரமணியம், குறள் கூறும் சட்டநெறி பக்.7 1

18. Ignorantia a facti Excusat. Ignorance juris non excusat. (Ignorance of fact execuses. Ignorance of law does not execuse) Herbert Broom, A Selection of Legal Maxims P.168

19. P.S. Atchuthen Pillai, Criminal Law, P. 124

20. Acta Exteriora indicant interior Secreta (Acts indicate the intention. Acts disclose the mind) Herbert Broom, A Selection of Legal Maxims P.200

21. **Holy Bible** and 120 (c) IPC 10th Commandment (Exodes) **Abd-Ru-Shin Ten Commandment of God** P. 50 to 55

22. R Vs Dudley and Stephens (1884) 14 Q BD 273

மொழியாக்கம் மா. சண்முக சுப்பரமணியம் 'சட்டவியல்' பக். 120, 121

23. புற. 134

24. "By social happiness we must understand the satisfaction of certain needs, recognised by social authority the law giver, as needs worthy of being satisfied such as the need to be fed, clothed, housed and the like" மா. சண்முக சுப்பரமணியம். குறள் கூறும் சட்டநெறி பக். 13

25. மணிமேகலை காதை 25

26. "Extreme care in the choice of words is the foremost requirement in Legislative drafting" - Changing aspects of Law and Justice in India P. 415

27. Aequitas sequitur legem (equity follows the law) Mulchandani, N.M., 3000 Legal Maxims and Phrases P.20

28. Sec. 300 IPC llustrations a to d and exceptions given thereon

29. பெ.. ராஜாராம், சட்டப் பொருள் விளக்கம் பக். 51

30. George Sabine, A History of Political Theory P. 614

31. Ibid P. 640

32. Abd&Ru&ShinTheTen Commandments of God P.1 to 55

33. பெ. ராஜாராம், சட்டப் பொருள் விளக்கம் பக். 50

34. V.D. Kulshreshtha, Land Marks in Indian Legal & Constitutional History P. 271

35. பரிமேலழகர் (உரையாசிரியர்) திருக்குறள் மூலமும் பரிமேலழகர் உரையும் பக்.7

36. Absoluta sententia expositore non indiget (Plain words require no explanation) Herbert Broom, A Selection of Legal Maxims P. 389

37. நாவலர் நெடுஞ்செழியன், திருக்குறள், தெளிவுரை பக்.5

38. N.Subramanian - Concordance of Tirukkural P. 120 to150

நிறைவுரை

பண்டைத் தமிழ் அரசாங்கங்கள் சமயச் சார்பற்ற (Secular) நடவடிக்கைகளையே கைக்கொண்டுள்ளன. ஐரோப்பிய நாட்டு சிந்தனையாளர்கள் போலவே வள்ளுவரும் சமயச் சார்பு விடுத்து அரசன், அமைச்சர், ஒற்றர், தூதர், நல்ல குடிமக்கள், உழவர் என்ற சமூக அரசியல் அமைப்பின் கூறுகளை மட்டும் திருக்குறளில் உள்ளடக்கியுள்ளார்.

பிளாட்டோவின் 'குடியரசு', தாமஸ்மூரின் 'மேன்மை உலகம்' (Utopia) அல்டஸ் ஹக்ஸிலி (Aldous Huxley)யின் 'புதிய வீர உலகம்' (Brave New world) அனைத்தும் அவ்வக் கால அரசியல், சமூக பொருளாதார அமைப்புகள் செம்மையாக விளங்காமையால் அவற்றைத் தவிர்க்க வேண்டும் என்ற எண்ணத்தில் எழுதப்பட்டவை. என்றாலும், எழுதியவருக்கு அவர் கருத்துப் படியே ஓர் அரசாங்கத்தை அமைக்க வாய்ப்புக் கொடுத்தால் கூட அவரால் எந்தச் சாதனையும் நிகழாது. உதாரணமாக, பிளாட்டோவிற்கு அவரது கருத்துகளை நடைமுறைப்படுத்த வாய்ப்பு அளிக்கப்பட்டபோது, அவர் முயற்சியை மேற்கொண்டார். ஆனால் தோற்றார். தோற்கவே அவர் நாடு கடத்தப்பட்டார்.

செம்மையான அரசாங்கம் அமைக்க கருத்து சொல்லும்படி பிளாட்டோவின் மாணவர் அரிஸ்டாட்டிலுக்கு வாய்ப்பு அளிக்கப்பட்டது. அரிஸ்டாட்டில் தமது மேன்மை நாட்டிற்கு

மக்கள் தொகையை 5045-லிருந்து 10,000 -க்கு மேல் உயர்த்தினாரே தவிர புதிதாக ஒன்றும் அவரால் சொல்ல இயலவில்லை. அவருக்கோ, அவருக்குப் பின் வந்த மற்ற ஐரோப்பியச் சிந்தனையாளர்களான தாமஸ் மூர், ஹக்ஸ்லி ஆகியோருக்கோ, பிளாட்டோவிற்கும் அரிஸ்டாட்டிலுக்கும் கிடைத்த வாய்ப்பு தரப்படவில்லை. கிடைத்திருந்தாலும் எந்தப் பயனும் கிட்டியிருக்காது. ஏனென்றால் இவ்வகை நூல்களில் சுவை வேண்டுமானால் இருக்கக் கூடுமே தவிர, நடைமுறைக்கு அவை பயன்பட்டதாகத் தெரியவில்லை.

கிறிஸ்து காலத்திற்குப் பின்பு மக்கள் மீது அதிகாரம் செலுத்துவதற்கு மத குருவான போப் தகுதியானவரா அல்லது அரசரா என்ற கேள்வி எழுந்தபோது, போப் அதிகாரம் உடையவராகக் கருதப்பட்டார். பின்பு மறுமலர்ச்சிக் காலத்தில் ஏற்பட்ட தொழில், கலாச்சாரப் புரட்சியின் காரணமாக மதம் சற்றுப் பின்னுக்குத் தள்ளப்பட்டு, மதச் சார்பற்ற (Secular) கருத்துக்கள் வலுப்பெறத் தொடங்கின. இவை அரசுக்கு அதிக மரியாதையையும், அதிகாரத்தையும் பெற்றுத் தந்தன.[1]

தற்போது மத குருக்களின் எண்ணங்கள், வெறும் அறிவுரையாகவும், அரசின் எண்ணங்கள் மீறக் கூடாத சட்டங்களாகவும் உருவெடுத்துள்ளன. ஐரோப்பிய நாடுகள் 15 நூற்றாண்டுகளுக்கு மேல் பல சோதனைகளுக்குப் பின் கண்டுபிடித்த இக்கருத்தை வள்ளுவர் பல நூற்றாண்டுகளுக்கு முன்பே உணர்ந்து உரைத்தமை போற்றற்குரியது. மதத்தை விட அரசு முக்கியம் என்பதைக் கீழ்வரும் குறள்கள் தெரிவிக்கின்றன.

வானோக்கி வாழும் உலகெல்லாம் மன்னவன்
கோல்நோக்கி வாழும் குடி. (542)

(உலகத்தில் உள்ள உயிர்கள் எல்லாம் மழையை நோக்கி வாழுகின்றன. அதுபோல் குடிகள் அரசனுடைய செங்கோலை நோக்கி வாழ்கின்றனர்.)

அந்தணர் நூற்கும் அறத்திற்கும் ஆதியாய்
நின்றது மன்னவன் கோல். (543)

(அந்தணர் போற்றும் மறை நூலுக்கும் அறத்திற்கும் அடிப்படையாய் நின்று உலகத்தைக் காப்பது அரசனுடைய செங்கோலாகும்.)

வள்ளுவர் விரும்பும் அரசன், ஐரோப்பிய அறிஞர் ஹாப்ஸ் (*Hobbes*) கூறியது போன்ற அதிக அதிகாரம் கொண்ட (*Leaviathan*) அரசன் அல்லன்[2]. வள்ளுவரின் அரசன் அறத்திற்குக் கட்டுப்பட்டு, குடிமக்களை வருத்தாது, நடுவுநிலையோடு, கடுஞ்சொல்லின்றி, முறை கடந்த தண்டனையைத் தவிர்த்து, அமைச்சர் முதலானவர்களுடன் ஆலோசனை செய்து நாள்தோறும் தன் ஆட்சியில் விளையும் நன்மை தீமைகளை ஆராய்ந்து முறை செய்பவன். அரசன் அறத்திற்குக் கட்டுப்பட்டவன். அறம் அரசனைவிட உயர்ந்தது. அறத்தை மூன்று கூறாக்கினால் அது அறம், பொருள், இன்பமாகக் காணப்படும். பொருளும் இன்பமும் கூட அறத்தை ஒட்டியே அமைதல் வேண்டும்.

உரையாசிரியர் பரிமேலழகர் இன்பத்தையும், பொருளையும் விட அறமே சிறந்தது என்று (அதிகாரம் 4) கூறியது இங்கு குறிப்பிடத்தக்கது. அறிஞர் ஹாப்ஸ், அரசனே அனைத்தும் என்கிறார். வள்ளுவர் அறமே அனைத்தும் என்கிறார். அறிஞர் பிளாட்டோ, அரசு என்பது சட்டத்தை விட மேம்பட்டது என்று முதலில் சொல்லியிருந்தாலும், பின்பு தமது கருத்தை மாற்றி அறமும், சட்டமும், அரசை விட முக்கியமானவை என்று கூறிவிட்டார். வள்ளுவர் அறமும், சட்டமும் அரசைவிட முக்கியமானது என்று பல குறள்களில் கூறிவிட்டார். அரசனுக்கு அதிக அதிகாரம் இல்லையென மறுத்ததோடு,[3] அரசுப் பொறுப்பு என்பது அஞ்சுதலுக்குரியது என்றும் தமிழ்ச் சான்றோர் கருதியுள்ளனர்.

''மழைவளம் சுரப்பின் வான்பேர் அச்சம்
பிழைஉயிர் எய்தின் பெரும்பேர் அச்சம்
குடிப்புரவுண்டு கொடுங்கோல் அஞ்சி
மன்பதை காக்கும் நன்குடிப்பிறத்தல்
துன்பம் அல்லது தொழுதகவு இல்''[4]

என்று சிலப்பதிகாரமும்,

''மாதவர் நோன்பும் மடவரல் கற்பும்
மன்னவன் காவல் இன்று எனின் இன்று''

என்று மணிமேகலையும்,

ஆபயன் குன்றும் அறுதொழிலோர் நூல்மறப்பர்
காவலன் காவான் எனின் (குறள் 560)

என்று திருக்குறளும்,

''அருமந்த அரசாட்சி அரிதோ மற்று எளிதோதான்''[6]

என்று பெரியபுராணமும் கூறுகின்றன.

பனம்பாரனார் என்ற பழந்தமிழ்ப் புலவர் தமிழ் கூறும் நல்லுலகத்தின் நில எல்லைகளைக் கூறுகிறார். ''வடவேங்கடம் தென்குமரி ஆயிடைத் தமிழ்கூறு நல்லுலகம்'' இந்த நில எல்லையைக் கடந்து பரந்த உலகப் பற்றுடன் நிற்பது என்பது திருவள்ளுவர் போன்று ஒரு சிலருக்கு மட்டுமே சாத்தியமாகும்.

தேசப்பற்று என்பது உலகப் பற்றிலிருந்து வேறுபட்டது. தேசப்பற்று ஆரம்பம் என்றால் உலகப் பற்று என்பது முடிவு ஆகும். கணியன் பூங்குன்றனார் 'யாதும் ஊரே யாவரும் கேளிர்' என்று கூறியது தேசப்பற்று கடந்த உலகப் பற்றுக்கு உதாரணமாகும். வள்ளுவரும் உலக நோக்குக் கொண்டவர் என்பது அவர் நூலின் வழி தெளிவாக விளங்குகின்றது. இதனை,

யாதானும் நாடாமால் ஊராமால் எனனொருவன்
சாந்துணையும் கல்லாத வாறு. (397)

போன்ற குறட்பாக்கள் தெளிவாக்குகின்றன.

மேலும் எந்தக் குறளிலும் தமிழ், தமிழகம், தமிழன் என்று குறிப்பிடாது 'உலகம்', 'மக்கள்' என்றே வள்ளுவர் குறிப்பிடுகிறார். அக்காலச் சான்றோர்கள் எல்லா உலகங்களும் (நாடுகளும்) நல்லின்பத்தில் திளைத்தல் வேண்டும் என்ற அன்புள்ளம் கொண்டவர்கள். ''லோகா சமஸ்தான சுகினோ பவந்து''[8] (எல்லா உலகங்களும் நற்சுகம் பெறட்டும்) என்பது வேதம் செய்கின்ற பிரார்த்தனையாகும்.

''முடியரசு ஆட்சி நடந்த காலத்திற்குச் சொல்லப்பட்ட அறிவுரைகள் குடியரசு ஆட்சி நடக்கும் பொழுதும் பொருந்துமெனக் கூறுமளவு அரசியல் கோட்பாடுகளை வள்ளுவர் வகுத்துள்ளார்.''[9] வள்ளுவர் காலச் சமுதாயத்திற்கும் அவர் காண விரும்பிய சமுதாயத்திற்கும் வித்தியாசங்கள் இருந்தன. ஐரோப்பிய அரசியல் அறிஞர் பிளாட்டோ, அரிஸ்டாட்டில் போன்றோர் அரசு அல்லது மேன்மை நாடுகள் அமைக்க விரும்ப செங்கோன்மை, இறைமாட்சி, இயற்கை நீதி (*Natural law*) போன்ற நற்பண்புகளுக்கு மட்டுமே முக்கிய பங்கு கொடுத்ததால், தங்கள் வாழ்நாளிலேயே தங்கள் கொள்கைகள் தரைமட்டமானதைக் கண்டனர். வள்ளுவர்

இறைமாட்சி செங்கோன்மையுடன், உலகியல் பிரச்சனைகளான கொடுங்கோன்மை, வெருவந்த செய்தல், சிற்றினம் சேர்தல், சூது, தீநட்பு முதலியவற்றையும் சேர்த்துப் பேசுவதால் திருக்குறள் இன்றும் வாழும் இலக்கியமாக உள்ளது.

முடியாட்சிக் காலத்திலேயே அரசன் அறிவார்ந்தவர்கள் துணை கொண்டு நீதி நெறி தவறாது ஆள வேண்டும் என்று வள்ளுவர் அறிவுறுத்துகிறார்.

> சூழ்வார்கண் ணாக ஒழுகலான் மன்னவன்
> சூழ்வாரைச் சூழ்ந்து கொளல்.   (445)
>
> இடிக்கும் துணையாரை ஆள்வாரை யாரே
> கெடுக்கும் தகைமை யவர்.   (447)
>
> இடிப்பாரை இல்லாத ஏமரா மன்னன்
> கெடுப்பாரிலானுங் கெடும்.   (448)

இறைவன் வழியில் வந்தவன் அரசன் (Divine Rights of kings)[10] என்ற இன்று வழக்கொழிந்து விட்ட கொள்கைக்குப் பல நூற்றாண்டுகளுக்கு முன்பே விடை கொடுத்தவர் வள்ளுவர்.

பொச்சாவாமையில் குறள் எண் 533 இன் உரையில், உரையாசிரியர் பரிமேலழகர் 'நீதிநூல் உடையார்' என வள்ளுவரைக் கூறுகிறார். மக்களுக்கு உறுதி தருவது அறம், பொருள், இன்பம், வீடு ஆகிய நான்கு மட்டுமே என்றும் அதில் அறம் எனப்படுவது ஒழுக்கம், வழக்கு, தண்டம் என மூவகைப்படும் என்றும் திருக்குறளின் உரைப்பாயிர விளக்கத்தில் பரிமேலழகர் கூறுகிறார்.

மேனாட்டு மத குருவான டாக்டர் ஜி.யூ.போப் வள்ளுவரை மரியாதைக்குரிய முனிவர் என்றும் தமிழ் மக்களுக்குச் சட்டம் தந்தவர் (He is the venerated sage and Law giver of the Tamil People) என்றும் கூறியுள்ளமை நோக்கத்தக்கது.

நீதி இலக்கியத்தின் முக்கிய இயல்பு உணர்ச்சியைத் தூண்டாமல் அறிவைத் தூண்ட வேண்டும் என்பதே. நீதி இலக்கியத்தில் கருத்திற்குத்தான் முதலிடமே தவிர கலையழகிற் கில்லை என்று முனைவர் க.த.திருநாவுக்கரசு கூறியுள்ளதும் நோக்கத்தக்கது. புறநானூற்றில் (34) 'அறம்' பாடிற்றே ஆயிழை கணவ[11] என்ற சொற்றொடரில் 'அறம்' என்பது திருக்குறளைக் குறிப்பதாக முனைவர் இறையரசன் கருதுகின்றார்.[12]

தேசியக்கவி பாரதியார்,

''யாமறிந்த புலவரிலே கம்பனைப்போல்
வள்ளுவர் போல் இளங்கோவைப் போல்
பூமிதனில் யாங்கணுமே பிறந்ததில்லை''[13]

என்றும்,

''வள்ளுவன் தன்னை உலகினுக்கே தந்து
வான்புகழ்கொண்ட தமிழ்நாடு''[14]

என்றும் வள்ளுவரைப் பாராட்டியுள்ளார்.

ஆல்பர்ட் சுவிட்சர் என்ற அறிஞர் பகவத்கீதையைவிட குறளே சிறந்தது என்று தெரிவித்துள்ளார். சமண, வைணவ, பௌத்த, சைவ, கிறித்துவ அறிஞர்கள் வள்ளுவரைத் தத்தம் சமயத்தவர் எனப் போற்றிப் புகழ்ந்தது மட்டுமின்றி, இதுவரை எந்த அறிஞரும் குறை காணாத பெருமையையும் பெற்றவர் திருவள்ளுவர் ஆவார்.

பன்னாட்டு உறவுகளைச் சமுதாய, பொருளாதார, அறிவியல், கலாச்சார மற்றும் அரசியல் தன்மைகள் முடிவு செய்கின்றன. பன்னாட்டு அரசியல் என்பதும் பன்னாட்டு உறவு என்பதும் வேறு வேறு. பன்னாட்டு அரசியல் என்பது பன்னாட்டு உறவின் ஒரு பகுதிதான். பன்னாட்டு உறவுகளை அணுகுவதற்குப் பல அணுகுமுறைகள் உள்ளன. அதன் அடிப்படையில் சர்வதேச உறவை ஆராய்ந்த அறிஞர்களைப் பல்வேறு குழுக்களாகப் பிரிக்கலாம். இதில் வள்ளுவர் எந்தப் பிரிவைச் சேர்ந்தவர் என ஆராயப்பட வேண்டும்.

அதிகார அணுகுமுறை அல்லது மெய்மை அணுகுமுறை என்பது, ஒரு நாட்டு அரசு தனது நலன், மற்றும் அதிகாரத்தை முன்னிலைப்படுத்திப் பன்னாட்டு அரசியலில் கலந்து கொள்வதாகும். சுயநலம் இதில் முக்கியப் பங்கு வகிக்கும். அதிகார அணுகுமுறை அல்லது மெய்மைக் (*Realism*) கோணத்தில் பன்னாட்டுத் தொடர்புகளைச் சில அறிஞர்கள் ஆராய்ந்துள்ளனர். இவர்களுள் முக்கியமானவர்கள் ஹாப்ஸ், மாக்கியவல்லி, பேராசிரியர் ஹான்ஸ் ஜே.மார்கெந்தோ (*Hans.J.Morgenthau*) போன்றவர்கள். பன்னாட்டு அரசியல் என்பது நாடுகள் தங்களது ஆற்றலை வளர்க்கவே விரும்புகின்றன என்றும் இவர்கள் கருதுகின்றனர். இரண்டாம் உலகப் போரினால் ஏற்பட்ட

வன்முறையின் காரணமாக மெய்மைக் கொள்கை தனது செல்வாக்கை இழந்துவிட்டாலும், ஒரு நாட்டின் நடவடிக்கை ஒரு குறிப்பிட்ட சூழ்நிலையில் எவ்வாறு இருக்கும் என்பதைப் பன்னாட்டு அரசியல் நிகழ்ச்சிகள் அல்லது பன்னாட்டு நிறுவனங்களின் கோணத்திலிருந்து ஆய்வு செய்வதை விட்டு அந்த அரசின் பொது விதிகளை மட்டுமே வைத்து ஆராயும் மெய்மைக்கொள்கை முறை இன்னும் வழக்கொழிந்து போகவில்லை. சாணக்கியரின் கருத்துக்களும் மெய்மைக் கொள்கையின் முன்னோடிகளே.

எப்பொழுதெல்லாம் பன்னாட்டு அமைப்புகளை, உறுப்பு நாடுகளோ, வல்லரசுகளோ புறக்கணிக்கின்றனவோ அப்போதெல்லாம் மெய்மைக் கொள்கையாளர்கள்தான் அந்த அரசுகளுக்கு எடுத்துக்கூறிப் பன்னாட்டு அரசியல் அரங்கில் பன்னாட்டு நிறுவனங்களின் முக்கியத்துவத்தை வலியுறுத்தி வருகின்றனர். அரசியலும் சமூகமும் மனித இயல்பை ஒட்டியே அமையும் என்றும், தன் நலம் பேணுதல், அதிகாரம் செலுத்தவிழைதல், தனது நடவடிக்கை தவறாக இருந்தாலும் அது நேர்மையானதாக இருக்கிறது என அனைத்து நாடுகளும் நம்பும் வகையில் நடப்பதும் ஒவ்வொரு நாட்டின் வழக்கம் என மெய்மைக் கொள்கையாளர்கள் கருதுகின்றனர். இந்தப் பிரிவில் வள்ளுவர் சேர வாய்ப்பில்லை.

இரு உலகப் போர்களுக்கும் இடைப்பட்ட காலத்தில் மிகுந்த வரவேற்பைப் பெற்றிருந்த கருத்தியல் கொள்கை (Idealist Theory) என்பது மெய்மைக் கொள்கைக்கு (Realist Theory) எதிரான வாதத்தை உள்ளடக்கியது. இதற்கு அடிகோலியவர் அகஸ்டினும், தாமஸ் அக்குவினாஸும் ஆவர். இவர்கள் பன்னாட்டு உறவு என்பது இறைவனால் நடைபெறுவதால் எதுவும் சிறப்பானதாகவே அமையும் என நம்பினர். ஆரம்பத்தில் போர் மேகங்கள் சூழ்ந்தாலும் நாளடைவில் உலகில் சமாதானமும் நல்லுறவும் நிலவும் எனக் கருதினர். அமெரிக்க அதிபர் உட்ரோ வில்சன் இக்கொள்கையின் மீது மிகுந்த நம்பிக்கையுடையவர். இவர் போன்றோர் முயற்சியால் பல போர் ஒழிப்பு உடன்படிக்கைகளும், சர்வதேச சங்கமும் (League of Nations) ஏற்பட்டன. இந்த சட்டப்பிரிவிலும் வள்ளுவர் இடம் பிடிக்கவில்லை.

பன்னாட்டுத் தொடர்புகள் இலட்சிய நோக்கிலும் மெய்மை நோக்கிலும் அல்லாது வரலாற்று முறையிலும் (Historical approach)

ஆராயப்பட்டுள்ளன. நாடுகளின் கடந்தகால வரலாற்றைக் கொண்டும் அந்த நாடுகள் நடந்து கொள்ளும் விதத்தின் மூலமும் அவைகளின் எதிர்கால நடவடிக்கைகளை முன்கூட்டியே அறிய இவ்வகையினர் உதவினர். இது தற்போது பழமையான, வழக்கொழிந்த முறையாகக் கருதப்படுகிறது. ஏனென்றால் பல அரசுகள் வரலாற்று நீரோட்டத்திற்கு முரணாகவும், முன்னுக்குப்பின் முரணாகவும் நடந்துகொள்ளும் முறை தற்போது அதிகமாகக் காணப்படுகிறது. உலகப் போர்களுக்குப் பின்பு ஐரோப்பிய நாடுகளின் முக்கியத்துவம் குறைந்து ஆசிய, ஆப்பிரிக்கா நாடுகளின் முக்கியத்துவம் வளர்ந்து வருகின்ற இவ்வேளையில் இவ்வணுகுமுறை சரியான பலன் தர வாய்ப்பில்லை. இந்த பழமை முறையிலும் வள்ளுவர் தன் கருத்தைச் சொல்லவில்லை.

மரபுசார்ந்த மற்றொரு அணுகுமுறை நிறுவன அணுகுமுறை (Institutional approach) எனப்படும். ஹியூகோகுரோசியஸ், ஹான்ஸ் கெல்சன், குன்ஸிரைட் போன்றோர் இவ்வணுகுமுறையை வலியுறுத்தினர். பன்னாட்டுச் சட்டமுறை என்பது பல்வேறு நாடுகளின் பொதுவான இயல்புகளைக் கண்டறிந்து அவற்றை அனைத்து நாடுகளும் பின்பற்றவேண்டும் என்பது ஆகும். கலாச்சாரம், செய்தி போன்ற துறைகளில் மட்டும் இவ்வணுகுமுறை மூலம் சிறந்த முன்னேற்றங்கள் காணப்பட்டுள்ளன.

அகப்பண்புமுறை (Behavioral approach) என்பது உளவியல் கருத்துகளை அடிப்படையாகக் கொண்டது. இம்முறையை ஆதரிப்போர் ஒவ்வொரு நாட்டிற்கும் ஒரு இயல்பான குணம், ஓர் அடிப்படை பண்பு இருப்பதாகவும் அதன் வெளிப்பாடுதான் பன்னாட்டு அரங்கில் தெரியும் என்றும் கருதுகின்றனர். ஆங்கிலேயர்களுக்குப் பொது அறிவு இயல்பாக அதிகமாக இருக்கும் என்றும், மற்ற நாட்டினர்களுக்கு, உதாரணமாக பிரெஞ்சுக்காரர்களுக்குத் தனித்திறமையும் (Individualism) ரஷ்யர்களுக்குத் தளராத குணமும் (Tenacity), சீனர்களுக்கு மாறாத தன்மையும் (Unchangeability), ஜெர்மானியர்களுக்குத் திறமை, ஒழுக்கம், முழு நிறைவான பரிசீலனையும் (Efficiency, Discipline, Thoroughness), அமெரிக்கர்களுக்கு எதையும் அனுசரித்துப் போகும் குணமும் (Volatility), கனடா நாட்டவர்க்கு எதையும் புதிதாகக் கண்டுபிடிக்கும் ஆற்றலும் (Resourcefulness and Inventiveness), இந்தியர்களுக்கு ஆபத்து காலத்தில் ஒற்றுமையைக்

கடைப்பிடித்தலும் (*Unity in times of crisis*) பொது இயல்புகளாகக் கருதப்படுகின்றன.[15] இரண்டாம் உலகப் போருக்குப்பின்பு இவ்வணுகுமுறை முக்கியத்துவம் பெற்றது.

அமைப்புமுறையின் (*Systems approach*) மூலமாகப் பன்னாட்டு அரசியலை அணுகும் முறை ஒன்றும் உள்ளது. பல்வேறு நாடுகளின் அமைப்பு முறைகளை ஆராய்ந்து அக்கோணத்திலிருந்து பன்னாட்டு அரசியலைக் கணித்தலை இக்கொள்கையுடையோர் பின் பற்றுகின்றனர்.

வலிமை அணுகுமுறை (*Power approach*) என்பது அரசு தனது நன்மையை முன்னிலைப்படுத்திப் போராடும் இயல்புடையது என்பதைக் கருத்தில் கொண்டு அணுகுவது ஆகும். ஸ்பைக்மேன் (*Spykman*) இக்கருத்துடையவர். இவர் கருத்துப்படி பன்னாட்டு அரசியல் என்பது வலிமையின் வெளிப்பாடு என்பதாகும். ஆனால் தற்போது வலிமையைவிட, கொள்கைகளுக்கு முக்கியத்துவம் கிடைப்பதால் இந்த அணுகுமுறைக்கும் பெரிய வரவேற்பு கிடைக்கவில்லை.

ஒவ்வொரு அணுகுமுறையும் குறைகளையும், நிறைகளையும் கொண்டுள்ளது என்பது தெரிகிறது. அனைத்து அணுகு முறைகளையும் பழமை அணுகுமுறை என்றும், அறிவியல் அணுகுமுறை என்றும் பொதுவாகப் பார்க்கும்போது பழமை அணுகுமுறை முடிவிற்கும் (*End*), அறிவியல் அணுகுமுறை வழிமுறைகளுக்கும் (*Means*) முக்கியத்துவம் தருவதால் இரண்டு வகையான அணுகுமுறைகளையும் பயன்படுத்தினால்தான் இன்றுள்ள குழப்பமான (*Complex*) பன்னாட்டு உறவுகளைத் துல்லியமாக அறியமுடியும்.

திருவள்ளுவர் வாழ்ந்த காலத்தில் இருந்த சூழ்நிலையை வைத்துப் பார்க்கும்பொழுது பழமை அணுகுமுறையையும், அறிவியல் அணுகுமுறையையும் சேர்த்து மரபு சார்ந்த (*Traditional school*) கொள்கை உடையவராகத் திருவள்ளுவர் தெரிகிறார். திருவள்ளுவர் சட்டத்தின் ஆட்சியை மதிக்கின்றவர். போரில் கூட போர்விதிகள் மீறப்படக்கூடாது என நினைக்கிறவர். அதேசமயம் போர் தவறு என்றும் சொல்லவில்லை. வள்ளுவர் 'இளையதாக முள்மரம் கொல்க' என்று தெரிவிக்கிறார். அரசன் தனது ஆற்றலை வளர்த்து பகைவர்களை ஒடுக்கவேண்டும் என்கிறார்.

> கொடுத்தும் கொளல்வேண்டும் மன்ற அடுத்திருந்து
> மாணாத செய்வான் பகை.   (867)

என்றும்,

> வகையறிந்து தற்செய்து தற்காப்ப மாயும்
> பகைவர்கண் பட்ட செருக்கு.   (878)

என்றும் அவர் கூறியுள்ளார்.

அதே நேரத்தில் வள்ளுவர், முடிந்தால் போரை ஒழிக்க வேண்டும் என்றும் கூறுகிறார். இக்கருத்து கீழ்வரும் குறட்பாக்களில் காணக் கிடைக்கிறது.

> பகைநட்பாக் கொண்டொழுகும் பண்புடை யாளன்
> தகைமைக்கண் தங்கிற்று உலகு.   (874)

> தன்துணை இன்றால் பகை இரண்டால் தான்ஒருவன்
> இன்துணையாக் கொள்கவற்றின் ஒன்று.   (875)

இக்குறள்கள் மூலம் மனிதன் இயற்கையிலேயே நல்ல குணம் உடையவன் என்பதையும் வள்ளுவர் வெளிப்படுத்துகிறார். ஆகவே வள்ளுவரின் பார்வை மெய்மையியல் (Realist) நோக்கிற்கு மிக நெருக்கமாகத் தெரிகிறது.

குரோசியஸ் சர்வதேசச் சட்டத்தின் இருபெரும் கூறுகளான அமைதி, போர் என்பனவற்றிற்குச் சில வரையறைகளை 1626-ஆம் ஆண்டு தந்தார். மிகத் தொன்மையான காலத்திலேயே வள்ளுவர் நாடுகளுக்கிடையே அமைதியான சூழ்நிலை இருத்தல் வேண்டும் என்ற எண்ணத்தில் பல கருத்துக்களைத் தெரிவித்துள்ளார். திருவள்ளுவர், உலக நாடுகளின் நடவடிக்கைகளை ஒழுங்குபடுத்த ஓர் அமைப்பையோ, செயல்முறையையோ கூறவில்லை என்றாலும், உலகத்தில் நாடுகளுக்கிடையே அமைதி நிலவவேண்டும் என்ற கருத்தில் இருந்திருக்கிறார். பகைவர் தரும் இன்னல்களைத் தீர்ப்பதே பேராண்மை என்று அவர் கருதுகிறார். இது உலக நலனுக்கு வழிகோலும். ஆகவே இதை வலியுறுத்தி,

> பேராண்மை என்ப தறுகண்ஒன்று உற்றக்கால்
> ஊராண்மை மற்றதன் எஃகு.   (773)

என்று வள்ளுவர் கூறியுள்ளார்.

இன்றைய உலகத்தில் பலதரப்பட்ட கண்டுபிடிப்புகளும்,

பிரச்சனைகளும் உள்ளன. செய்தித் தொடர்பு, விண்வெளி (*Outer space*)16 விமான, தபால், போக்குவரத்துக்கள் என்பன அவற்றுள் சிலவாகும். மனித ஆற்றல் ஏற்றுமதி (*Brain Drain*) என்பது ஒரு புதிய பிரச்சனை, வள்ளுவர் காலத்தில் இவை எழவில்லை. குரோசியஸ் போன்றவர்கள் தங்கள் காலங்களில் இருந்த காலச் சூழ்நிலைக்கேற்ப மக்களிடையே அன்பும், சமாதானமும் ஏற்படவேண்டும் என்ற உயர்ந்த நோக்கத்தில் பல சட்டக் கருத்துக்களைக் கூறியுள்ளனர். ஹியூகோ குரோசியஸ் எழுதிய அமைதிக்கால, போர்க்காலச் சட்டவிதிகள் (*Dejure belli act*) அவை கட்டுரைகளாக வெளிவந்த நேரத்தில் சட்டமாக ஏற்கப்படவில்லை.

நாட்டுத் தலைவர்களுக்கும் மாலுமிகளுக்கும், தளபதிகளுக்கும் அறிவுரை என்ற அளவிலேதான் அக்கட்டுரைகள் கருதப்பட்டன. திருவள்ளுவரும் மற்ற சட்ட அறிஞர்கள் போன்று நாடுகளுக்கிடையேயான ஒற்றுமை பலப்பட வேண்டும், நாட்டில் நல்லாட்சி நிலவவேண்டும் என்ற கருத்துடையவரே.

சர்வதேச் சட்டமோ, சர்வதேச அமைப்புகளோ காலத்தின் கட்டாயத்தால் ஏற்படுவன. உதாரணமாக ஐக்கிய நாடுகள், நாடுகளுக்கிடையேயான பிரச்சனைகளை மட்டுமே தீர்க்கவேண்டும் என்பது 1945 ஆம் ஆண்டு ஐ.நா. அமைப்புத் தோன்றியபோது எடுக்கப்பட்ட முடிவாகும். ஐ.நா. அமைப்புகளில் தனிமனிதப் பிரச்சனைகள் பற்றி விவாதிக்க இடமில்லை என்றாலும், காலமாறுதல்களில் மனித உரிமைப் பேராணை (*Universal Declaratioin of Human Rights*) மூலம் தனிமனித உரிமை மீறல்களும் சர்வதேசச் சட்டத்தின் அதிகார வரம்பிற்குள் 1948-ஆம் வருடம் வந்துவிட்டன.

திருவள்ளுவர் காலத்தில் போர் என்பது ஒரு குறிப்பட்ட நில வரையறைக்குள், கால வரையறைக்குள், அன்றைக்கு நடைமுறையிலிருந்த போர் விதிகளை மீறாமல் நடத்தப்பட்டது. சாம, பேத, தானம் என்ற மூன்று நிலைகளினால் போரினைத் தடுக்க முடியவில்லை என்றால்தான் இறுதிக் கட்டமாகப் போர் என்னும் 'தண்டம்' பயன்படுத்தப்பட்டது. மேலும் போரா அல்லது சமாதானமா என்ற ஒரு நிலை இருந்தால் சமாதானத்தையே ஏற்றுக் கொள்ளச் சொல்லி சாணக்கியர், கோவூர்கிழார் போன்றோர் அறிவுறுத்துகின்றனர்,

போர் என்பது இன்று முழுமையான போர் என்றாகி விட்டது (*Total war*). போரில் பாதிப்புகளும் மிக அதிகமாகி விட்டன. மிக்க

அழிவு சக்தி உடைய அணுகுண்டுகள், ஏவுகணைகள் அழிவை மிகப் பெரிய அளவில் விளைவிக்கின்றன. போரை ஒரு நிலவரையறைக்குள் வைத்துக் கட்டுப்படுத்தவும் முடியவில்லை. அணு ஆயுத காலத்தில் போட்டி பூசல் அதிகரித்து விட்டன. மிகச் சிறந்த ஆட்சி முறை எனக்கருதப்படும் மக்களாட்சி முறையைப் பின்பற்றும் அமெரிக்காவின் படைத்தளபதி தமது உரையில் கூறியதைப் பார்க்கும்போது உலகம் எதை நோக்கிப் போகிறது என்பதை அறிய முடிகிறது. அவருடைய உரையில்,

"எதிரியைப் பழிக்குப் பழிவாங்க வேண்டும். அதுவே நம் முடிவாக இருக்க வேண்டும். வடதுருவப் பள்ளத்தாக்கிலிருந்து (முதற்) தாக்குதல் ஏற்படும். அதன்விளைவாக 24 மணி நேரத்திற்குள் 25,000,00 ஆண், பெண், குழந்தைகள் மடிந்து போவார்கள். எதிரி தொடர்ந்து நம்மைத் தாக்குவதைத் தடுக்க வேண்டுமாயின் நாம் அவன் இருக்கும் இடத்தில் போர் புரிய வேண்டும். ஆதலின், வெகுதூரம் செல்லக்கூடிய குண்டு வீச்சு விமானங்களும், கனத்த பளுவைத் தாங்கிச் செல்லக்கூடிய போர் விமானங்களும் அவர்களைப் பாதுகாப்பதற்கு (நாட்டுப் பாதுகாப்பு) இன்றியமையாததாகும். ஏனெனில் இந்த விமானப் போரில் நாம் வெற்றி பெறவும், நம் தளப்படைகள் எதிரியின் நாட்டின் மீது படையெடுக்கவும், அதைக் கைப்பற்றவும் முடியும் என்பதற்குச் சிறந்த உறுதியளிக்கிறது" [17] என்று கூறியுள்ளார்.

பொதுவுடைமைக் கட்சியின் போக்கும் வன்முறைக்கு வரவேற்பு அளிப்பதாகவே இருந்தது.

'ஐரோப்பாவில் ஒரு பேய் நடமாட்டம் இருந்து கொண்டு வருகிறது. கம்யூனிசப் பேய்தான் அது. அதிகார பீடத்தில் அமர்ந்திருப்பவர்களால் கம்யூனிஸ்ட் கட்சி அதுவே என்று இகழப்பட்ட எதிர்க்கட்சி எங்கே? கம்யூனிஸ்ட்டுகள் தங்கள் கருத்துக்கள், குறிக்கோள்கள், போக்குகள் ஆகியவற்றை வெளிப்படையாக உலகம் அறியுமாறு பிரசுரிக்கும் நேரம் வந்துவிட்டது. இக்கம்யூனிசப் பேய் பற்றிப் பரவி வரும் (பொய்க்) கதையைக் கட்சிக் கொள்கை அறிக்கை (Manifesto) மூலம் ஒழித்து கட்ட வேண்டும். கம்யூனிஸ்ட்டுகள் தங்கள் கருத்துக்கள், குறிக்கோள்கள் ஆகியவை மறைக்கப்படுவதை வெறுப்பவர்கள். நடைமுறையிலிருந்து வரும் சமூக நிலைமைகளைப் பலவந்தமாக ஒழித்தால்தான் தங்கள் குறிக்கோள்களை எய்த முடியும் என்று

அவர்கள் வெட்ட வெளிச்சமாகப் பறைசாற்றுகிறார்கள். எனவே (இதைத் தெரிந்த பின்பாவது) ஆளும் வகுப்பினர் கம்யூனிஸ்ட்டு புரட்சியைக் கேட்டு நடுங்கட்டும். பாட்டாளிகட்கு அவர்கள் அடிமைத்தளை அறுபடுமேயின்றி வேறொரு குறையும் வராது. அவர்கள் இவ்வுலகையே வெல்லவிருக்கிறார்கள், ஓ!எல்லா நாட்டுப் பாட்டாளி மக்களே ! வாருங்கள், ஒன்றுபடுங்கள்!'[18]

பல அரசுகள் சேர்ந்த ஓர் அமைப்பில் வாழும் போது, பொதுவுடைமைக் கொள்கை நாடுகள், மக்களாட்சி முறையைப் பின்பற்றும் நாடுகள் ஆகிய இவற்றிடையே தவிர்க்கவொண்ணா பயங்கரச் சண்டைகள் ஏற்படுகின்றன. இதுபோன்ற ஒரு கொடிய சூழ்நிலையில் உலக நாடுகள் தற்போது ஆயுதங்களைப் போரில் பயன்படுத்த முடியாது என்ற நிலையை உருவாக்கியுள்ளன. ஆகவே, ஜப்பான் பேரரசர் ஹிரோ ஹிட்டோ, தனது நாட்டில் அணுகுண்டு வீசப்பட்டவுடன் தமது மக்களுக்கு வெளியிட்ட அறிக்கையில்,

''எக்குற்றமும் இழைத்திடாத நம்மக்கள் மீது பகைவன் சொல்லொண்ணாத் துயரையும் அளவிற்கரிய அழிவையும் பெய்யும் அணுகுண்டைப் பிரயோகிக்க ஆரம்பித்து விட்டான். நாம் இனியும் தொடர்ந்து போர்ப் புரிவோமாயின், நாமும் நம் நாடும் சேர்ந்து அழிவதோடன்றி மனித நாகரிகமே அழிந்து போகும் என்பதில் ஐயமில்லை. எனவே, நீங்கள் நேர்மையை வளர்த்து வாருங்கள்,''[19] என்று கூறி மனித நாகரீகமே அழியும் அளவுக்குத்தான் இனி போர் இருக்கும் என்று அறிவுறுத்தியிருக்கிறார். ஆகவே போரைத் தவிர்க்க ஐக்கிய நாடுகளின் அமைப்புகள் பல இன்று தோன்றியுள்ளன. இதுபோன்ற நிர்ப்பந்தம் வள்ளுவர் காலத்திலோ, ஹியூகோ குரோசியஸ் காலத்திலோ இல்லையென்பதால் அவர்கள் அமைப்பு ரீதியாக எந்தக் கருத்தையும் சொல்ல வேண்டிய நிலை ஏற்படவில்லை என கொள்ளலாம்.

குரோசியஸ் காலத்தில் நாடுகளுக்கிடையேயான உறவுகள் சோதனைக்கட்டத்தில் (*Experimental stage*) இருந்தன. இப்படியொரு நிலை கூட வள்ளுவர் காலத்தில் இல்லை. அதற்குக் காரணம் தமிழ்நாடு தன்னிறைவு பெற்றிருந்தது. மேலும், வெளிநாட்டு வாணிபம் மேற்கொண்ட வர்த்தகர்கள் தேவைப்படும் வெளிநாட்டு உறவுகளைத் தாங்களே அமைத்துப் பேணி வந்தனர். எப்பொழுதாவது ஓர் அரசன் நாட்டை விரிவாக்கக் கருதிப்

படையெடுப்பான். இவ்வாறு அமைந்த சூழ்நிலையில் அரசியல் ரீதியான சர்வதேச உறவுகளை அமைத்துக் கொள்ளும் வாய்ப்பு அதிக அளவில் ஏற்படவில்லை என்று சொல்லலாம். ஆனால், அப்போதும் கூட சச்சரவுகள் தீர்க்கப்பட்டன; குற்றவாளிகள் மீட்டு ஒப்படைப்பு செய்யப்பட்டனர். கோயில்கள், குடியிருப்புகள் போர்த் தாக்குதலிலிருந்து விலக்களிக்கப்பட்டன. போரில் காயப்படுத்தக் கூடாதவர்கள் என்று சிலருக்கு விதிவிலக்கு அளிக்கப்பட்டது. இவற்றையெல்லாம் வைத்துப் பார்க்கும்போது சர்வதேசச் சட்டத்தின் குறிக்கோள் இன்றுள்ளதைவிடச் சிறப்பான முறையில் கடைப்பிடிக்கப்பட்டுள்ளது தெரிகிறது.

"தமிழ் இலக்கியங்கள், போர் நிகழும்பொழுது மார்பில் விழுப்புண் பெறுவதையும், வீரமரணம் அடைவதையும் பெருமைக்கு உரியன" என்று கொண்டன. போர்க்களக் காட்சிகளையும், போருக்குப் புறப்படும் வேந்தர்கள் உரைத்திடும் சூளுரைகளையும் தமிழ் இலக்கியம் உயர்த்திக்கூறும். 'போரில் தோற்றுவிடுவேனாயின், புலவர்கள் என்னைப் பாடாது போகட்டும்' என்றும், "என் நாட்டு மக்கள் என்னைக் கொடுங்கோலன் என்று இழித்துரைக்கட்டும்" என்றும், முழங்கியவாறு களம் புகுந்தனர் நாட்டுடைத் தலைவர்கள் என்று தமிழர் வரலாறு கூறுகிறது.

"என் மகன் போர்க்களம் சென்றுள்ளான். அந்தப் புலி வாழ்ந்த குகை இதோ இருக்கிறது" என்று, தன் மகனைச் சுமந்திருந்த வயிற்றைக் காட்டினாளாம் வீரத் தாயொருத்தி. "மன்னனைத் தொடர்ந்து சென்றுள்ள வீரர் அணிவகுப்பில் என் மகன் மீது மன்னன் தனியன்பு காட்டுகிறான் என்பதறிந்து மகிழ்கிறேன். எனினும் இன்னும் என் மகன் போரில் விழுப்புண் பெற்றுக் களம்பட்டான் என்ற செய்தி எனக்குக் கிடைக்கவில்லையே! அப்படிக் கிடைத்தால் அல்லவா, அவன் மன்னனையும் இந்த மண்ணையும் உயிரெனப் போற்றுகிறான் என்பது உண்மையாகும், என்ற கருத்துப்படக் கதறுகிறாளாம் இன்னொரு வீரத் திருமகள். காவா நாவிற் கனகனும் விசயனும் தமிழ் மன்னர்களை இகழ்ந்துரைத்தார்கள் எனக் கேள்வியுற்று வடபுலம் சென்று அவர்களை வென்று அவர்தம் முடியினில் கல்லேற்றி வந்து கண்ணகிக்குச் சிலையெடுத்தான் சேர மன்னன். இலங்கையை வென்றனர். கடாரம் வரை சென்று வெற்றிக்கொடி நாட்டினர் சோழ மன்னர்கள்."[20]

இவ்வாறு வீரத்திற்கு முக்கியத்துவம் கொடுத்தாலும் அரசுக்குப் புகழ்தருவது போரில் பெறும் வெற்றி மட்டும் அன்று, குடிமக்களுக்கு தரும் சிறந்த அரசாட்சிதான் என்று முன்னோர் கருதினர்.

வேல் அன்றுவென்றி தருவது மன்னவன்
கோல்அதூஉம் கோடா தெனின். (546)

என்கிறார் வள்ளுவர்.

பழந்தமிழர், நாடுகளுக்கிடையேயான சிக்கல்களைத் தீர்ப்பதற்குப் போரைக் கடைசி ஆயுதமாகக் கருதியதற்குக் காரணம் போர் என்பது வென்றவருக்கும் தோற்றவருக்கும் ஏறக்குறைய ஒரே அளவு சேதத்தை ஏற்படுத்தி விடுகிறது என்ற பட்டறிவுதான். ஆகவே, வள்ளுவர் போன்றோர் சமாதானத்தை விரும்பி, பேச்சுவார்த்தையின் மூலமே பிரச்சனைகளைத் தீர்ப்பதற்கு வழி கூறினர். போரைத் தடுத்துப் பேச்சு வார்த்தை மூலமும், தூதர்கள் மூலமும், உடன்படிக்கைகள் மூலமும், நடுநிலையாளர்களின் பஞ்சாயத்து மூலமும், எல்லைப் பிரச்சனைகள், கப்பத் தொகைகள் போன்றவற்றை முடிவு செய்துள்ளனர். இவையெல்லாம் பயன்தராத போதுதான் போர் நடத்தப்பட்டிருக்கிறது. கிரேக்க நாட்டின் நகர அரசுகளும் (*City States*) இந்த முறையைப் பின்பற்றிப் பேச்சுவார்த்தைக்கு முதலிடம் கொடுத்துப் பேச்சு வார்த்தை பலனளிக்காத போது மட்டுமே போரிட்டுள்ளன.

திருக்குறள் ஒரு அறநூல். தான் தோன்றிய காலக் கட்டத்திலிருந்த பல சமூகச் சீரழிவுகளைக் களையும் பொருட்டுத் திருக்குறள் எழுதப்பட்டதாகத் தெரிகின்றது.

அறமும் சட்டமும் ஒன்றுக்கொன்று மிகுந்த தொடர்புடையன.[21] பெரும்பாலான சட்டங்களுக்கு அறமே நிலைக்களன். அறக் கருத்திற்கு அரசாங்க அங்கீகாரம் கிடைக்கும்போது அது சட்டமாகிறது. ஒரு சட்டத்திற்கு அரசு அங்கீகாரம் விலக்கப்படும் பொழுது அது அறமாகி விடுகிறது.

மிகச்சில சட்டங்களே அறத்தோடு தொடர்பில்லாது இருக்கின்றன. உதாரணமாகச் சாலைப்போக்குவரத்தை ஒழுங்குபடுத்தும் சட்டம், அரசுப் பணிக்கான தேர்வு முறைகள் முதலானவை அறத்தோடு தொடர்பில்லாமல் இருந்தாலும் அவைகளும் சட்டமே.

இன்றுள்ளனவும், முன்பிருந்தனவுமான தமிழக, இந்திய ஒழுக்கப்பண்புகளின் கூறுகளையும் உள்நாட்டுச் சட்டக் கூறுகளையும், சர்வதேச ஒழுக்கப் பண்பு முறைகளையும், சர்வதேசச் சட்டத்தின் கருத்துக்களையும் திருக்குறளில் காண முடிகிறது. திருக்குறளிலுள்ள அறக் கருத்துக்கள் தொகுக்கப்பட்டுள்ள விதத்தை நோக்கும்போது அது ஒரு சட்டத் தொகுப்பு போலவும் அமைக்கப் பெற்றுள்ளது.

குறள் கருத்துக்கள் தொடர்ந்து பல நூற்றாண்டுகளாக மக்களின் பயன்பாட்டில் இருந்து வந்துள்ளதைப் பிற நீதி இலக்கியங்களிலும், பிற்காலங்களில் வந்த இலக்கியங்களிலும், காப்பியங்களிலும் குறள் கருத்துக்கள் தொடர்ந்து எடுத்தாளப் பட்டுள்ளதிலிருந்து தெரிந்துகொள்ள முடிகிறது.

அன்றைய இந்திய சமுதாயத்தைத் தம்முடைய சட்டத் திட்டங்களுக்கு உட்படுத்தி நெறிப்படுத்தியது மனு தர்மமாகும். இம்மனு தர்மத்தை நன்கறிந்து தன்னுடைய ஆட்சியில் சிறப்பாகப் பயன்படுத்தியமைக்காக புராணகாலச் சோழன் ஒருவன் மனு நீதிச் சோழன் என்ற பெயரில் அறியப்படுகின்றான். மனு, தர்மம் பற்றிப் பேசினாலும் அது சட்டம் பற்றிய நூலாகவே கருதப்படுகிறது.

கி.மு. நான்கு, மூன்றாம் நூற்றாண்டுகளைச் சேர்ந்த மௌரியப் பேரரசை வழிநடத்திய சட்டநூல் அர்த்த சாஸ்திரமாகும். அர்த்த சாஸ்திரம், சாஸ்திரம் என்ற பெயரில் அழைக்கப்பட்டாலும் இதுவும் சட்ட நூலாகவே கொள்ளப்படுகிறது. இதே முறையில் திருக்குறள் அறநூலாகக் கருதப்பட்டாலும் சட்டம் பற்றிப் பேசுவதாகவே கருதலாம். ஏனென்றால் தர்மம், சாஸ்திரம், அறம் என்பனவெல்லாம் சட்டத்தின் வெளிப்பாடுகளாகவே உள்ளன.

திருக்குறள் ஒரு உள்நாட்டுச் சட்டநூலுக்கான தகுதியுடன் அன்றைய காலத் தமிழர்களின் வாழ்க்கை முறையை விளக்கியும், வழக்கங்களைச் சொல்லியும், வழிகாட்டுதல்களை வழங்கியும், விடுதல்களைக் கண்டித்தும், விதிவிலக்குகளை அனுமதித்தும் உள்ளது. சொத்துக்கள் (குறள் 592), குற்றமனம் (455), குற்றச் செய்கை (455), நீதி வழங்கும் முறை (541), ஒப்புரவு (220), சம உரிமை (553), சமநீதி (528), குற்றத்தடுப்பு முறைகள் (561), அரசு பொருளீட்டும் வழிகள் (385), சட்டத்தின் முன் அனைவரும் சமம் என்ற நிலை (972), காமக் குற்றங்கள் (145), சூது (931), வரைவின் மகளிர் (913), சுற்றுச்

சூழல் (737), நுகர்வோர் நலன் (120), களவு செய்யாமை (282), கள்ளுண்ணாமை (922), கொல்லாமை (550), அவதூறு பரப்பாமை (183), சாட்சியர் (25), சட்டத்தின் ஆட்சி (388) போன்றுள்ள இன்றைய சில உள்நாட்டு சட்டக் கருத்துக்களை திருக்குறளில் காண முடிகிறது.

திருக்குறள் தமிழினத்திற்கான அறநூல் என இருந்தாலும் மக்கள் இனத்திற்குப் பொதுவான வாழ்வியல் கருத்துக்களையும் சர்வதேசக் கருத்துக்களையும் கொண்டுள்ளதா என ஆராயுமிடத்து, திருக்குறள் ஒரு குறிப்பிட்ட நில, கால, இன, மொழி வரையறைக்குள் தன்னை நிறுத்திக் கொள்ளாது, பரந்துபட்ட உலக வாழ்வை, நாடுகளின் உறவை நெறிப்படுத்தும் கருத்துக்களைக் கொண்டுள்ளதாக அறிய முடிகிறது. உடன்படிக்கைகள் (788), போர்க்கால, அமைதிக்கால நடுநிலைச் சட்டங்கள் (112, 117), மனித உரிமை (972), ஒற்றர்கள் (584), தூதாண்மை (682), அரண் (746), நாட்டினம் (381), நாட்டுணர்ச்சி (733), தேசிய அரசு (381), மீட்டொப்படைத்தல் (895), உள்நாட்டுப்போர் (885), போர்நீக்கும் முறை (871) பற்றிய இன்றைய சர்வதேசக் கூட்டத்தின் கூறுகளை வள்ளுவர் கூறுவதிலிருந்து திருக்குறள் இன்றைய சர்வதேசச் சட்டக் கருத்துக்கள் சிலவற்றைக் கொண்டுள்ள முன்னோடி நூலாகக் கருதப்படுவதற்கும் இடமுண்டு.

தமிழ் இலக்கியம், குறிப்பாகத் திருக்குறள் குடும்பம், ஊர், நகரம், நாடு என்ற குறுகிய வட்டத்திற்குள் உழலாமல், உலகம் என்ற பரந்த பார்வையைக் கொண்டுள்ளது. உலகம், உலகியல், உலகு, ஞாலம், உலகத்தார் என்று பல சொற்களைப் பயன்படுத்து வதிலிருந்து உலகளாவிய கொள்கையை குறள் அறிவித்துள்ளது நன்கு தெரிகிறது. சர்வதேசச் சட்டம், பன்னாட்டு உறவுகள் பற்றி அதிக விழிப்புணர்வு இல்லாதிருந்த காலக்கட்டத்தில் திருவள்ளுவர் சர்வதேச சட்டத்திற்கும், பன்னாட்டுச் சட்ட வளர்ச்சிக்கும் காரணமாக இருந்துள்ளார் எனத் தெரிகிறது. உலகம் நன்றாக இருக்க வேண்டும், உலகத்தார் வறுமையில் வாடக்கூடாது, உலகம் செழிக்க வேண்டும், போர் கூடாது என்றெல்லாம் கருத்துக்கள் உடையவரை அகில உலகப் பார்வையுடையவர் (International mind) என்கிறோம். ஹாலந்து நாட்டு குரோசியஸ் (Grotius) ஜெர்மனியின் காந்த் (Kant), இங்கிலாந்து நாட்டின் பெந்தாம் (Bentham) ஆகியோரும் அகில உலக அபிமானிகளாக இருந்துள்ளனர்.

இன்று சர்வதேசச் சட்டங்கள் நடைமுறையில் இருக்கின்றன.

சர்வதேச உறவுகளும் வரைமுறை செய்யப்பட்டிருக்கின்றன. இவற்றிற்கான சட்டங்களும் இயற்றப்படுகின்றன. இந்தச் சூழ்நிலை வள்ளுவர் காலத்தில் இல்லையென்பது உண்மை என்றாலும் வள்ளுவரை அகில உலக பார்வையுடையவர் (*International mind*) என்று நிச்சயமாகக் கூறலாம். எல்லாப் பிரச்சனைகளையும் மனிதாபிமான அடிப்படையில் தீர்க்க முடியும் என்பதை உணர்ந்தவர் திருவள்ளுவர். உலகம் தழுவிய பார்வை கொண்டோரில் திருவள்ளுவருக்கு முதலிடமுண்டு.

சர்வதேசச் சட்ட அறிஞர்களால் போற்றப்படும் குரோசியஸ் போன்ற அறிஞர்கள் தோன்றுவதற்குப் பல நூற்றாண்டுகளுக்கு முன்பே வள்ளுவர் சர்வ தேசியம் அறிந்து உலகிர்க்கு உணர்த்திய நீதிமான் என்று கூறுவது மிகப் பொருத்தமானது.

திருவள்ளுவர் சட்ட வல்லுநரா?

1. நீதி நூலான திருக்குறளில் காணப்படுகின்ற நீதிக் கருத்துக்களில் பல சட்டங்களாகவும், சட்டக் கருத்துக்களாகவும், சட்டங்களை உருவாக்கக் கூடிய ஆற்றல் படைத்தனவாகவும் சிறப்புற்று விளங்குகின்றன.

2. மேற்கூறிய கருத்துக்கள் பண்டைத் தமிழ்ச் சமுதாயத்தின் தேவைகளுக்காகக் கூறப்பட்டவையே. எனினும், இன்றும் பயன்பாட்டில் உள்ள சட்டக் கூறுகளோடு ஒத்தவையாக இயங்கும் நிலை திருக்குறளில் புலப்படுகிறது.

3. திருக்குறள் காலத்தில் வெளிநாடுகளோடு தொடர்பு கொண்டவர்கள், வெளிநாட்டு உறவில் விரிசல் வராமல் தங்களைக் காத்துக் கொண்டனர். இந்தச் சாதனைக்குக் காரணம் நேர்மை, மனிதாபிமானம், சட்டங்களை மதித்தல் ஆகிய குணங்களே என்பது திருக்குறளில் தெளிவுபடுத்தப்பட்டிருக்கிறது.

4. திருவள்ளுவர் நீதி வழுவா நெறி முறையை உலகோர்க்கு அறிவிக்க வந்தவர். இதைச் சாதிப்பதற்காக அவர் சட்டங்களை இயற்ற முன்வரவில்லை. என்றாலும், எல்லாச் சட்டங்களுக்கும் தேவைப்படும் ஆதார மூலத்தை தம்முடைய அறநூலில் அவர் செறிவாக அமைத்துக் காட்டியவர். பல்வகைப்பட்ட சட்டக் கருத்துக்களை திருக்குறள் சூல் கொண்டு பொலிகின்றது.

5. சட்டம் இயற்றுவோருக்கு வழிகாட்டியாகத் திகழ்ந்தவர் திருவள்ளுவர். சட்டமியற்றுவோர் பல சொல்லைக் காமுறக்

கூடாது. பயனில கூறக் கூடாது. சட்டச் செய்தி தெளிவாகவும், பொருள் தெளிவோடும், ஐயந்திரிபுகளுக்கிடமின்றியும் கூறப்பட வேண்டும். சுருங்கச் சொன்னால், சட்டப் பிரிவுகள் திருக்குறளைப் போல அமைய வேண்டும். ஆகவே சட்டமியற்றுவோர்களின் முன்னோடி திருவள்ளுவர். அவர் கையாண்ட நடையே சட்டத்திற்கு உரிய நடை.

6. திருவள்ளுவர் காலத்தில் பல நாடுகள் செழித்து விளங்கின. அந்தந்த நாட்டிற்குத் தேவையான சட்டங்களை அந்தந்த நாடுகளே இயற்றிப் பின்பற்றி வந்தன. அனைத்து நாடுகளையும் ஒருங்கிணைக்கும்படி சர்வதேசச் சட்டம் (*Internatioinal Law*) என்ற பெயரில் ஒரு சட்டத் தொகுப்பு திருவள்ளுவர் காலத்தில் உருவாகவில்லை. ஆயினும் எல்லா நாடுகளும் ஏற்கும் வகையில் பல பொதுவான உண்மைகளும், பண்பாடுகளும் (*International morality*) இருக்கவே செய்தன. அன்று அமுலிலிருந்தது வெளிநாட்டு உறவு (*Foreign Relations*) என்பது தான். இன்று நாம் அறிந்திருக்கும் வகையில் சர்வதேச உறவு என்ற ஒன்று உருவாக்கப்படவில்லை. ஆகவே, இன்று வகுக்கப்பட்டிருக்கும் சர்வதேசச் சட்டம் (*International Law*), சர்வதேசப் பண்பாடு (*International morality*) என்ற பார்வைகள், கொள்கைகள் அக்காலத்தில் இல்லை. இவற்றினிடையே இன்று கொள்ளப்பட்டுள்ள வித்தியாசங்களும், அக்காலத்தில் எழ வாய்ப்பில்லை.

7. இன்றைய பொருளாதார, சமூக, ஒழுக்க, சட்ட விதிமுறைகளுக்கு ஆதாரமாக உள்ள அடிப்படைச் சிந்தனைகள், திருக்குறளில் தெளிவுறக் கூறப்பட்டுள்ளன.

பரிந்துரை

திருக்குறள் மனித சமுதாயத்தின் நல்வாழ்விற்குத் தேவைப்படும் அனைத்து அறங்களையும் போதிக்கின்றது. இவ்வறங்களில், பல சட்டங்களாகவும், இயற்றப்பட்டு ஏற்றுக் கொள்ளப்பட்டிருக்கின்றன. எஞ்சியிருப்பன சட்டங்களாக ஆக்கப்படவில்லை.

வள்ளுவரின் இத்தகைய சர்வதேச சட்டக் கூறுகளும் அறக் கருத்துக்களும் ஐ.நா.சபை போன்ற சர்வதேச அமைப்புகளுக்கு முழுமையாகத் தெரிவிக்கப்பட வேண்டும்.

அடிக்குறிப்பு

1. Rex Non debet esse sub Homine, sed sub Deo et sub Lege (The King is under no man yet he is under God and the Law. For the Law makes the King) Herbert Broom, A Selection of Legal Maxims P.17
2. Hans J. Morgenthau, Politics Among Nations, P.343
3. Motiwal, O.P. Changing aspects of Law and Justice in India P.1
4. சிலப்பதிகாரம் XXV வரிகள் 100-104
5. மணிமேகலை XXII வரிகள் 208-209
6. பெரியபுராணம் (மனுநீதி கண்ட புராணம்)
7. புற. 192
8. R. Narayanaswami, (Translator)Valmiki Ramayanam P.7
9. கலைஞர் மு. கருணாநிதி, குறளோவியம், பக். IV
10. George H. Sabine, A History of Political Theory P. 365
11. புற. 32
12. முனைவர் பா. இறையரசன், தமிழ்நாட்டு இலக்கிய வரலாறு பக். 78
13. மகாகவி பாரதியார் கவிதைகள் பக். 47
14. மகாகவி பாரதியார் கவிதைகள் பக். 44
15. J.C.Johari, International Relations and Politics, P. 207
16. Timothy Hillier, Public International Law P. 241
17. ஜெனரல் ஜார்ஜ், சி. கென்னடி, (26.11.1947-ல் உரையாற்றியது) நூர்ஜஹான் பாவா, தி (மொ.பெ), பன்னாட்டு அரசியல் பாகம் 1 பக்.379
18. கார்ல் மார்க்ஸ் கம்யூனிச கொள்கை விளக்கம் (1848)
19. ஜப்பானிய மன்னர் ஹிரோஹிட்டோ இரண்டாம் உலகப்

போரில் சரணடையுமுன் கூறியது. நூர்ஜஹான் பாவா. தி ம.பெ) பன்னாட்டு அரசியல் பாகம்-1 பக்.13

20. கலைஞர் மு.கருணாநிதி குறளோவியம் பக். 35

21. V.D. Kulshreshtha, Land Marks in Indian Legal & Constitutional History P.403

துணை நூற்பட்டியல்

1. அனந்த நாத நயினார், தி.அ. திருக்குறள் ஆராய்ச்சியும் ஜைந சமய சித்தாந்த விளக்கமும், ஆதிமூலம் பதிப்பகம், சென்னை 1954

2. அழகின் பெருமான் மனு விஞ்ஞானேசுவரியம் உ.சே.சா. நூல் நிலையம், சென்னை 1960

3. ஆனந்தன், கு.ச குறளாய்வின் நுழைவாயில் தங்கம் பதிப்பகம், 1987

4. இராசமாணிக்கம், மா. சோழர் வரலாறு எடுகேஷன் பப்ளிகேஷன் கம்பெனி, நுங்கம்பாக்கம் முதல் பதிப்பு 1947

5. இராசாராம்,பெ. சட்டப்பொருள் விளக்கம் தமிழ்நாட்டுப் பாடநூல் நிறுவனம், சென்னை, 1978

6. இளங்குமரனார், இரா. உவமை வழி அறநெறி விளக்கம் (சங்க இலக்கியம்) சைவ சித்தாந்த நூற்பதிப்புக் கழகம், சென்னை, 1971

7. இளஞ்சேரன், கவிஞர் கோ. அறிவியல் திருவள்ளுவம், தமிழ்நாடு திருவள்ளுவர் திருமன்றம், கோவை, 1994

8. இறையரசன், முனைவர் பா. தமிழ் இலக்கிய வரலாறு பூம்புகார் பரசுரம் சென்னை, 1982

9. கருணாநிதி, கலைஞர் மு. குறளோவியம், பாரதி பதிப்பகம், சென்னை, இரண்டாம் பதிப்பு 1982.

   திருமந்திரம் மூவாயிரம் (முதல்பகுதி) சைவ சித்தாந்த நூற்பதிப்புக் கழகம், திருநெல்வேலி இரண்டாம் பதிப்பு 1952

திருமந்திரம் இரண்டாம் பகுதி சைவ சித்தாந்த நூற்பதிப்புக் கழகம், திருநெல்வேலி இரண்டாம் பதிப்பு 1957 சங்க இலக்கியக் கட்டுரைகள் தமிழ்ப் பல்கலைக்கழக வெளியீடு 3 ஏப்ரல் 1984

10. காமாட்சி சீனிவாசன், குறள்கூறும் சமுதாயம், மதுரை காமராசர் பல்கலைக்கழக வெளியீடு, மதுரை, 1975

11. குன்றக்குடி அடிகளார், தவத்திரு திருவள்ளுவர் (சொர்ணம்மாள் நினைவுச் சொற்பொழிவுகள்) அண்ணாமலைப் பல்கலைக் கழகம், சிதம்பரம், 1981

12. கோவிந்தராசனார், பேராசிரியர், சி. கல்வெட்டுக் கலைச் சொல் அகரமுதலி, மதுரை காமராசர் பல்கலைக்கழகம் பதிப்புத்துறை 1981

13. சண்முகசுப்பிரமணியன்,ம. குறள் கூறும் சட்ட நெறி, சைவ சித்தாந்த நூற்பதிப்புக் கழகம், சென்னை, 1967

14. சரவணப்பெருமாள், ப.ஆ. திருக்குறள் மூலம் பாரதி விலாஸ் அச்சுக் கூடம், சென்னை, பிலவங்க வருடம்

15. சாமிநாதய்யர், உ.வே. சிலப்பதிகார மூலமும் அரும்பத உரையும், தமிழ்ப்பல்கலைக் கழகம், தஞ்சாவூர் 1985 ஸ்ரீமத் கம்பராமாயணம் உ.வே.சா. நூல் நிலையம் சென்னை, 1959

16. சிதம்பரநாத முதலியார் (ப.அ) தொல்காப்பியமூலம் PN சிதம்பரம்முதலியார் அன்கோ மதுரை 1922

17. சிதம்பரனார், சாமி சட்ட இயல், தமிழ்ப்பல்கலைக் கழகம், தஞ்சாவூர் 1984 வள்ளுவர் வாழ்ந்த தமிழகம், ஜனசக்தி பிரசுராலயம், சென்னை, மூன்றாம் பதிப்பு 1956

18. சுத்தானந்த பாரதி, யோகி தமிழ் உணர்ச்சி, கார்த்திகேயனி பிரசுரம், புதுக்கோட்டை 1947

19. சுந்தரம் பிள்ளை, பேராசிரியர் மனோன்மணியம் அருணா பதிப்பகம், மதுரை, 1958

20. தஞ்சை சரஸ்வதி மஹால் நாலடியார் உரைவளம் முதல்பாகம் மகாலிங்கம் மின்சார அச்சகம் தஞ்சாவூர் 1953

21. தமிழ்நாடு அரசாங்கம் சட்டச்சொல் அகராதி தமிழகச் சட்டத்துறை, ஆட்சிமொழி ஆணைக்குழு, சென்னை, 1968

22. திருநாவுக்கரசு, க.த. திருக்குறள் நீதி இலக்கியம் சென்னைப் பல்கலைக் கழகம் வெளியீடு, சென்னை இரண்டாம் பதிப்பு 1977

23. திருலோக சீதாராம், கவிஞர் மநுதர்ம சாஸ்திரம் அஓ கோபாலன் பப்ளிஷர் போஸ்டல் ஆடிட் காலனி சாலிகிராமம் மூன்றாம் பதிப்பு 1994

24. திருவிவிலியம் (மொ.பெ) பைபிள் சொசைட்டி ஆப் இண்டியா பெங்களூர் 1987

25. தேவநேயன்,ஞா. மண்ணில் விண் அல்லது வள்ளுவர் கூட்டுடமை, நேசமணிப் பதிப்பகம், (காட்பாடி 1978)

26. தேவர் ஆர்.எஸ். சர்வதேசச் சட்டம், மங்கள நூலகம், சென்னை, 1988

27. நாகராஜன், முனைவர் எஸ். அயல்நாடுகளில் தமிழர் தமிழ்ப்பல்கலைக்கழகம், தஞ்சாவூர் முதல்பதிப்பு 1989

28. நியூ செஞ்சுரி புக் ஹவுஸ் பிரைவேட் லிமிடெட் பத்துப்பாட்டு நியூசெஞ்சுரி பிரிண்டர்ஸ் சென்னை, 1981 இரண்டாம் பதிப்பு

29. நூர்ஜஹான்பாவா, தி (மொ.பெ) பன்னாட்டு அரசியல் பாகம் 1 (ஆங்கிலத்தில எழுதப்பட்ட இந்நூலின் மூல ஆசிரியர் பிரெடரிக் எல். ஷீமன்) தமிழ் வெளியீட்டுக் கழகம் சென்னை, 1967

30. நெடுஞ்செழியன், நாவலர் இரா. திருக்குறள் தெளிவுரை, நாவலர் நெடுஞ்செழியன் கல்வி அறக்கட்டளை சென்னை, 1991

31. மகாகவி பாரதியார், மகாகவி பாரதியார் கவிதைகள் சக்தி காரியாலயம் சென்னை, 1957

32. பாலசுப்பிரமணியன், குடவாயில் முத்தாரம் இதழ் கட்டுரைகள் (டிசம்பர் 1988 மார்ச் 1989 வரை)

33. பெருமாள் முதலியார் (மொ.பெ.) தென்னிந்தியாவைப் பற்றி வெளிநாட்டினர் குறிப்புகள் (ஆங்கிலத்தில் எழுதப்பட்ட இந்நூலின் ஆசிரியர்கே.ஏ. நீலகண்ட சாஸ்திரி) தமிழ் நாட்டுப் பாடநூல் நிறுவனம் 1976

34. மர்ரே அண்டு கம்பெனி மணிமேகலை தம்புசெட்டி தெரு, சென்னை, 1957 முதல் பதிப்பு

35. மாணிக்கம், முனைவர் வ.சு.ப. வள்ளுவம், பாரிநிலையம் சென்னை, எட்டாம் பதிப்பு 1982

36. மாரிமுத்து, புலவர் ஆ. (ப.ஆ) நீதிநூல் கொத்து, வள்ளுவப் பண்ணை சென்னை, நான்காம் பதிப்பு 1991

37. மீனாட்சி சுந்தரனார், தெ.பொ. வள்ளுவரும் மகளிரும் சித்தார்தா பதிப்பகம், ஆறாம் பதிப்பு 1983

38. முத்தையா செட்டியார், தீ.ரா.(ப.ஆ) ராமலிங்க சுவாமிகள் திருவருட்பா ஸன் ஆப் இந்தியா பிரஸ் சென்னை, 1924

39. முருகரத்தினம், டாக்டர். திருக்குறள் கூறும் அரசு, மதுரை காமராசர் பல்கலைக் கழக வெளியீடு, மதுரை, 1982

40. முனிசாமி, திருக்குறள் வீ. உலகப் பொதுமறை திருக்குறள் உரை விளக்கம் திருமகள் நிலையம் சென்னை, 1982

41. மோகனராசு,டாக்டர் மு (ப.ஆ) திருக்குறள் சட்டவியல் களஞ்சியம் உலகத் திருக்குறள் மையம் சென்னை, 1997

42. வரதராசனார், டாக்டர் மு. திருவள்ளுவர் அல்லது வாழ்க்கை விளக்கம், தாயக வெளியீடு சென்னை, 1988 தமிழ் இலக்கிய வரலாறு சாகித்ய அக்காதெமி புதுதில்லை 1972, முதல்பதிப்பு

43. வள்ளுவன் கிளாரன்ஸ், மோ அரசாங்கத்தின் வரலாறு தமிழ்நாட்டுப் பாடநூல் நிறுவனம் சென்னை, 1976

பன்னாட்டுத் தொடர்புகள் தமிழ்நாட்டுப் பாடநூல் நிறுவனம் சென்னை, *1979*

44. வித்தியானந்தன், முனைவர் தமிழர் சால்பு (சங்ககாலம்) சு. பாரி புத்தகப் பண்ணை இரண்டாம் பதிப்பு *1971* சென்னை

45. வெள்ளைவாரணம், நா.ம.(ப.ஆ) திருக்குறள் உரைக்கொத்து அறத்துப்பால் ஸ்ரீஆதி குமரகுருபரர் சுவாமிகள் நினைவுத் திருக்குறள் பதிப்பு நிதி வெளியீடு, ஐந்தாம் பதிப்பு *1983* திருக்குறள் உரைக்கொத்து - பொருட்பால் ஸ்ரீஆதிகுமரகுருபரர் சுவாமிகள் நினைவுத் திருக்குறள் பதிப்பு நிதி வெளியீடு, மூன்றாம் பதிப்பு *1983*

46. வேணுகோபால், நீதியரசர் ப. திருக்குறள் ஒரு சட்ட இலக்கியம், உலகத் திருக்குறள் மையம், சென்னை, *1997*

47. வேலு இரா. திருக்குறள் கௌளலீயம் ஒப்பாய்வு, அறம் பதிப்பகம் மதுரை, *1989*

In English

1. Abd-Ru-Shin The Ten Commandments of God Alexander Bernhardt Publishing Co Ty Rol 1979.
2. M.A.R.K Khan Taxation law Prabha Publishers Pondicherry First edition July 1988
3. A I R Manuel All India Reporter Ltd., Congress Nagar, Nagpur 4th ed 1984
4. Atchuthen Pillai, P.S. Criminal Law NM Tripathi Pvt Ltd, 8th ed 1995
5. Bandyopadhaya, P. International Law and Customs In India Ramaned Vidya Bhawan 1982 Reprint
6. Bhagwan, Vishnoo World Constitutions, Sterling Publishers Pvt Ltd,New Delhi 1984
7. Bishop, WilliamWarner Internatioinal Law Cases and Materials, Little Brown, Boston, 1971

8. Brierly,James Leslie The Law of Nations, An Introduction to the International Law of Peace, Oxford University Press, Newyork, 1963

9. Broom, Herbert A Selection of Legal Maxims, Pakisthan Publishing House Karachi, X Edition, 1975

10. Chelliah, JV Pattupattu Ten Tamil Idylls Tamil University 1st edition 1985

11. Chunder, Dr. P.C. Kautilya Arthasastra, Writers Workshop Calcutta, 1995

12. Collin, P.H. Law Dictionary universal Book stall New Delhi 1993

13. Corbelt, Percy Ellwood The Growth of World Law, Princeton, 1971

14. Dhyani, Dr. S.N. Law, Morality and Justice Indian Developments Metropolitan Book Pvt Ltd New Delhi-2, 1984

15. Frankel, Joseph International Relations in a Changing World Oxford University Press 1985 Reprint

16. Fisher, Roger Drummer Improving Compliance with International Law,UniversityPress of Virginia, Charlottesville 1981.

17. P.J. Fitzgerald Salmond on Jurisprudence Sweet - Maxwell London Reprint 1995

18. Gangrade, KSocial Legislation in India, Vol I and II Concept Publishing Corporation, New Delhi 1978.

19. Ghosh, UN International Law. S. Chand & Co., New Delhi 1977.

20. Gold, Joseph Membership and nonmembership in the International Monetary Fund, Washington, 1974

21. Harris, D.J. Cases and Materials on International Law Sweet - Maxwell 4th ed London 1994

22. Henkin, Louis How Nations behave, Law and Foreign Policy, Columbia University Press, New York, 1979

23. Hillier, Timothy Public International Law Caverdish Publishing Ltd, Leicester 1994.
24. Holland, stuart The Global Economy Weidenfeld and Nicolson, London 1987.
25. International Institute of Tamil Studies (ed) The Legal Heritage of the Tamils, Madras, 1994
26. Johari, J.C., International Relations and Politics (Theoretical Perspective) Sterling Publishers (Pvt) ltd, New Delhi, 1985 International Relations and Politics Sterling Publishers (Pvt) ltd, New Delhi-16, 1984
27. Kapoor, AC Principles of Political Science S.Chend & Co New Delhi 13th Revised ed 1977
28 Kelsen, Hans Principles of International Law, Holt,New York, 1966
29. Krishnan Prabha Law of the Land Vigwa Yuvak Kendra 1975
30. Kulshreshtha VD Landmarks in Indian Legal & Constitutional History, Eastern Book Company, Fourth Reprint New Delhi 1994
31. Levi, Wernes Cotemporary International law, A Concise Introduction, Westiview Press, 1979
32 Manickavelu, M.A., and (ed) Dr.K.D.Tirunavukkarasu Tributes and Translations of Tirukkural, Maniyagam Publications, Chennai&85, 1986
33. Madras Law Journals Madras (Publication) (various years)
34. Morgenthau, Hans J. Politics Among Nations Alfred A. Knoff New York, Sixth eidition 1985
35. Motiwal, OP Changing Aspects of law and Justice in India, Chaugu Publications Allahabad, 1979 Jovanovich, New York, 1984
36. Mulchandani, N.M. 3000 Legal Maxims and Phrases with meanings and citations, Doulat Publications,Nagpur, 1968

37. Nagendra Singh Dr. India and International Law, Vol I State Practice of India Series S.Chand - Co Pvt Ltd New Delhi, 1973

38. Nardin, Terry Law morality and the Relations of States, Princeton University Press, Princeton, 1983

39. Narayanaswamy,R.(Translater) Valmiki Ramayanam Madras Law Journal Press Madras-4 1st ed 1933

40. Nilakanda Sastri, K.A., The Cholas Vol II Part I Madras University 1937

41. Oppenheim, L. International Law A treatise Vol I, ELBS 8th ed 1954

42. Perkins, John A The Prudent Peace, Law as Foreign Policy, Universities of Chicago Press, Chicago, 1985

43. Pope (Dr.G.U) Tirukkural Translation South India Saiva Sidhandha Works Publishing Society, Madras - 18, Sept 1991

44. Rajagopalachari, C Mahabharata Bhavan's Book University, Bharatiya Vidya Bhavan, 28th ed 1987

45. Ramachandran,T.N., St. Sekkizhar''s Periyapuranam Part I (Translation,) Tamil University, Thanjavur, 1990

46. Rhyne, Charles International Law, the Substance, Processes, Procedures and Institutions for World Peace with Justice, CLB Publications, Washington, 1971

47. Sabine H. George A History of Political Theory HRW International IV ed Tokyo 1981

48. Shanmuga Subramaniam,M Legal Terms 1985

49. Sharan Court Procedure in Ancient India, Abhinav Publications, New Delhi, 1978

50. Starke,J.G. Introduction to International Law Butter Worths, 8th ed London 1977

51. Stone, Julius Visions of World Order, Between State Power and Human Justice,Johns Hopkins University Press, Baltimare, 1984

52. Subramaniam, Dr.N. Concordance of Tirukkural 1st ed Madurai 1987

53. Tandon,M.P. Internatioinal Law Allahabad Law Agency, Allahabad, 8th ed 1982

54. Venkatachalam, M.S. Socio Political Philosophy of Tiruvalluvar, VSP Publications, Trichy-17 edition 1990.

55. Von Glahn, Gerhard Law among Nations An Introductions to Public International Law, Macmillan Ltd New York, 1986

56. Wells, stanly (ed) The Oxford Shakespeare The complete works, Clarendon Press, Oxford 1994

ஆய்வுக்குதவிய கேள்விகள்

இந்நூலுக்கான தேடலின்போது தமிழறிஞர்கள், சட்ட வல்லுநர்களிடம் விளக்கம் பெறப்பட்டது. அவர்களிடம் கேட்கப்பட்ட கேள்விகளின் தொகுப்பு இது;

1. முற்காலத்திய தமிழர்க்கு அறம் என்பதற்கும் சட்டம் என்பதற்கும் உள்ள வித்தியாசங்கள் தெரிந்திருந்தனவா?

2. தமிழர்களுக்கு ஊர், நகரம், நாடு, அயல்நாடு, உலகம் என்பதற்கான வித்தியாசங்களும் தெரிந்திருந்தனவா?

3. தொல்காப்பியத்தில் முதுமொழி, வாயுறை வாழ்த்து குறிப்புகள் இருப்பதால், தொல்காப்பியத்திற்கு முன்பே நீதிநூல்கள் இருந்தன என்று கொள்ளலாமா?

4. தொல்காப்பியத்திற்குப் பின்னும் சங்க காலத்திலும் தனி அறநூல்கள் தோன்றினவா?

5. சங்க காலத்தில் காணப்பட்ட பெரும் ஒழுக்கக் கேட்டைத் தடுக்கும் பொருட்டு அறநூல்கள் பல தோன்றினவா?

6. திருக்குறள் எழுதப்பட்ட காலத்தில் சமூக ஒழுக்கக் கேடு அதிகமாக இருந்திருக்குமா? அகச்சான்று ஏதுமுண்டா?

7. திருக்குறள் உரையாசிரியர் பரிமேலழகர் அறம் என்பதற்கு ஒழுக்கம், வழக்கு, தண்டம் என விரிவுபடுத்தியிருக்கிறார். இது சரியான பகுப்பு முறைதானா?

8. சட்டம் என்பது முரண்பாடுகளுக்கு அப்பாற்பட்டது. 'தன்நெஞ்சறிவது பொய்யற்க' என்ற வள்ளுவர் 'பொய்மையும் வாய்மையிடத்து' என்று கூறியது முரண்பாடா?

9. அறம்ஈனும் இன்பமும் ஈனும் திறனறிந்து
      தீதின்றி வந்த பொருள்.   (754)

என்ற வள்ளுவர் 'செய்க பொருளை' எனச் சொன்னது முரண்பாடுதானா?

10. மனு தருமத்திலுள்ளது போல தண்டனை வகைகள் மற்றும் தண்டனைக் காலங்கள் திருக்குறளில் தரப்பட்டுள்ளனவா?

11. வட இலக்கியங்களான காமசூத்ரா, அர்த்த சாஸ்திரம், தர்மசாஸ்திரா என்பவற்றுடன் திருக்குறளின் காமத்துப்பால், பொருட்பால், அறத்துப்பாலுக்குத் தொடர்புண்டா?

12. குறள் வர்ணாசிரம தர்மத்தை ஏற்றுக் கொண்டுள்ளதா?

13. குற்றத்திற்குத் தண்டனை என்பது சட்டம். ஆனால், திருக்குறளில் ஒரே குற்றத்திற்கு மூன்று முறைகளில் தண்டனை காட்டப்பட்டுள்ளது. இவைகளில் எது சரி? அல்லது அனைத்தும் சரியா?

கொலையிற் கொடியாரை வேந்தொறுத்தல் பைங்கூழ்
களைகட் டதனொடு நேர்.   (550)

கறுத்துஇன்னா செய்தவக் கண்ணும் மறுத்துஇன்னா
செய்யாமை மாசற்றார் கோள்.   (312)

இன்னா செய்தார்க்கும் இனியவே செய்யாக்கால்
என்ன பயத்தோ சால்பு.   (987)

14. திருவள்ளுவர் காலத்தில் மிகவும் மலிந்திருந்த சமூகக் குற்றங்கள் என்னென்னவாக இருக்கும்?

15. நீதி வழங்குதல் பற்றி வள்ளுவர் கூறிய கருத்துக்கள் அனைத்தும் ஏற்புடையவை?